Untold Stories

సుబ్బు ఆర్వీ

CHAAYA
Resource Centre

MANA HEROLU
Untold stories

Author :
SUBBU RV
+91 9533073919

©Author

First Edition:
February, 2023

Second Edition:
February, 2023

Copies: 500

Published By:
Chaaya Resources Centre
103, Hritha Apartments,
A-3, Madhuranagar,
HYDERABAD – 500038
Ph: (040) - 23742711
Mobile: +91-70931 65151
email: chaaya0206@gmail.com

Publication No.: CRC- 92

ISBN No. 978-93-92968-56-3

Cover and book Design :
Giridhar Arasavalli

For Copies:
All leading Book Shops

https:/amzn.to/3xPaeldbit.ly/chaayabooks

న్యాయవాదిగా, రచయితగా,
మానవ హక్కుల ఉద్యమ కార్యకర్తగా,
సాహితీవేత్తగా కాలంపై చెరగని
హక్కుల సంతకంతో దళిత బహుజనుల కోసం
పోరాడిన, ఉరిశిక్షల రద్దు కోసం
గళం విప్పిన ధిక్కార స్వరం నా గురువు
భువనగిరి చంద్రశేఖర్ కి
అంకితమిస్తూ....

మన చుట్టూ హీరోలున్నారు

హీరో అనగానే సినిమాల్లో ఉండే కథానాయకుడుగానే తప్ప ఇంకోలా గుర్తించలేనంతగా మన అభిప్రాయాలు స్థిరపడిపోయాయి. చివరికి 'మా నాన్నే నా హీరో' అనీ సినిమాలు చెబితేనే నాన్ననూ హీరోగా గుర్తించలేనంతగా అందులో పడిపోయాం. సుబ్బా రాసిన ఈ 'మన హీరోలు' సినిమా హీరోల గురించి కాదు. వారి విచిత్ర విన్యాసాల గురించీ కాదు. మన చుట్టు రోజూ తిరగాడే మనుషుల గురించి. వారు చేసిన పనుల గురించి.

హీరో అనే పదానికి 'అత్యున్నత విలువలకు, గొప్ప విజయాలకు, ధైర్యానికి ప్రతీకగా ఉన్న వ్యక్తి' అనే నైఘంటికార్థం ఉన్నది. హీరో అనేది జెండర్ బయాస్డ్ అనే వాదన ఉన్నది కనుక షీరో అనే పదం మహిళలను ఉద్దేశించి వాడుతున్నారు ఫెమినిస్ట్ మిత్రులు. అయితే, సుబ్బు హీరో అనే పదాన్ని రెండు జెండర్లను ఉద్దేశించిన న్యూట్రల్ అర్థంలోనే వాడాడు.

ఇది మన చుట్టూ హీరోల పరిచయం. ఇందులో ఉన్న వాళ్ళే హీరోలా? అంటే... వీళ్ళే కాదు. వీళ్ళతో పాటు ఇంకా చాలా మంది ఉన్నారు. ఉంటారు. లెక్కకు మించిన హీరోల్లో యాభై మందినే ఎన్నుకోవడంలో ప్రత్యేకత ఏముంది? అది వారి పరిచయాల్లో సుబ్బు చెబుతాడు మీకు. ఈ హీరోల్లో రచయితలున్నారు. చిత్రకారులున్నారు. ఎన్జీవో కార్యకర్తలున్నారు. టీచర్లున్నారు. వీళ్ళంతా మానవత్వం పరిమళించే మనుషులు. ఆ ప్రత్యేకతే సుబ్బుతో వాళ్ళ గురించి రాసేలా చేసింది. సుబ్బు ఈ పుస్తకానికి పెట్టిన ఉప శీర్షిక untold stories. ఆ శీర్షికకు తగినట్లే ఇందులో నలుగురైదుగురు తప్ప మిగతా వాళ్ళంతా unsung heros.

మన పక్కనే ఉండే మనుషుల్నే పట్టించుకోని కాలాన, హీరోలు మనుషులు వేరువేరు అని నమ్ముతున్న చోట మనుషుల్లో హీరోలను చిత్రిక పట్టిన పుస్తకమిది.

సుబ్బుకి అభినందనలు.

– అరుణాంక్ లత

ఛాయ తరఫున

నేనెందుకు రాశానంటే..

నన్ను నేను అన్వేషిస్తూ సాగిన ప్రయాణం ఎన్నో పాత్రలను నాకు పరిచయం చేసింది. క్షణానికోసారి సంఘటనలు కొత్తగా సమాజాన్ని చూపాయి. పైపై పూతలకు, అవసరం కోసం అవకాశం కోసం ఇంకేదో కారణంతో హీరో అనే పదానికి అర్థం మారింది. నా జీవితంలో నేను కలిసిన హీరో, అప్పటిదాకా నేను చూసిన సమాజాన్ని కొత్తగా చూపిన అతను. తరువాత అలాంటి వ్యక్తిని కలవలేదు, వెతికినా కనిపించలేదు. దగ్గరగా ఉన్న ఎందరో అతని దరిదాపులకు కూడా చేరలేకపోయారు. నా జీవితం నాకు ఇంకేదో నేర్పాలని అనుకుంటుంది. కొన్ని పరిస్థితుల్లో చాలా దగ్గరగా నా చుట్టూ చూసిన వ్యక్తుల్లో వారిలో వచ్చిన మార్పుల్లో ఒకానొక క్షణం ఓ అంతర్మథనం నాలో మొదలైంది. అసలు హీరోకి నిజమైన నిర్వచనం ఏంటని? ఎవరిని హీరోగా పిలవాలని? ఈ రాత అన్వేషణ అనర్థం, వ్యర్థం అంటూ నాపై తమ అభిమానాన్ని ప్రేమగా చూపే ప్రయత్నం చేసిన ఎందరో ఆత్మీయుల చెరలో చిక్కక అన్వేషణ సాగుతూనే ఉంది.

కొన్నిసార్లు మనిషి కొన్ని చోట్ల ఓడిపోతాడు కానీ ఆ ఓటమిని లెక్కచేయని తీరు, గెలిచిన ఎన్నో విషయాలు వారి జీవితాల్లో దాగి ఉంటాయి. అవి వారితో సమయం గడపడం వల్లనో, వారిలోని మంచిని చూడగలిగితేనో తెలుస్తాయి. ఒడిదుడుకులను దాటి ముందుకు సాగే క్రమంలో ఎవరినీ ఇబ్బంది పెట్టకుండా స్నేహాన్ని పంచుతూ జీవించే జీవితమే చాలా విలువైనది. అటువంటి ఆత్మీయ పలకరింపుల కలయికలతో మౌనంగా సాగుతున్న కొన్ని ప్రస్థానాలను వెతకాలి. ప్రతిభ ప్రతిఒక్కరిలోనూ ఉంటుంది మరి ఆ ప్రతిభను దేనికి వినియోగిస్తారనేదే నేను వెతికిన వ్యక్తిత్వం.

పది రూపాయలు ఉంటే కాస్త ఖర్చు చేసి దాచుకో అంటారు. ఇప్పుడైతే పదికి బ్రతుకుబండి లాగాలంటే ఇంకో పది అప్పుచెయ్యాలి. ఇలాంటి పరిస్థితుల్లో వారి

జీవితాన్నే సేవకు అంకితమిచ్చి ఎన్నో యేండ్లుగా ఈ 'సేవ' అనే మాటకు పర్యాయ పదంగా మారిన వ్యక్తుల గురించి రాయాలి. తలపెట్టిన కార్యం తలలో ఆలోచన పుట్టినంత సులభం కాదని అందులోకి దిగిన తరువాతనే ఆ లోతు తెలిసింది. రాయడం అంటే కేవలం రాయడం కాదు, వారి లాగా వారిలో, వారితో జీవించి ఆ బ్రతుకులో దాగిన వ్యథలు, గాథలు తెలుసుకోవాలి. నేను నా హీరోని వెతుక్కుంటూ, ఆ హీరోలా మారి, తన కథని వ్రాస్తున్నా.. నిత్యాన్వేషణలో అవధులు లేవు నిరంతర శోధన తప్ప..

నేనప్పటిదాక చూసిన వ్యవస్థను ప్రత్యేకంగా ఎలా చూడాలో చెప్పిన వ్యక్తి, నమ్మిన సిద్ధాంతంలోని తప్పులను కూడా ధైర్యంగా ఎదిరించగల వ్యక్తి, ఒక్కసారి బాధితుడి పక్షం నిలబడ్డాక ఎట్టి పరిస్థితుల్లోనూ చేయి విడువని తనం, తనను నమ్మిన వ్యక్తుల కోసం మొండిగా అడుగేసే తెగువ, చివరాఖరుగా తనను మృత్యువు కబలిస్తున్నా దాచి కోర్ట్ హాల్‌లోకి అడుగుబెట్టిన వ్యక్తి భువనగిరి చంద్రశేఖర్. చేసే పనిలో లాభార్జన, స్వార్థం ఏమాత్రం కనిపించవు. అతనిని ఒక పక్షాన కట్టివేయడం అసాధ్యం ఎందుకంటే అతనెవరని స్పష్టంగా చెప్పగలిగేవారు అర్థం చేసుకున్నవారిని నేను చూడలేదు. చేసే వృత్తి, ఆచరించే సిద్ధాంతం, పోరాడేతత్వం పూర్తిగా సమాజానికి అంకితమిచ్చిన నా గురువు భువనగిరి చంద్రశేఖర్. నేను ఇప్పటికీ గర్వంగా చెప్పుకునేది 'బీసీఎస్ గుమస్తా' అనే. ఆయన మరణం తరువాత అనేక పరిణామాలు, పరిచయాలు, పనులు, ఉద్యమాలు ఎక్కడా నేను మరలా అలాంటి వ్యక్తిత్వం చూడనేలేదు. ఇవే నా వెతుకులాట బీజాలుగా మారి విభిన్న రంగాల్లోని అసామాన్య వ్యక్తుల జీవిత కథనాలను రాసేందుకు మూలమయ్యింది.

మౌనంతో మాట్లాడే కథనాలు, తమ వృత్తి, కళ, జీవనంతో సమాజానికి తెలియని బలంగా మారిన పాత్రల కోసం అన్వేషణ. ఈ ప్రయాణం నా నుండి చాలా లాక్కుని, చాలా చోట్ల ఒంటరిగా నిలిపింది. కానీ ఎంతో ఇచ్చింది. ఎన్నో నేర్పింది కూడా. గెలిచాక చేతులు కలిపే వారికన్నా, గెలుపుని తస్కరించే మేధావి దొంగల కన్నా ప్రయాణంలో నిన్ను నమ్మి తోడుండే వారే ముఖ్యం. చాలా మంది చేసే పనుల్లో సంతృప్తి కన్నా గుర్తింపు సంక్షోభమే ఎక్కువ ఉంది. నేను చేస్తుంది రాళ్ళ కుప్పలో దాగిన వజ్రాల వేట. ఎందరినో కలిశాను, కొందరివే రాసేందుకు సిద్ధమయ్యాను, అందులోని అరుదైనవి, అర్హులైనవే మనహీరోలుగా ముందుకు తెచ్చాను. తాము నమ్మిన సిద్ధాంతంలో , చేసే పనిలో వారు సాగిన విధానమే ఈ శీర్షిక అర్హత.

చేసే ప్రతి పనిలో ఆదాయం చూడటం అలవాటు పడిన మిత్రులకు ఎందుకు రాస్తున్నాను, ఏం వస్తుందనే అనుమానం, అవమానంతో కూడిన మాటలు కూడా చాలా బలాన్నిచ్చాయి. అలా మొదలైన ఈ మనహీరోలు రెండున్నరేళ్ళ ప్రయాణం. ప్రతీ కథనం నాలో ఒక కొత్త స్ఫూర్తిని కలిగించింది. మంచి చేసే క్రమంలో వచ్చే

అవరోధాలను దాటి ఇష్టంగా సాగుతున్న వారి జీవితాలు ప్రతిసారీ కొత్తగా పుట్టినట్లు చేశాయి. అందుకే ఈ మనహీరోల అన్వేషణ నన్ను నాకు మరింతగా పరిచయం చేసింది.

మనహీరోలు పుస్తకంగా తీసుకురావాలని చాలామంది మిత్రుల కోరిక. ఆఖరికి మనహీరోలు అంతా (ప్రత్యేకంగా 50 ఆర్టికల్స్) ఒకేచోట చేరి పుస్తకంగా మీ ముందుకు ఛాయా పబ్లికేషన్స్ (మనహీరోల అన్వేషణలో భాగంగానే) ద్వారా వచ్చాయి. ఈ పుస్తకంలోని హీరోల కథనాలను ఆంగ్ల అక్షర క్రమంలో పొందుపరచడం జరిగింది.

ఈ ప్రయాణం కొనసాగుతూనే ఉంటుంది ...

ప్రేమతో ..

మీ

సుబ్బుఆర్వీ

కృతజ్ఞతలు..

ఈ ప్రయాణంలో, నా ఆలోచనకు మద్దతుగా మొదట అడుగు వేసింది PS బాబు గారు. Untold stories రాయాలి అనుకుంటున్నా అనగానే ఆయన వంతుగా చక్కని కంటెంట్‌తో బొమ్మలు వేసిస్తానని భుజం తట్టారు. వారి బొమ్మలే శీర్షిక మొదటి మెట్టు. చక్కని ప్రోత్సాహంతో ఆర్టిస్ట్ గిరిధర్ గారు కూడా కొన్ని బొమ్మలు పంచుకున్నారు. అంతేకాదు ఈ పుస్తకం డిజైన్, కవర్ పేజీ కూడా వారే స్వయంగా బాధ్యత తీసుకుని చేసినవే. ఈ ప్రయాణంలోని మరో ముఖ్యవ్యక్తి స్ఫూర్తి శ్రీనివాస్ గారు. ఈ అన్వేషణలో తనవంతుగా ఇద్దరు హీరోల బొమ్మలు వేసిచ్చి నేను చేస్తున్న ఈ కార్యక్రమానికి మద్దతుగా నిలవడం, సమాచార సేకరణలో ప్రత్యేకంగా సాయం అందించారు. అలాగే అనుకోని విధంగా ఏలూరు ఆర్టిస్ట్ మధు గారు కూడా ఒక బొమ్మతో నా ప్రయాణంలో భాగస్వామి అయ్యారు.

మిర్యాలగూడ మిత్రులు మధు, బాలు నా అన్వేషణలో నేను చేస్తున్న పనిలో సంపూర్ణంగా నన్ను నమ్మిన వ్యక్తులు. జడివానకు ఊగిసలాడే కొమ్మకు గొడ్డలిపోటు చేరినప్పుడు సైతం నన్ను వీడకుండా ఉన్న బంధాలెన్నో. అనుకోకుండా పరిచయం అయినా తమ్ముడిగా మారి నేనున్నాను గుర్తుంచుకో అన్నయ్యా అంటూ దారిలో కాపలా కాసిన యోగి, నువ్వు సాధిస్తావు నాకు నీమీద నమ్మకం ఉందన్న మిత్రుడు రఫీ, నీ దారి ప్రత్యేకం ఆగకని నన్ను కాపు కాసిన మిత్రుడు కోటా చందు ఇలా నా ప్రయాణం ఆగినప్పుడు అనేక రూపాల్లో వారి చేతులు చాచి నన్ను నడిపించారు.

ఈ పుస్తకానికి అతి తక్కువ సమయంలో యుద్ధప్రాతిపదికన ముందుమాట రాసిన ఎ. కె. ప్రభాకర్ గారికి, నా రాతలు పుస్తకంగా రావాలని నిరంతరం నన్ను ప్రోత్సహించే ఆత్మీయ మిత్రుడు శశాంకకు, సమాజాన్ని వాస్తవ కోణంలో చూడగలిగే దర్శకులు, రచయిత అరవింద్ జాషువాకు మరియు అద్దంలా నిక్కచ్చిగా వుండే మిత్రుడు హరీష్ కువ్వాకుల కు ప్రత్యేక ధన్యవాదాలు.

మనహీరోలు పుస్తకంగా రావాలని నన్ను ప్రోత్సహించి ప్రచురించిన ఛాయా మోహన్ గారికి, అనేక ఆలోచనల్లో భాగం అయిన కూడలి టీం కి, మనహీరోలు మొదలయినప్పటి నుండి నేటి వరకు అశేష ఆదరణ ఇచ్చిన ఫేస్బుక్ కుటుంబానికి అనేక సార్లు సమాచారం అందించి సాయం చేసిన అంతర్జాలానికి, మీ అందరి అభిమానాన్ని పొందడానికి కారణమైన మన హీరోలకి ప్రత్యేక కృతజ్ఞతలు..

మరో సామాన్యశాస్త్రమ్

మనకు హీరోలంటే కేడీలు స్టేట్ రౌడీలు డాన్‌లు రాక్షసులు కిరాతకులు లోఫర్లు పోకిరీలు జులాయిలు జుట్టుపోలిగాళ్ళు. మీసాలు మెలేసి తొడలు కొట్టి టాటా సుమోలు పైకెగిరేలా వింత వింత ఆయుధాలతో తెర మీద విచ్చలవిడిగా చిందులేసేవాళ్ళు. ఆకు రౌడీల్లా చెవులు చిల్లులు పడే అరుపులు కేకలతో డాల్బీ సౌండ్ బాక్స్ లు బద్దలుకొట్టేవాళ్ళు. హీరోయిన్ పిర్రలు లాఘవంగా చరిచి మగతనాన్ని ప్రదర్శించేవాళ్ళు. ఒకప్పుడు ద్వంద్వార్థాలతోనూ యిప్పుడు స్ట్రైట్ గానూ స్త్రీలతో వెకిలిగా ప్రవర్తించే కామాతురులు.

హీరో అనగానే యేర్పడే యింత భీకరమైన జుగుప్సాకరమైన సాంస్కృతిక అవలక్షణాల ఇంప్రెషన్స్ మధ్య సామాన్యుల్ని హీరోలుగా ప్రజెంట్ చేయటం సాహసమే. సామాన్యుల్ని అసామాన్యులుగా, అదే సమయంలో అసామాన్యుల్ని అతిసామాన్యులుగా పరిచయం చేసే ఆ సాహసాన్ని తెలిసే చేస్తున్నాడు ఆర్వీ సుబ్బు. 'మన హీరోలు' అని చెప్పటం వల్ల జీవితంలో నిజమైన హీరోలు వీళ్లే అని కూడా అతను నిర్ధారిస్తున్నాడు. వాళ్ళ జీవిత చిత్రాల్ని వుదాత్తంగా వున్నతంగా ఆదర్శీకరిస్తున్నాడు.

చిత్రకారులు పోర్ట్రైట్ నిర్మించడానికి ఎంత కృషి చేస్తారో ఎన్ని డీటెయిల్స్ ని పరిశీలించి పట్టుకుంటారో! కండరాల్లో ఎముకల నిర్మాణంలో ముఖంలో కనిపించే ప్రతి వొంపునీ ముడతల్ని సజీవంగా రూపు కట్టించాలి. జీవిత చిత్రాన్ని రచించే రచయితలు కూడా అంతే జాగరూకులై ఉండాలి. జీవితానికి చెందిన అనేక విషయాలు సేకరించాలి. వాటి నేపథ్యాల్ని తెలుసుకోవాలి. వాటిని క్రమంలో పెట్టుకొని అధ్యయనం చేయాలి. వాటిని కుప్పబోయకుండా వొడబోసి స్ఫూర్తి దాయకమైన అంశాల్ని మాత్రమే తమ పాఠకులకి అందించాలి. వ్యక్తుల నికార్సయిన వ్యక్తిత్వాన్ని చిత్రించాలి. అది రూపొందిన క్రమాన్ని వివరించాలి. అందుకు కారణమైన పరిస్థితుల్ని విశ్లేషించాలి. రేఖామాత్రంగా

అయినా యీ పని చేయకుంటే జీవిత చరిత్ర చిత్రణ అసమగ్రం అవుతుంది. తారీకులు ఘటనలు కేవలం బయోడేటా వివరాలు ప్రొఫైల్ నిర్మాణానికి చాలవు. అదొక సజీవమైన బయో స్కెచ్ గా మారాలంటే దానికి ఆత్మీయమైన వొక జర్నలిస్టిక్ టచ్ ఉండాలి. సృజనాత్మకతని జోడించాలి. వీలైతే సున్నితమైన వుద్వేగాలని అద్దాలి. అవసరమైతే కొద్దిగా కవితాత్మక శైలిని ఆశ్రయించవచ్చు. అలా అని అతిశయోక్తులు అప్రస్తుత ప్రసంగాలు చేయకూడదు. వాస్తవదూరమైన కల్పనలకు చోటివ్వకూడదు. దాపరికాలకు తావివ్వకుండా నిజాయితీగా వున్నది వున్నట్టు చెప్పే దిటవు లైఫ్ స్కెచ్ రాసే రచయితకి వుండాలి.

అందుకే రాళ్ల నుంచి వజ్రాల్ని విడదీసినట్టు మట్టిలో మాణిక్యాల్ని వెతికినట్టు పాల నుంచి నీళ్ళని వేరు చేసినట్టు సుబ్బు మనుషుల కోసం నిజమైన మనుషులు కోసం కాళ్లకు చక్రాలు ధరించి రేయింబవళ్ళు వూరూ వాడా పరిభ్రమించాడు. అంతర్జాలాన్ని జల్లెడపట్టాడు. తన సర్వస్వాన్నీ సమాజ హితం కోసమే అంకితం చేసి అంతర్జాతీయంగా వాయిస్ ఆఫ్ హ్యూమానిటీగా పేరొందిన పాలం కళ్యాణ సుందరం, కరోనా లాక్డౌన్ టైంలో లెక్కలేనంతమంది పేషెంట్స్‌కి సేవ చేసిన గుడ్ సమారిటన్ లాంటి షేక్ జమీర్ పఠాన్ అల్లాబక్షులు, రియల్ ఎస్టేట్ మాఫియా మృగాల మధ్య పచ్చటి అడవిని సృష్టించిన దుశ్చర్ల సత్యనారాయణ, మెయిన్ స్ట్రీమ్ స్వార్థ రాజకీయాలతో విసిగిపోయి సాధారణ రైతు వుద్యమ కార్యకర్తగా వ్యవస్థలతో పోరాడుతున్న వాజిద్ అలీ, ప్రాణాలకు తెగించి వందలాది జీవితాలను కాపాడిన స్వపన్ దిబ్రామా... యిలా తమదైన పద్ధతిలో సామాజిక ఆచరణలో వున్నవారిని యెందరినో తన రచనలోకి రక్తమాంసాలతో సజీవంగా తీసుకువచ్చాడు.

వ్యక్తుల్ని యెంచుకోవడంలో వారి వ్యక్తిత్వాల్ని అంచనా వేయటంలో వాటిని సమాజానికి అందజేయాల్సిన అవసరాన్ని గుర్తించడంలో ప్రముఖ హక్కుల న్యాయవాది భువనగిరి చంద్రశేఖర్ దగ్గర పనిచేసిన అనుభవం, అది యిచ్చిన సదసద్వివేచక్షణ, ప్రాపంచిక దృక్పథం సుబ్బుకి యేదో వొక మేరకు దోహదపడి వుండొచ్చు. చంద్రశేఖర్ లా నిజాయితీగా నిస్వార్థంగా ప్రజాక్షేత్రంలో వుద్యమస్ఫూర్తితో పనిచేసే వ్యక్తుల కోసం వెతుకుతూ వుండే క్రమంలో యింతమంది హీరోలను కలిసి వుండొచ్చు ఆ క్రమంలో అవకాశవాదులైన కెరీరిస్టు వుద్యమకారులను సైతం అతను యెదుర్కొని వుండొచ్చు.

జీవిత చిత్రం గీయటానికి సుబ్బు యెంచుకున్న వ్యక్తుల్లో యెంతో వివిధత వుంది. తొంభై ఏళ్ళ వయస్సులో భౌతిక శాస్త్ర పాఠాలు చెబుతున్న ప్రొఫెసర్ శాంతమ్మ దగ్గర్నుంచి ఆత్మహత్య చేసుకున్న కాఫీ డే సిద్ధార్థ భార్య మాళవిక హెగ్డే, చెత్తలో చైతన్యాన్ని వికసింప చేయడానికి కృషి చేసిన మాయా ఖోద్వే, రాష్ట్రంలో పేద విద్యార్థుల స్కాలర్ షిప్ ల కోసం పోరుబాట పట్టిన మగ్బూల్ జాన్, స్వచ్ఛంద సేవకే తన కాయాన్నీ

కాలాన్నీ వినియోగించే పెరుమాళ్ళ గౌరీ శిరీష, రోగుల ప్రాణాలు కాపాడడానికే జీవితాన్ని అంకితం చేసిన మటిల్డా కులు, క్లాస్ రూమ్ నే సామాజిక రంగంగా మలుచుకున్న కావూరి జయలక్ష్మి, సంపాదించిన యావదాస్తినీ తాను చదువుకున్న మెడికల్ కాలేజీ అభివృద్ధి కోసం విరాళంగా యిచ్చిన డాక్టర్ ఉమా గవిని, రాజకీయ అవినీతి మాఫియాతో తలపడ్డ బ్యూరోక్రాట్ ఆకురాతి పల్లవి, రెస్క్యూ గర్ల్ స్టెల్లా మేరీ, గిరిపుత్రిక స్వాతి, మైక్రో ఆర్టిస్ట్ నళిని, సీడ్ బాల్స్ చిన్నారి దొబ్బల బ్లెస్సీ వరకు కుల మత జాతి వయో భేదాలకు అతీతంగా అతని దృష్టిని ఆకర్షించడానికి కారణం విశిష్టమైన వారి అసాధారణ వ్యక్తిత్వమే.

ఇలా సుబ్బు చెక్కిన హీరోల్లో రచయితలున్నారు. కళాకారులున్నారు. టీచర్లున్నారు. సైంటిస్టులున్నారు. నర్సులు డాక్టర్లున్నారు. కోవిడ్ వారియర్స్ వున్నారు. ప్రొఫెసర్లున్నారు. స్వచ్ఛంద సేవకులున్నారు. హక్కుల కార్యకర్తలున్నారు. పర్యావరణ ప్రేమికులున్నారు. విద్యావేత్తలున్నారు. మనసున్న మనుషులున్నారు. వీళ్లంతా స్వీయ ప్రతిభతో వ్యక్తులుగా యెదిగిన వాళ్ళూ లేదా నిబద్ధతతో ప్రతిఫలాపేక్ష లేకుండా ప్రజాసేవకు అంకితమైనవాళ్ళూ. అందుకే సుబ్బు తన యీ రైటప్ లను స్ఫూర్తి కథనాలని పేర్కొంటాడు. చాలా సందర్భాల్లో కందుకూరి రమేష్ బాబు సామాన్యశాస్త్రమ్ పేరుతో అందించిన రచనా పరంపర, జయధీర్ తిరుమల రావు తొవ్వ ముచ్చట్లులో చిత్రించిన లైఫ్ స్కెచ్ లు గుర్తుకు వచ్చాయి.

మన చుట్టూ జీవించే వాళ్ళలో మనలోనే మనతోనే అతి సామాన్యులుగా ఆదర్శ జీవితం గడిపే వాళ్ళు వీళ్ళు. వీళ్ళలో ఎవరూ సెలబ్రిటీస్ కాదు. లెజెండ్స్ కాదు. మేమే సెలబ్రిటీస్ – మేమే లెజెండ్స్ అని కొట్లాడుకునే వాళ్ళు కాదు. వీళ్ళెవరూ పదవుల్లో లేరు. సంపన్నులు కారు. వాళ్ళకున్నదల్లా సహజమైన సేవాగుణం. జీవితాన్ని గెలవాలనే సార్థకం చేసుకోవాలనే తపన. అదీ పేరు కోసం కాదు. అలా అని వాళ్ళెవరూ అనామకులు కారు. తమకంటూ ప్రాదేశిక చరిత్ర పుటల్లో వొక పేజీ లేదా కనీసం వొక పేరా అయినా సొంతం చేసుకోగలిగిన వాళ్ళు. ఆ గుణాలే యీ రచయితని వాళ్ళ దగ్గరకు చేర్చాయని నా అభిప్రాయం.

జీవితంలో కృతార్థత పొందడమంటే, సక్సెస్ సాధించడమంటే అలుపెరుగని ప్రయాణం చేయడమే. ఆ ప్రయాణంలో యెగుడు దిగుళ్ళు వుంటాయి. రాళ్ళు రప్పలు వుంటాయి. కష్టాలు కన్నీళ్లు వుంటాయి. అక్కడ కేవలం విజయాలు మాత్రమే కాదు వోటములుంటాయి. సన్మానాలు సత్కారాలు అవార్డులు రివార్డులు మాత్రమే కాదు హేళనలు అవమానాలు ఉంటాయి. వాటన్నిటిని అధిగమించి జీవితాన్ని జీవితంగా స్వీకరించడమే సామాన్యుల్ని అసామాన్యులుగా చేస్తుంది. గమనమే గమ్యంగా భావించి నడక ఆపని వాళ్ళే హీరోలు. హీరోలు కావడమంటే మనుషులు కావడమే. మౌనంగా

నిరాడంబరంగా తోటి మనిషికి సాయం చేస్తూ అతి సాధారణంగా బతకడమే.

సుబ్బు హీరోల్లో ఆదివాసి హక్కుల యోద్ధ సోనీ సోరీ, ఫోటోగ్రఫీ దృశ్యమాంత్రికుడు తమ్మా శ్రీనివాస్ రెడ్డి, సామాన్య శాస్త్ర ప్రవక్త ద్రష్ట కందుకూరి రమేష్ బాబు, కథల కానుగ చెట్టు గోపిని కరుణాకర్, చిత్రకళా నిపుణుడు అరసవల్లి గిరిధర్, శివంగి సబ్ రిజిస్ట్రార్ తస్లీమా, రైటర్ కమ్ ఉమెన్ ఫోటోగ్రాఫర్ రావులపల్లి సునీత వంటివాళ్ళ నిలువెత్తు చిత్రాలు వుండటం వల్ల యీ పుస్తకం నాకెంతో ఆత్మీయంగా అనిపించింది.

ఈ ప్రొఫైల్స్ అన్నీ చూసినప్పుడు ఆ యా వ్యక్తుల జీవిత విశేషాలతో పాటు సుబ్బు జీవన విధానం సైతం తెలుస్తుంది. సమాజం పట్ల అతని దృక్పథం స్ఫుటమౌతుంది. అతనిలో ఒక కళాకారుడున్నాడు. ఒక సామాజిక సేవకుడున్నాడు. ప్రకృతి ప్రేమికుడున్నాడు. యువ జర్నలిస్టు వున్నాడు. అన్నిటికీ మించి జీవితాన్ని ప్రేమించే మంచి మనిషి వున్నాడు. వాళ్లే అతనితో ఈ రాతలన్నీ రాయించారు. ఈ జీవన చిత్రాల రచన ద్వారా అతనో ప్రామిసింగ్ రైటర్ గా రూపొందుతున్నాడని నిరూపించే వాక్యాలు అనేకం తారసపడి ఆలోచనకు పురిగొల్పుతాయి. చూడండి:

- న్యాయం చాలా ఖరీదైంది. పోరాటం ఫేస్బుక్ పోస్ట్, కామెంట్ అంత ఈజీ కాదు.
- మనిషికి మనిషి చేసే సాయం భక్తి. భక్తి సామాజిక స్పృహ కలిగించాలి.
- ఆచరణకు మాటలు అవసరం లేదు .
- ఆలోచనలు సరిగా ఉన్నప్పుడు వైకల్యం అంటూ ఏమీ లేదు.
- పంచే జ్ఞానం తరతరాలకు ఓ వరం.
- నిజమైన అభివృద్ధి అంటే ఎత్తైన భవనాలు మెట్రో నగరాలు కాదు; మారుమూల గ్రామాలకు ఆదివాసి గూడేలకు విద్య వైద్యం వంటి కనీస అవసరాలు తీరటం తీర్చడం.
- పూయగానే పరిమళించే పువ్వు ఆర్టిస్ట్ హృదయం ఒకేలాంటివి.
- ఒక ప్రశ్న ప్రత్యామ్నాయాన్ని చూయిస్తుంది. ఒక ఆలోచన విపత్తుని నిలువరిస్తుంది. ఒక ఆచరణ భవిష్యత్తుని కాపాడుతుంది.
- జ్ఞానం అంటే పంచేది. సాయం అంటే అందించేది. దానం అంటే ప్రతిఫలం ఆశించనిది.
- కళాకారుడు తన కన్నులతో చూసే చూపుతో సమాజం పురిటి వాసన మాయమవుతుంది.
- సమాజాన్ని చూడలేని కళ అంటే ప్రకృతి అందాలను చూడకుండా చీకటి గదిలో కూర్చోవడం లాంటిది.

ఇలాంటివే గాక; ఆ యా అద్భుతమైన వ్యక్తులకు సుబ్బు పెట్టిన ట్యాగ్ లైన్లు ఆ యా స్ఫూర్తి కథనాల మొత్తం సారాన్ని అందిస్తాయి (ఉదా: చెత్తలో విరిసిన చైతన్యం,

మనోనేత్రుడు మొ..) ప్రత్యేకించి గమనించండి.

ఈ సజీవ రచన చిత్రాల్లోని వ్యక్తుల్లో 90 శాతం మందిని సుబ్బు ప్రత్యక్షంగా కలిశాడు. దగ్గరగా పరిశీలించాడు. సంభాషణ చేశాడు. ఆ క్రమంలో అతను జీవితం గురించి చాలా నేర్చుకుని వుంటాడు. ఆ అవకాశం నాకు కలగలేదు అని బాధ వుంది. కానీ సుబ్బు తన untold stories ద్వారా యింత మంది హీరోల కటౌట్లని వొకే ప్రాంగణంలోకి తెచ్చి నాకు / మనకు దగ్గర చేస్తున్నాడు. థేంక్యూ సుబ్బూ!

ప్రతి మనిషిలో ఒక వెలుగు ఉంటుంది. దాన్ని కొందరే చూడగలరు. కొందరే వెలికి తీసి ఇతరులకు పంచగలరు. మనిషిలోని వెలుగుని గుర్తించి పదుగురికీ పంచే పనిలో వున్నాడతను. తను చేసే పనిలో సుబ్బుఆర్వీ మరింత చురుగ్గా వుండాలనీ తన వాక్యానికి మరింత పదును పెట్టాలనీ తన చూపును జీవితం లోతుల్లోకి మరింత నిశితంగా ప్రసరింప చేయాలనీ సామాజిక చలనాన్ని గతి తార్కికంగా అవగాహన చేసుకోవాలనీ తద్వారా లభించే యెరుకతో తన రచనల్లో సాంద్రత నింపుకోవాలనీ ఆశిస్తూ ... అతనికి అభినందనలు తెలియజేస్తూ ...

సెలవ్.

– ఎ. కె. ప్రభాకర్
హైదరాబాద్

It is always the simple that produces the marvelous

-Amelia Edith Huddleston Barr (1813-1919)
British Novelist

Protector/ Defender అనే అర్థంలో గ్రీకులకు వాడే 'Hero' అనే పదానికి ఆంగ్లంలో అర్థం 'a person especially a man, who is admired by many people for doing something brave or good' అని ఆక్స్ఫర్డ్ డిక్షనరీ చెబుతుంది. పదాలకు అసలైన అర్థంలో ఎపుడూ ఉపయోగించని మనకు మాత్రం 'HERO' అనగానే నవలా / నాటక/కర్త/కథానాయకుడనే. కానీ హీరో అనేది ఒక జెండర్ న్యూట్రల్ పదంగా చాల తక్కువగా పరిగణించబడుతుంది. ఎప్పటినుండో మనలో ఏర్పడ్డ Hero అనే పదం తాలూకు భావాలను బద్ధలుకొడుతూ సుబ్బుఆర్వీ దాన్ని ఒక బలమైన జెండర్ న్యూట్రల్ అర్థంలో అసలైన హీరోలెవరో, ఎవరూ చెప్పని, వారి విస్తృత కథలేంటో వివరిస్తాడు ఈ పేజీల్లో. Real Heros are all around and uncelebrated.

అసలు సుబ్బు తాను రాసిన ఫేస్బుక్ ఆర్టికల్స్ ని ఒక పుస్తక రూపంలోకి తీసుకురావాలి అన్నది నా ఆకాంక్ష. తాను ఒక రోజు నాకు కాల్ చేసి "గురూ మన హీరోలు శీర్షిక పుస్తక రూపంలోకి వస్తున్నాయి " అనగానే చాలా ఆనందమేసింది. కానీ దానికి నన్ను 'ముందు మాట' రాయమంటే చాలా ఆశ్చర్యమేసింది. ఎందుకంటే నేనేమీ రచయితనో లేదా సాహితీవేత్తనో కాను. కానీ, నా మీద మరియు మా నాన్నగారి మీద ఉన్న గౌరవంతో నాకు ఈ అవకాశం ఇచ్చాడు గానీ నాకు ఏ మాత్రం అర్హత ఉండి కాదు. కానీ పాఠకులు ముందు మాటను ఎలాగో స్కిప్ చేస్తారు అనే ధైర్యంతో ముందు మాట

రాసే సాహసం చేశాను. సుబ్బు ఒక మంచి కవి, రచయిత, చిత్రకారుడు మరియు ఉద్యమకారుడు. మా ఇద్దరికీ 15 ఏళ్ళ అనుబంధం ఉంది. కాలం ఎంత మారినా నిజాయితీ మాత్రం తరగకుండా నిబద్ధత పెంచుకుంటూ పోయిన వ్యక్తి సుబ్బు. కష్టాలు ఎన్ని వచ్చిన తరగని చిరునవ్వు అతని సొంతం. నిరంతరం ఏదో ఒక కొత్త విషయం నేర్చుకుని, కొత్త వ్యక్తులతో పరిచయాల వల్ల గడించిన అనుభవాల్ని పునాదులుగా మార్చుకుని తన రచనాపాఠవ భవంతిని నిర్మించుకుంటూ అందరికీ జ్ఞానం పంచడం ఆరంభించాడు సుబ్బు. దానికి నిదర్శనమే ఈ పుస్తకం. స్ఫూర్తి మనిషిని నడిపించడానికి చాలా అవసరం. ఈ యాంత్రిక జీవితాల్లో డబ్బు కోసం పరుగులు తప్ప పక్క వాళ్ళ శ్రేయస్సు, కష్టం గురించి ఆలోచించే శక్తి మనిషి కోల్పోతున్నాడు. ఈ పుస్తకంలో రాయబడిన హీరోలు చేసిన మంచిపనులు గురించి చదివితే వారి బాటలో నడిచేందుకు స్ఫూర్తి కలుగుతుంది. సమాజంలో ఇంకా ఇంత మంచివారు జీవించి ఉన్నారు అనే భరోసా కలుగుతుంది. This is a tribute to all Unsung heroes from an Unsung hero.

జీరోలను హీరోలుగా ప్రసారంచేసే సమకాలీన సమాజమాధ్యమాల ధోరణులకు భిన్నంగా 50 మంది రియల్ లైఫ్ హీరోల జీవిత చర్యలను సంక్షిప్తంగానూ, కొండను అద్దంలో చూపించినట్లుగా చిత్రిస్తాడు సుబ్బు ఈ పుస్తకంలో. ఆసక్తికరంగా వేగంగా మనల్ని చదివించే ఈ పుస్తకం హీరోల పట్ల మన మస్తిష్కాలలో పేరుకుపోయిన 'Rhetorical' భావాలను సమూలంగా తుడిచేస్తుంది. అత్యంత సాధారణంగా జీవించే ఈ వ్యక్తుల జీవితంలో అసాధారణ కృషికి అద్భుతమైన తన వచనాధారణతో మాంత్రికంగా తన రచనలోకి మనల్ని నడిపిస్తాడు సుబ్బు. 'A Hero is someone who sets a good example for Society with a set of good words and values' .

ఎటువంటి గుర్తింపు ఆశించకుండా నిస్వార్థంగా, నిజాయితీగా తాము జీవిస్తూ సమాజానికి సహకరిస్తూ సేవ చేస్తూ బతుకుతున్న ఎంతోమంది సామాన్యులలో కొందరి జీవితాలను ఇలా పుస్తక రూపంలోకి తేవడం మంచి ఆలోచనే కాదు మంచి మార్పు కి కూడా నాంది. ప్రధాన స్రవంతి మీడియా మీద ఆధారపడకుండా సమాజానికి మంచి చేస్తున్న మంచి వ్యక్తులను, అసలైన గొప్ప వ్యక్తులను మనకు పరిచేయం చేసే ఒక ప్రత్యామ్నాయ పద్ధతిని ఆవిష్కరించిన పుస్తకం ఇది. నిజానికి జరగాల్సిన కృషి ఇదే. ప్రతిఒక్కరూ ఇలాంటి రచనలను వెలువరించే ప్రయత్నం చేస్తే ఎంతో మంది unsung heroల గాథలు ప్రపంచానికి తెలుస్తాయి. అదే సమయంలో హీరోల రూపంలో సమాజం ఆదరిస్తున్న అసలు రూపాలు తెలుస్తాయి.

‘A hero is any person who uses Wisdom and courage to meet life head on’ అని అక్షరాత్మకంగా రచించిన రచన ఇది. శృతి రంగం లో ఘనీభవించిన ఆధిపత్యాన్ని, pseudo Centricity బద్ధలు కొట్టడమే నిజమైన Heroism. ఈ పుస్తకం లో ఆ పని చేసిన సుబ్బు అభినందనీయుడు.

ఇటువంటి రచనలు సుబ్బు మరిన్ని వెలువరించాలని మనస్ఫూర్తిగా కోరుకుంటూ..., రండి అసలైన హీరోల అవ్యక్త గాథలలో సాదరంగా ప్రవేశిద్దాం.

– Sasanka Bhuvanagiri
Guntur

Untold Stories

01

కోవిడ్ ఫైటర్
పఠాన్ అల్లాబక్షు

"సేవ చేయడం అలవాటయితే పొందే తృప్తి అనంతమైనది"

బాధలోంచి వచ్చిన ఆలోచన, విషాదం నుండి పుట్టిన తెగింపు, నిస్సహాయత నుండి కదిలిన సాయం. ఒక వ్యక్తి ఆలోచన ఆచరణగా మారి ఎందరికో ఆపన్న హస్తమయ్యింది. కష్టంలో తోడుండలేని మనిషి సాధించేది ఏముందంటూ ఈరోజు వందల మందికి కడుపు నింపుతుంది. కోవిడ్ విజృంభనలో ప్రాణాలకు తెగించి సేవకోసం ముందుకు నడిచిన ఓ యువకుడు, నేడు ఓ సంస్థగా మారి సేవలందిస్తున్న గుంటూరు కోవిడ్ ఫైటర్స్ టీం వ్యవస్థాపకుడు కోవిడ్ ఫైటర్ పఠాన్ అల్లాబక్షు.

సోషల్ మీడియా వేదికగా పెట్టిన ఒక్క మెసేజ్ వారి జీవిత గమ్యాన్ని మార్చేసింది. కోవిడ్ భయంతో జనాలు వణుకుతున్న తరుణం. శవాలను చూస్తే పరుగులు తీస్తున్న జనం. కుప్పలుగా పేరుకుపోతున్న మృతదేహాలు, అంత్యక్రియలకు ముందుకు రాని బంధువులు. అలాంటి పరిస్థితుల్లో చలించిన హృదయంతో "కోవిడ్ తో మరణిస్తే నేను అంత్యక్రియలు చేస్తాను" అని ఒక పోస్ట్ పెట్టారు. కొన్ని గంటల్లోనే ఎస్పీ ఆఫీస్ నుండి ఫోన్ 'పదిరోజులుగా ఒక కోవిడ్ బాడీ అలాగే వుంది చేస్తావా' అని. ఎలా చేయాలో వారికి తెలియదు, కానీ చెయ్యాలనే తపన, కొన్ని జాగ్రత్తలు తీసుకుని అల్లాబక్షు వారి ఇద్దరు సోదరులు ఫయాజ్ ఖాన్, ఉస్సేన్ ఖాన్ ముగ్గురూ కలిసి ఆరోజు కార్యక్రమంలో పాల్గొన్నారు. అలాగే ఏడు కోవిడ్ బాడీస్ చేసిన తరువాత కొందరు మిత్రులు కూడా అప్పుడప్పుడూ సహాయంగా కలిశారు. సేవ చేసేందుకు ముందుకు మనుషులు వచ్చినా కరోనా బాడీస్ ని హాస్పిటల్ నుండి స్మశానానికి తీసుకురావడానికి ఒక్కో అంబులెన్స్ డ్రైవర్ ఇరవై నుండి ముప్పై వేలు తీసుకునేవారు. నిజానికి వెయ్యి నుండి పదిహేను వందలు తీసుకోవాల్సిన చోట చాలా క్రూరంగా వ్యాపారం చేయడం మొదలు పెట్టారు. కొంతమంది ఆ డబ్బు కూడా లేక బాధపడుతుంటే చూసి చలించి పోయారు.

సేవ చేయగలరు కానీ అంత డబ్బు అంబులెన్స్ కోసం ఇవ్వలేక బాధపడే సమయంలో మంచికెప్పుడూ మరో తోడు దొరుకుతుందన్నట్లు బషీర్ జ్యువెలరీ బషీర్ భాయ్ రెండు అంబులెన్సులు ఇస్తానని ముందుకొచ్చారు.

సంకల్పం గొప్పదయితే సాయం చేసే మనుషులు వెతుక్కుంటూ వస్తారన్నట్లు ఆ సమయంలో బషీర్ గారు చేసిన సాయం అలాంటిది. అప్పటి నుండి ఇప్పటిదాకా అనేక సందర్భాల్లో బషీర్ గారు వీరికి తోడుగా ఆర్థికంగా సాయం చేస్తూ వస్తున్నారు. రెండు అంబులెన్సులతో కేవలం వెయ్యి నుండి పదిహేనువందలు తీసుకుని అవికూడా PPE కిట్, శానిటైజర్, మాస్కులకు మాత్రమే. అలా వారి సేవలు మొదలై ఇప్పటికి 1453 కోవిడ్ మృత దేహాలకు సేవలందించారు. పేద వారికైతే ఆ వెయ్యి కూడా తీసుకోకుండా ఉచితంగా సహాయం చేశారు. గుంటూరు, ప్రకాశం, కృష్ణా, మిర్యాలగూడ, ఖమ్మం ఇక్కడ అక్కడ అని లేదు వీలైనంత దూరం గుంటూరు కోవిడ్ ఫైటర్స్ టీం మీకు అందుబాటులో ఉంటుంది. రుద్ర ఛారిటబుల్ ట్రస్ట్ వారితో కలిసి 35 అనాథ శవాలకు అన్నీ తామై అంత్యక్రియలు చేశారు. చేతనైన సాయం క్షణం ఆలస్యం కాకుండా చేసేస్తారు. డాక్టర్ షబ్బీర్ అహ్మద్ గారి సాయంతో మరో అంబులెన్స్ కూడా చేరడంతో ప్రభుత్వాసుపత్రి నుండి ఇంటికి, ఇంటి నుండి ఆసుపత్రికి చేరవేయడంలో ఉచిత సేవ చేస్తూ ఎందరికో సహాయంగా వారి ప్రాణాలను పణంగా పెట్టి ప్రజాహితమై శ్రమిస్తున్న గుంటూరు కోవిడ్ టీం పేరు చెప్తే ఎందరికో మనసులో మన వాళ్ళున్నారు, ఆపదలో ఆదుకుంటారనే నమ్మకం. ప్రభుత్వం వారు **కోవిడ్ వారియర్** గా సత్కరించారు.

ఈ కోవిడ్ ఫైటర్ ఇంతటితో ఆగలేదు. సేవ చేయడం అలవాటయితే అదిచ్చే తృప్తి అనంతమైనదనే సత్యాన్ని గ్రహించి వారి మిత్ర బృందంతో రోడ్డు పక్కన వుండే వారికి అనారోగ్యంతో జుట్టు అడసలు కట్టి, పుండ్లు పడి దారుణంగా ఉన్న వారిని శుభ్ర పరిచి, స్నానం చేయించి, డ్రెస్సింగ్ చేసి ఆశ్రమంలో చేర్పించడం చేస్తారు. రోడ్డు పక్కల ముసలి వారిని వదిలేసి వెళ్తున్నారు, అలాంటి వారు మీకు భారం అయితే మాకు బాధ్యత అంటూ నేటికి 174 మందిని అశ్రమంలో చేర్చి వారి అత్యవసర సమయాల్లో అందుబాటులో ఉంటారు. అనారోగ్యంతో బాధపడే పేదవారికి ఆర్థిక సహాయం చేసేందుకు దాతల నుండి విరాళాలు అందేలా చూస్తారు. పేదరికంలో మగ్గుతున్న ఆడపిల్లల పెళ్ళిళ్ళకు వారికి కావాల్సిన ఆర్థిక/వస్తు సహాయం చేస్తారు. కొందరు ఆడబిడ్డలకు పెళ్ళిపత్రిక నుండి అప్పగింతల వరకు పూర్తి బాధ్యతను వారే తీసుకుంటారు. వితంతువులకు, విడాకులు తీసుకున్న మహిళలకు ఆర్థికంగా మద్దతు ఇచ్చి 14 మందికి వివాహాలు చేశారు. 42 మంది పేద పిల్లల బాధ్యత తీసుకుని వారిని చదివిస్తున్నారు. అనివార్య పరిస్థితుల్లో ఆర్థిక ఇబ్బందుల్లో కూరుకుపోయిన కుటుంబాలకు అండగా నిలబడి నెల నెలా నిత్యావసర సరుకులను ఏర్పాటు చేస్తున్నారు. ఆ రాత్రి సమయంలో అత్యవసర సాయం కోసం వెళ్తున్న అల్లాబక్షు రోడ్డు ప్రమాదానికి గురయ్యారు. పెద్ద గాయాలతో చాలా రోజులు మంచానికే పరిమితమయ్యారు. ఆ పరిస్థితుల్లో కూడా వారి సేవా

22 మన హీరోలు – *untold stories*

కార్యక్రమాలు ఆగకుండా సాగాయి. అతి పెద్ద ప్రమాదం నుండి మరెందరికో సాయం చేయాలనే ఆయన సంకల్పం మరలా నిలబెట్టింది.

దయచేసి మీ తల్లిదండ్రులను రోడ్డు మీద వదిలేయకండి. అంతగా భారం అయితే మమ్మల్ని సంప్రదించండి. మేము శాశ్వత ఆశ్రమ ఆశ్రయం కల్పిస్తాము.

నగరంలో ఏదైనా శుభకార్యాలలో అతిథులు తిన్న తరువాత భోజనం మిగిలితే మాకు సమాచారం ఇవ్వండి. మేమే మీ దగ్గరికి వచ్చి మిగిలి పోయిన భోజనం తీసుకొని వెళ్తాము. మీరు ఒక్క ఫోన్ చెయ్యండి. శుభకార్యాన్ని పుణ్యకార్యంగా మార్చుదాం.

'ఆకలి' అది ఎలాగైనా చేయిస్తుంది. నాలుగు మెతుకులు కోసం మనిషి పడే ఆరాటం ఎంతో..! అరగక కొందరు పరుగులు తీస్తుంటే, రుచులు నచ్చని కొందరు భోజనం విసిరేస్తుంటే, ఆకలికి మెలికలు తిరిగే పొట్ట మెతుకులు కోసం చేతులు చాస్తుంది. రోడ్డు ప్రక్కన కాలువ పైన పడేసిన అన్నాన్ని ఆప్యాయంగా తీసుకొని తింటున్న ఒకతనిని చూశాక ఎన్నో సాధించిన మన ప్రగతి ఒకరి ఆకలిని తీర్చలేకుందని అనిపిస్తుంది. ఆ బాధ ఆకలితో మెలితిరిగిన బ్రతుకులకే తెలుస్తుంది. ఈ ఘటన అటువంటిదే. ఏదైనా కార్యక్రమాలలో మిగిలిన లేక వృధా కావాల్సిన భోజనం ఎందరో తమ ఆకలి బాధను జయించటానికి ఉపయోగపడుతుందంటారు. అల్లాబక్షు సేవకుడే కాదు ఓ ఉద్యమకారుడు కూడా. ప్రత్యేకహోదా, విశాఖ ఉక్కు ఉద్యమాల్లో పోరాటం. రాజ్యాంగ పరిరక్షణ సమితి, బహుజన, ప్రజా సంఘాలతో కలిసి పోరాటాలు చేశారు.

అలాగే గత రెండు సంవత్సరాల నుండి గుంటూరు ప్రభుత్వాస్పత్రి సమీపంలో రోజుకి 250 నుండి 300 మంది వరకు మధ్యాహ్నం భోజనం పెడుతున్నారు. ఫంక్షన్లలో మిగిలిన ఆహారాన్ని సేకరించి పేదవారు వుండే ప్రదేశాల్లోకి తీసుకెళ్ళి పంచుతున్నారు. ప్రతీనెల 29వ తారీఖున వెయ్యిమందికి అన్నదానం చేస్తూ ఎందరికో ఆకలి తీరుస్తున్నారు. ఆకలితో అలమటించకూడదు అనేదే అల్లాబక్షు సిద్ధాంతం.

"ఉన్నంతలో, మిత్రుల నుండి వచ్చిన విరాళాలతో నాకు చేతనయినంతవరకు ఈ సేవా కార్యక్రమాలు చేస్తుంటాను. ముగ్గురితో మొదలైన నా ప్రయాణంలో నేడు పద్దెనిమిది మంది అయ్యాము. ఆంధ్రా, తెలంగాణ తేడా లేకుండా వీలున్న వరకు సేవ చేయగలుగుతున్నాము. గుంటూరులో ఆకలితో ఒక్కరు కూడా ఉండకూడదు, అలాగే పేదరికంతో ఒక్కరు కూడా వారి జీవితాన్ని కోల్పోకూడదు ఇదే మా ఆశయం. ఈ ఆశయ సాధనలో నాకు సహాయం చేస్తూ నాకు స్ఫూర్తి నిచ్చిన ప్రతీ మిత్రుడికీ నేను జీవితాంతం ఋణపడి ఉంటాను. ఆకలితో ఎందరో బాధపడుతున్నారు ఎవ్వరూ భోజనాన్ని వృధాచేయకండి, ఆపదలో సాయం చేయకుండా తప్పించుకోకండి" అని ఈ గుంటూరు కోవిడ్ ఫైటర్ చెప్తుంటే ఒంటిపై రోమాలు నిక్కబొడుచుకునే అనుభూతి కలుగుతుంది. *

"

పదిమందిలో పొందే గౌరవం కన్నా మనసుతో చేసే సేవ గుర్తింపు
కోరకపోవచ్చు కానీ గుర్తించబడకుండా అయితే అసలు ఉండదు.

"

మన హీరోలు – *untold stories*

02

అపరచాణక్య

డాక్టర్ అర్చన ఆచార్య

"పంచే జ్ఞానం తరతరాలకు ఓ వరం".

వ్యక్తిగత జీవితాన్ని ఆలోచనలతో పాటుగా వ్యవస్థని ప్రభావితం చేసే ఒకే ఒక ఆయుధం విద్య. పేదరికం, మూఢత్వం వంటి నివారణ లేని వాటికి నిర్మూలనా మంత్రం ఒక్క జ్ఞానమే. ఒక్కసారి పోగేసుకున్న విద్యా సంపద ఎట్టి పరిస్థితుల్లోనయినా వీడిపోదు. అందుకే విద్య వ్యవస్థను మార్చే అద్భుతం అని చెప్తారు. అటువంటి విద్యా రంగంలో విద్యనే కాకుండా విద్యార్థుల మానసిక స్థితిగతులను కూడా ప్రభావితంచేస్తూ తమదైన రీతిలో నిస్వార్థ సేవలో బాధ్యతాయుత పాత్ర పోషిస్తున్నారు డాక్టర్ అర్చన ఆచార్య.

ఒక వ్యక్తి జీవితంలో చదువుకు మొదలు తప్ప ముగింపు లేదని అర్చన గారిని చూస్తే అర్థం అవుతుంది. అవును, ఒకటా రెండా అనేక పట్టాలు, అవార్డులు ఆమె చేతుల్లో చేరి పేరు వెనక క్యూ కట్టాయి. చదవడం అంటే ఇష్టం, నేర్చుకున్న జ్ఞానాన్ని నలుగురికి పంచడమంటే ఇంకా ఇష్టం. తల్లిదండ్రులిద్దరూ ఉపాధ్యాయులు అవ్వడంతో విద్య వారి జీవితాల్లో భాగమయ్యింది. మనిషి దగ్గరున్నవన్నీ దోపిడీకి గురవుతాయి ఒక్క జ్ఞానం తప్ప, ఆ ఒక్కటి మనం సాధిస్తే ఎంతో మందికి పంచవచ్చు. జ్ఞానం సాధించడం ఎంత ముఖ్యమో ప్రతికూల పరిస్థితుల్ని జయించే పరిపక్వత కూడా అంతే ముఖ్యం. ప్రతీ వ్యక్తి మానసిక ఒత్తిడికి, సమాజంలో ఎదురయ్యే పరిస్థితులకు లొంగి కృంగిపోకుండా ఉండేందుకు, వారిలో స్ఫూర్తి నింపే మోటివేషనల్ స్పీకర్స్ అవసరం. అటువంటి స్పీకర్స్, ట్రైనర్స్‌ని సమాజానికి అందించడం కూడా అవసరం. ఈ పాత్రలన్నింటిలో ఒదిగిపోయే వ్యక్తిత్వం డాక్టర్ అర్చన ఆచార్య గారిది. అందుకే అర్చన గారు కేవలం బోధనకే పరిమితం కాకుండా సైకాలజిస్ట్, మోటివేషనల్ స్పీకర్ మరియు ఫ్రీలాన్స్ ట్రైనర్ గా సేవలు అందిస్తున్నారు.

తల్లిదండ్రులిద్దరూ టీచర్లయినప్పటికి ఆర్థిక పరిస్థితులు ఎలా ఉన్నప్పటికీ ఆడపిల్ల

ఆడపిల్లే.. పెళ్ళి రూపంలో ఒక వ్యక్తి జీవితంలోకి మరో ఇంటికి వెళ్ళడం, కుటుంబాన్ని చూసుకోవడం, పిల్లల్ని కనడం, ఇంటిని చక్కబెట్టుకోవడం అనేవి హక్కులుగా కనిపించే బాధ్యతలు. పెళ్ళి తరువాత ఆడపిల్ల అనేక పాత్రలు పోషించాల్సిన ఆవశ్యకత మన సమాజంలో ఉంది, ఈ క్రమంలో తనని తాను కోల్పోయిన సంఘటనలు ఎన్నో చవిచూస్తుంది. ఈ పరిస్థితులు, ప్రభావాలు డాక్టర్ అర్చన ఆచార్యను ఎందరిలోనో కోల్పోతున్న తమ లక్ష్యాలను సాధించగల పట్టుదల నింపే మోటివేషనల్ స్పీకర్ గా మార్చాయి. పెళ్ళి తరువాత బిడ్డల వల్ల, భర్త వల్ల, కుటుంబం వల్ల అంటూ అనేక కారణాలు చెప్పి మధ్యలో ఆగిపోయే మహిళలకు అర్చన ఆచార్య గారిది ఒక స్ఫూర్తి కథనం.

డాక్టర్ అవ్వడం అర్చన గారి కోరిక కానీ కొన్ని అననుకూల పరిస్థితుల వల్ల విరమించుకుని ఆమెకు నచ్చే టీచింగ్‌ను ఎంచుకున్నారు. మొదటి నుండి మెరిట్ స్టూడెంట్ అయిన అర్చన గారు ఇండియాలోనే బెస్ట్ అయిన కలనరీ అకాడెమీ ఆఫ్ ఇండియా నుండి 'కలనరీ ఆర్ట్స్' లో పట్టా పొందారు. కానీ తన పేరు ముందు డాక్టర్ ఉండాలన్న కోరికతో ఎంబీఏ, ఎం ఫిల్, పిహెచ్డీలు హోటల్ మేనేజ్మెంట్, హ్యూమన్ రిసోర్సెస్, సైకాలజీ, సోషల్ వర్క్, టూరిజం మేనేజ్మెంట్ కోర్స్ లలో పట్టాలు పొంది వారి పేరు ముందుకి డాక్టర్ చేర్చుకున్నారు. కేంబ్రిడ్జ్ యూనివర్సిటీ నుండి 'ట్రైన్ ద ట్రైనర్' సర్టిఫికెట్ పొందారు. చదువు మీద జిజ్ఞాసతో ఇంకొన్ని పట్టాల వేటలో కూడా ఉన్నారు. 'క్షణశః కణశశ్చైవ విద్యాం అర్థంచ సాధయేత్' అని నమ్మే ఆవిడ, తన ప్రతి క్షణాన్ని జ్ఞాన సముపార్జనకు అంకితం చేస్తారు.

కొందరు రాసే రాతలతో, మరికొందరు పాటలతో అవతలి వారిని విజయం సాధించే దిశగా ప్రేరేపిస్తారు. కానీ అర్చన గారు, తన మాటలతో ఎందరిలోనో స్ఫూర్తిని రగిలించి వారి విజయాలకు కారణమైన కేంద్ర బిందువు.

అర్చన గారికి చదవడం ఎంతలా ఇష్టమంటే ఇంటి నిండా తెలుగు, ఇంగ్లీష్ సాహిత్యం నవలలు ఉంటాయి. అతి తక్కుమందికి తెలిసిన విషయం ఏంటంటే చదవడం మాట్లాడటం మాత్రమే కాదు ఆమె చాలా చక్కని కవి, గాయని కూడా. త్యాగరాయ పంచరత్న కీర్తనలు బృందగానం చేసి ప్రఖ్యాత **గిన్నిస్ బుక్ ఆఫ్ వరల్డ్ రికార్డ్స్**లో చోటు సంపాదించిన అర్చన గారు, అద్భుతమైన కూచిపూడి నృత్య కళాకారిణి కూడా. ఇలా అనేక పాత్రల్లో ఒదిగి సమాజహితమే ధ్యేయంగా పరోపకారమే లక్ష్యంగా సాగుతున్న అర్చన గారికి ఆమె భర్త, బిడ్డలు అదనపు బలం.

వారి ఆలోచనల్లో పుట్టి పురుడు పోసుకున్న బ్రెయిన్ చైల్డ్ 'వారధి' సేవా సంస్థ ద్వారా అనేక సేవా కార్యక్రమాల్లో భాగమయ్యి విశేష కృషి చేస్తూ, ఎందరికో స్ఫూర్తినందిస్తున్న డా. అర్చన గారి కథనం, నేటి మహిళా లోకానికి, ఒత్తిడిలో మగ్గుతున్న అనేక జీవితాలకు చీకటిలో ఓ వెలుగు. చేసే ఏ పనిలో పబ్లిసిటీ ఆశించని అర్చన గారిని వారి విద్యార్థులు 'Maam.. You are our CHANAKYA' అంటుంటే మురిసిపోతున్న డాక్టర్ అర్చన గారు నిజంగా అపర చాణక్యులే..

03

సీడ్ బాల్స్ చిన్నారి

బేబీ బ్లెస్సీ
డాటర్ ఆఫ్ ప్రకృతి ప్రకాష్

ఒక ప్రశ్న ప్రత్యామ్నాయాన్ని చూయిస్తుంది. ఒక ఆలోచన విపత్తుని నిలువరిస్తుంది. ఒక ఆచరణ భవిష్యత్తుని కాపాడుతుంది. పసితనపు పరిస్థితుల మీదే భావి భారతం ఆధారపడి ఉంటుంది. సామాజిక బాధ్యత ముక్కు పచ్చలారని మెదళ్ళలో మొక్కగా నాటితే వారితో పాటు మానై పర్యావరణాన్ని, ప్రపంచాన్ని రక్షిస్తుంది. చిన్న వయసులోనే చెట్ల పట్ల, అడవుల పట్ల, పర్యావరణ సమతుల్యత పట్ల అమితమైన ప్రేమను కనబరచి రాజకీయ నాయకులను సైతం అబ్బురపరచిన ప్రకృతి ప్రేమికురాలు చిన్నారి దొబ్బల బ్లెస్సీ.

అంతర్జాతీయ వేదికగా ప్రపంచ నాయకులు భవిష్యత్తుని అభివృద్ధి పేరుతో నాశనం చేస్తున్నారని ఆవేదన వ్యక్తం చేసిన పర్యావరణ ఉద్యమకారిణి తన స్కూల్ మానేసి మరీ పర్యావరణ రక్షణ కోసం పోరాటం చేస్తున్న గ్రెటా థన్ బర్గ్, ఐక్యరాజ్య సమితి వేదికగా భారతీయ చిన్నారి పర్యావరణ పరిస్థితులపై కాలుష్య రూపంలో పెరుగుతున్న విపత్తుపై ప్రపంచాన్ని ప్రశ్నించిన పర్యావరణ కార్యకర్త లిసిప్రియ. చిన్న వయసులోనే ప్రకృతి సమతుల్యత, జీవరాశి మీద బాధ్యత కలిగి పోరాటం చేస్తున్నారు.

పెద్ద పెద్ద చెట్లు రోడ్లకడ్డం అంటూ, అపార్టుమెంట్లు కట్టడానికి కొండలు అడ్డం అంటూ, జనాలు పెరిగి జాగా కోసం చెరువులు, అవసరాల కోసం అడవులు ఇలా ఏవైతే జీవరాశి మనుగడకు ఈ ప్రకృతి నిర్మించుకుందో వాటన్నిటినీ మనుషులు వాళ్ళ సౌలభ్యం కోసం అభివృద్ధి పేరుతో తొలచివేస్తున్నారు. ఒక్క మొక్క నాటి వందేళ్ళ మహా వృక్షాలను కబలిస్తున్నారు. ఒకప్పుడు హైదరాబాద్ చుట్టూ చక్కని కొండలు కనిపించేవి ఇప్పుడు ఎత్తైన అపార్ట్మెంట్స్ కనిపిస్తున్నాయి. మనిషి ప్రకృతిని పునర్నిర్మాణం చేయలేడనేది గ్రహించకుండా సాగుతున్న స్వార్థ ప్రయాణం నేటి జీవనవిధానం. అతి తక్కువ కాలంలో భూమి తన సమతుల్యత కోల్పోయి జీవరాశి అంతరించే అవకాశం కనిపిస్తుంది. ఆక్సిజన్ అందక మరణించేవారి సంఖ్య పెరుగుతోంది. కొండలు

సృష్టించలేము కానీ అడవిని కాపాడుకోగలం, చెరువుని అలాగే ఉంచగలం. కాస్త ప్రయత్నిస్తే సాధ్యమయ్యేవే ఇవన్నీ.

"అడవి అంతరిస్తే జీవరాశి అంతరిస్తుంది, చెట్లు లేకుంటే భూమ్మీద మనుషులు ఉండలేరు క్రమేపీ ప్రాణవాయువు కొరతయి అందరూ మరణిస్తారు". ఈ మాటలు చిన్నారిలో ఆలోచనలు రేకెత్తించాయి, భయాన్ని కలిగించాయి. "మీరంతా లేకుంటే మేము ఎలా ఉండేది. అందరూ బాగుండాలి అంటే చెట్లు ఉండాలి, అడవి ఉండాలి. అడవి నిండా, అన్ని చోట్లా చెట్లు నాటాలి. మరి అడవిలోకి వెళ్ళి చెట్లు నాటలేం అందుకే విత్తన బంతులు (సీడ్ బాల్స్) తయారు చేసి వెదజల్లాలి". ఈ ఆలోచన తన తండ్రి ప్రకృతి ప్రేమికుడు దొబ్బల ప్రకాష్‌నుండి బ్లెస్సిలోకి ప్రవహించింది. తన తండ్రి ప్రకృతిపై ప్రేమతో చేస్తున్న, చేసిన పనులు చూస్తూ స్ఫూర్తి పొంది 'నేను కూడా తయారు చేస్తాను' అని ఆరోజు నుండి కనిపించిన చోటల్లా విత్తనాలు సేకరించడం మొదలుపెట్టింది.

తెలంగాణ రాజన్న సిరిసిల్లా జిల్లాకు చెందిన బ్లెస్సీ తన పుట్టినరోజు సందర్భంగా మొక్కలు నాటి సీడ్ బాల్స్ జల్లాలి అని సంకల్పించింది. అదే పనిగా విత్తనాలు ఏరి మట్టితో విత్తనబంతులు తయారీ చేసింది. గ్రీన్ ఛాలెంజ్ లో భాగంగా ఎంపీ సంతోష్ కుమార్ గారు బ్లెస్సీ సంకల్పాన్ని తెలుసుకుని బ్లెస్సీ పుట్టినరోజు నాడున వారే దగ్గరుండి మొక్కలు నాటించారు. అదేరోజు అరవైఐదు వేల సీడ్ బాల్స్ అడవిలో వెదజల్లమని ఎంపీ సంతోష్ కుమార్ గారికి బహుమతిగా బ్లెస్సీ అందచేశారు. తదుపరి మంత్రి కేటీఆర్ గారు బ్లెస్సీ ని పిలిపించి సత్కరించి అభినందించారు.

ఇదే ఉత్సాహంతో ఈ వర్షాకాలానికి లక్షల్లో సీడ్ బాల్స్ తయారు చేయాలని సంకల్పించుకుని బేబీ బ్లెస్సీ అడవులు నివారణ కాకుండా, పర్యావరణ సమతుల్యత సాధించడంలో చక్కని పాత్ర పోషిస్తున్నారు. తన తండ్రి నుండి గ్రహించిన భావాలకు బ్లెస్సి ఒక చక్కని ఆచరణ రూపం. ఈ చిన్నారి అందరికీ ఆదర్శంగా నిలిచి ఆలోచనలు రేకెత్తిస్తూ మొక్కలు నాటుతూ ముందుకు సాగుతోంది. *

04

ఆశయసాధకుడు

డాక్టర్ పిల్లా చంద్రం

"ఆశయాలు మాటల్లో, ప్రసంగాల్లో నిలిచినంతకాలం మార్పు కనరాదు. ఆచరణ మాత్రమే మార్పుకు నాంది"

జీవితాలు మారాలన్న, మార్చాలన్న చదువొక్కటే మార్గం. రాజ్యాంగమిచ్చిన విద్యా హక్కును సంపూర్ణంగా అందరూ వినియోగించుకోవాలి. ఆలోచనల్లో మార్పు రానంత కాలం సమాజంలో సమానత్వం రాదు. విద్య అందరికీ చేరాలి, విద్యకు దూరంగా ఆగిన బాల్యం మేలైన విద్యతో ముందుకు సాగాలని అడుగేసి ఆచరిస్తున్న వ్యక్తి డాక్టర్ పిల్లా చంద్రం.

ప్రజాఉద్యమాల నుంచి పుట్టిన ఓ గళం నేడు పునాదులను బలంగా వెయ్యాలని దానికి మూలమైన విద్యను అందరికీ అందించాలని సంకల్పించింది. రాను రాను వ్యాపారంగా మారి కనుమరుగవుతూ కాసుల మూటగా మారుతున్న విద్యా వ్యవస్థలో మార్పురావాలి. ప్రభుత్వ పాఠశాలలు వసతుల్లేక మూలుగుతున్నాయి. క్రమేపీ మూలన బడుతున్నాయి. కాబట్టి ప్రభుత్వ పాఠశాలలు అన్నిచోట్లా అందుబాటులోకి రావాలి. బడి బయట ఒక్కరి బాల్యం కూడా వుండకూడదు, విద్యను అంగడి సరుకు చేసిన కార్పొరేట్ వ్యాపారానికి చెక్ పెట్టాలంటే ప్రభుత్వ పాఠశాలలు గొప్పగా రాణించాలి. మసీదులు, చర్చిలు, గుడులు పెరుగుతుంటే ప్రభుత్వ పాఠశాలలేమో తరుగుతున్నాయి. వర్షానికి నీట మునిగి బురదమయమై, పెచ్చులూడి, పెయింట్లు పోయి సరిపడా బల్లలు, బోర్డులు, సరైన పాయిఖానాలు లేక తరలిపోతున్న విద్యార్థులను చూస్తూ చంద్రం గారు చలించారు. అందుకే రాష్ట్రంలోని ప్రతీ పాఠశాలను సందర్శించి అక్కడ పరిస్థితులను, సమస్యలను అధికారులకు, ప్రభుత్వానికి తెలిపి మెరుగైన మేలైన సౌకర్యాలతో కూడిన ప్రభుత్వ విద్యా వ్యవస్థను ఏర్పాటు చేయాలనే సంకల్పంతో 2018 లోనే తొలి అడుగు వేశారు.

ఆంధ్రప్రదేశ్ పాఠశాలల పేరెంట్స్ అసోసియేషన్ (APPA) ఏర్పాటు చేసి రాష్ట్రంలోని ప్రభుత్వ పాఠశాలలు (జిల్లా, మండల ప్రజాపరిషత్ పాఠశాలలు, సాంఘిక సంక్షేమ వసతి గృహాలు, ఎస్సీ ఎస్టీ బీసీ గురుకులాలు) అన్నీ స్వచ్ఛందంగా తిరిగి అక్కడ సమస్యల పరిష్కారానికి కృషి చేయాలని నడుంబిగించారు. మాటల్లో ప్రసంగాల్లో సిద్ధహస్తులైన ఎందరో ఆచరణలో మాత్రం ఆమడ దూరంగా ఉంటారు. కానీ పిల్లా చంద్రం గారు అనుకుందే ఆలస్యం అంటూ పరుగు లంఘించారు. మొదట ప్రభుత్వ పాఠశాలలకు వెళ్ళినప్పుడు అవమానాలను, నువ్వెవరవి? నీకెందుకు సమాధానం చెప్పాలంటూ దుర్భాషలను, గెంటివేతలను ఎదుర్కొన్నారు. ప్రభుత్వ హయాంలో ప్రజా ధనంతో నడిచే ప్రభుత్వ పాఠశాలల్లో సమస్యలు చూడటానికి ఏ అర్హత కావాలి? పేద విద్యార్థులకు జరుగుతున్న అన్యాయం గురించి ఎవరు మాట్లాడాలి? ఎవరో ఎందుకు వస్తారు నువ్వో నేనో వెళ్ళాలి అంటూ నేనే వెళ్తానని నిరాశ చెందక ప్రయత్నం ముమ్మరం చేశారు.

ఆడపిల్లలకు సరైన టాయిలెట్ సౌకర్యం లేకపోవడం వల్ల బహిష్టు సమయంలో మూడు రోజులు బడి మానివేసేవారు కాబట్టి ప్రతి పాఠశాలలో శుభ్రమైన టాయిలెట్లు అవసరమని, వాటిలో నీరు అందుబాటులో వుండాలని అలాగే మధ్యాహ్న భోజనం రుచిగా లేకపోవడం వలన కూడా పిల్లలు ఇబ్బందికి గురవుతున్నారని గ్రహించారు. పై సమస్యలను ఎప్పటికప్పుడు సంబంధిత అధికారులకు, ప్రజాప్రతినిధుల దృష్టికి తీసుకెళ్లి సరి చేయడానికి ప్రయత్నించారు.

అనూహ్యంగా 2019 తరువాత ప్రభుత్వ పథకాలయిన నాడు-నేడు, అమ్మఒడి, గోరుముద్ద, విద్యా కానుక, వసతి దీవెన వచ్చిన తరువాత పరిస్థితులు చక్కబడ్డాయి. కానీ పర్యవేక్షణ అధికారులు లేకపోవడం వలన కొంతమేరకు సదుపాయాలు పూర్తిస్థాయిలో అందడం లేదని గమనించి ప్రశ్నిస్తూ సంబంధిత అధికారులు పనిచేసేలాగా చేయడం, ప్రభుత్వంతో పనిచేయించుకోవాల్సింది మనమేనంటూ సమస్యలు వారి దృష్టికి తీసుకెళ్ళి సత్వర పరిష్కారానికి కృషి చేస్తున్నారు. మురిగిన కోడి గుడ్ల పంపిణీ, విద్యార్థులకు వండిన భోజనం పందులకు వేయడం వంటి ఘటనలు వెలుగులోకి వచ్చి గోరుముద్ద పథకం చక్కగా అమలు అవడానికి వీరే ప్రధాన కారణం.

ఒకరిగా మొదలైన ప్రయాణం నేడు వంద మందికిపైగా సభ్యులతో రాష్ట్రం మొత్తం వ్యాప్తి చెందింది. నువ్వెవడివిరా.. అన్నోళ్ళు మా స్కూల్‌కి రండి , మా సమస్యలు వినండని ఆహ్వానిస్తున్నారు. విద్యాహక్కు చట్టం ఉద్యమకారునిగా ఉభయ తెలుగు రాష్ట్రాల్లో ఐదేళ్ళలో వెయ్యి ప్రభుత్వ పాఠశాలలు సందర్శించి అక్కడి సమస్యలు అధికారులకు చేరవేస్తూ చేసిన సేవకుగాను 'తెలుగు బుక్ ఆఫ్ రికార్డ్స్'లో స్థానాన్ని, ఇండియన్ ఇంపీరియల్ యూనివర్సిటీ నుండి గౌరవ డాక్టరేట్ పొందారు. మెరుగైన వసతులతో కూడిన మేలైన విద్య అందించేందుకు ప్రభుత్వం ప్రయత్నిస్తుంది. ఈ ప్రయత్నానికి మద్దతుగా తల్లిదండ్రులు కాస్త శ్రద్ధ చూయిస్తే అద్భుతం ఆవిష్కృతమవుతుంది. అడగాలి, అడిగేవారిని తయారు చేయాలి అదే APPA ఆశయం. *

05

అభినవ కళామిత్ర

గిరిధర్ అరసవల్లి

"డిజిటల్ కాలానికి అనుగుణంగా విభిన్న కోణంలో
సమాజాన్ని చూపడమే ఆర్ట్"

కలం కుంచె చిత్రం ఆలోచనను కదిలించే శక్తి అందానిది. ఆ అందం అనుక్షణం ప్రతిబింబిస్తూ ఉండాలి. ఉషోదయ కిరణాల మంచు తాకిడిలో, మిట్టమధ్యాహ్నపు నిట్ట నిలువు ఎండల నీడలో, సాయంకాలపు వర్ణాల విస్తరిలో, నడిరేయి అలుముకున్న గుసగుసల్లో ఏక్షణానికి ఆక్షణం అపురూపంగా మరింత అందంగా కనిపించేదే ప్రకృతి. అందుకే ఓ చిత్రకారుడు కళను వెతుకుతూ కదిలాడు. సృజనాత్మకత లేనిదే కళాత్మకత వైపు అడుగు వెళ్ళదు. సామాజిక పరిస్థితులను అర్థం చేసుకోనిదే కళాకారుడు కాలేడు. కనులముందు నిలిపే కళలకు రంగులద్దనిదే చిత్రకారుడు కాలేడు. ఓ వ్యక్తి సామాజిక పరిస్థితులకు స్పందిస్తూ, కవితా లోకపు నవలా రచయితలకు ముఖమై వుంటూ, రచయితని ఆపాదించుకుని ఆపై రూపాన్ని సృష్టించే ఉభయ తెలుగురాష్ట్రాల్లో ఏకైక ఆర్టిస్ట్ గిరిధర్ అరసవల్లి.

స్వతహాగా ఆర్టిస్ట్ అయిన తండ్రి నుండి ప్రేరణ పొంది, ఆర్ట్ మాత్రమే జీవనంగా ఎంచుకుని అటు కుంచె నుండి ఇటు కంప్యూటర్ వరకు ఆర్ట్ అనుబంధ శాఖల్లో తనదైన ఓ బ్రాండ్ సృష్టించిన అభినవ ఆర్టిస్ట్. సమాజాన్ని చూడలేని కళ అంటే ప్రకృతి అందాలను చూడకుండా చీకటిగదిలో కూర్చోవడం లాంటిది. కళని ఆరుబయటకి తెచ్చిన ఘనత గిరి గారిదే. ఆర్టిస్ట్ మిత్రులతో కలిసి 'ప్లెయిన్ ఎయిర్' పేరుతో ప్రతీ వారంతరం ఒక ప్రదేశానికి వెళ్ళి అక్కడ లైవ్ లో కనిపించిన దృశ్యాన్ని వాటర్ కలర్స్ తో బంధించేవారు. అలా కొన్ని వందల లైవ్ ఆర్ట్ చిత్రాలు గీశారు. ఈ మధ్యనే వాటిని ఒక ప్రదర్శనగా కూడా ఏర్పాటు చేశారు.

ఏ ప్రయాణం సుగమం కాదు, సులభం కాదు. నేర్చుకోవాలనే తపన, నమ్మకం ఉంటే నడి సముద్రమే ఈదడం నేర్పుతుంది. ఉభయ తెలుగు రాష్ట్రాల్లో చాలా మంది ఆర్టిస్టులు వున్నారు. కానీ గిరిధర్ లాంటి మల్టీ జోనర్ ఆర్టిస్ట్ పబ్లిషింగ్, టైటిల్ డిజైనింగ్ రెండు జోన్లలో లేనే లేరు. ఒకప్పుడు విజయవాడలో అక్షర జ్ఞానం తక్కువున్న డిజైనర్లు ఉండేవారు. గిరి గారు తన చదువు లెగెసీతో విజయవాడలో 25 ఏళ్ళలోనే ఏభై ఏళ్ళ అనుభవం పేరు ప్రఖ్యాతులు సాధించిన ఒకే ఒక్క ఆర్టిస్ట్. కమర్షియల్, ప్యాకేజీ అడ్వర్టైజ్మెంట్ తో రాణించి ప్రఖ్యాత చిత్రాలకు పాత్రల డిజైనింగ్ చేస్తూ, సినిమా రంగంలో కూడా తనదైన ముద్రవేసి ఎన్నో చిత్రాలకు పని చేసి ఈరోజు ఒక మార్క్ గా నిలిచారు. సూపర్ స్టార్ కృష్ణ, మహేష్, గౌతమ్ లను ఒకే చిత్రంలో వైవిధ్యంగా మూడు తరాలను కలిపి గీసిన చిత్రం ఈ మధ్య కాలంలో ఒక ప్రభంజనం అయ్యింది. పోర్ట్రైట్, వాటర్ కలర్, కవర్ డిజైన్, రచయితల రంగుల బొమ్మలు, ఓపెన్ ఎయిర్ పెయింటింగ్ ఇలా ఎన్నో కోణాలు వారిలో. డిజిటల్ ఆర్ట్ లో తనదో ప్రత్యేక శైలి. వయసుతో సంబంధం లేకుండా ఎందరో చిత్రకారులకు డిజిటల్ మార్గదర్శి.

తనదైన శైలిలో వ్యంగ్యాన్ని, రెండు లైన్ల రాతతో సమాజ శైలిని, పరిస్థితిని చూయించగల వ్యక్తి. సాహిత్యం, రచనల్లో తనకున్న మక్కువతో రచయితల ఆలోచనల్లోకి చొచ్చుకొనిపోయి కవితలు, నవలలకు వేసి ఇచ్చే కవర్ పేజీల రూపు రేఖలు మాటల్లో చెప్పలేం. అందుకే ఈరోజు ప్రముఖ పబ్లిషర్స్, రచయితలు మొదట కోరుకునే పేరు గిరిధర్. ఒకప్పుడు ఎలాంటి వర్క్ కావాలన్న హైదరాబాద్ పరుగెత్తే వారు. ఈరోజు హైదరాబాద్ నుండి విజయవాడలో ఉన్న వీరి దగ్గరకు వస్తున్నారు. హైదరాబాద్ కి ధీటుగా విజయవాడ మార్కెట్ పెంచిన ఘనత ఈ సాహితీ కుంచెకే చెల్లు.

గిరి గారిలో అటు సాహిత్యం, చిత్రంతో పాటు చక్కని ఫోటోగ్రాఫర్ కూడా ఉన్నారు. మంచు వేళల్లో ఆకుపై తేలియాడే మంచు బిందువులు, గాజు గ్లాసు నుండి పొగలు కక్కే టీ, ఎన్నో ఊసులను తనలో దాచుకున్న శిథిలమైన గోడలకు ఉన్న కిటికీ, పారే కృష్ణానది పలకరింపు ఇలా అనేక కెమెరా ముచ్చట్లు కూడా గిరి గారి చుట్టూ. ఆంధ్రప్రదేశ్ ఫోటోగ్రఫీ అకాడెమీ నుండి సెల్యూటింగ్ ది గ్రేట్ నేషన్, ప్లాటినం జూబిలీ స్వతంత్ర వేడుకల్లో వన్ నేషన్, వన్ ఎమోషన్, వన్ ఫ్లాగ్ థీమ్ లో ప్రశంసా పత్రం పొందారు.

ఎన్నో ప్రదర్శనలు, అవార్డులు, రివార్డులు, ప్రతిభా పురస్కారాలు లభించినా నేటికీ ఓ విద్యార్థి తీరుగానే ఉంటుంది వారి ప్రవర్తన. టాల్ స్టాయ్ అనే పెయింటింగ్ షిర్లాంగ్లో జరిగిన అంతర్జాతీయ వాటర్ కలర్ ఎగ్జిబిషన్ లో ప్రదర్శించబడింది. ఎన్నో ప్రదర్శనలకు ప్రత్యేక అతిధి, న్యాయ నిర్ణేత. నిన్న మొన్నటి ప్రఖ్యాత ఆర్టిస్ట్ ప్రభాకర్ అనుపోజు గారి శ్రీమతి అనుపోజు జయశ్రీ స్మారక చిత్రకళా పురస్కారం అందుకున్న మొదటి డిజిటల్ ఆర్టిస్ట్. ఓ మహాయజ్ఞం శ్రీశ్రీ చేతి రాతతో ముద్రణకు వెళ్ళిన శ్రీశ్రీ మహాప్రస్థానపు కాఫీ టేబుల్ బుక్ ఎడిషన్ లో ప్రతీ పేజీని అందంగా తీర్చి దిద్దడంలో

గిరిధర్ గారి అసమాన్య ప్రతిభ కనబడుతుంది. ఒకవేళ గిరిధర్ గారు కాకుంటే అది సాధ్యమయ్యేది కూడా కాదు అనేంతగా ప్రతీ అక్షరంలో వారి మహత్తర కృషి, అలాగే ప్రతీ పుటలో ప్రాణం పెట్టిన వారి శ్రమ కనిపిస్తుంది. అందరు డిజైనర్లు ఆర్టిస్టులు కాలేరు, డిజిటల్ రంగంలో అతనొక ఐకాన్. రాబోయే రోజుల్లో ఈ రంగంలో యువత ఆసక్తి చూపడానికి, రాణించడానికి మార్గదర్శకులు ఈ డిజిటల్ గురు.

కాస్త అవకాశం దొరికితే చాలు దూసుకుపోదాం, అవకాశం ఉన్నప్పుడే ఇల్లు చక్కబెట్టుకోవాలి, ఏదొక రూపంలో నాలుగు పనులు లాగేద్దాం వంటి ఆలోచనలు ఏ కోశానా కనబడవు. తనకు వచ్చిన, తనకు తెలిసిన, తన పని మినహాయించి ఇతరులకు సంబంధించిన పనుల్లో ఎట్టి పరిస్థితుల్లో అటు ఆశతో కానీ, కాసుల వేటతో కానీ కలుగజేసుకోరు. ఎందరికో డిజైన్ నేర్చుకోవడంలో, పని చేసివ్వడంలో తానో శిఖరమైనా తన గుర్తింపు కోరుకోవడం తెలియని ఓ యోగి. కంప్యూటర్ డబ్బా ముందర వెలుతురులో ఉదయం నుండి సాయంత్రం దాకా ఎన్నో సృష్టించే డిజిటల్ ప్రపంచంలో పరిధులు ఏర్పరచుకొని అపరిమిత కళానైపుణ్యాన్ని పరిచయం చేసే వ్యక్తి. గిరిధర్ డిజైన్ చేసిన పుస్తకాలు, కవర్ పేజీల పుస్తకాలు అన్నీ కలిపితే సాహిత్య ప్రియులు నెలల తరబడి రాత్రింబవళ్లు చదివే ఓ గ్రంథాలయమే అవుతుంది. చిన్న వర్క్ అయినా, పెద్ద వర్క్ అయినా అందరికీ అక్కడ సమన్యాయమే. చిరునవ్వుతో ఇంపైన పలకరింపు, అలాగే అనే ఒక సమాధానం. ఎందరో ఆర్ట్ డైరెక్టర్లకు గిరి గారు నేడు ప్రియమైన ఆర్టిస్ట్. చిన్న జీవితంలో అటు సాహిత్యం, వృత్తి, చిత్రం, కుటుంబం, మిత్రులు, సామాజిక కార్యక్రమాలు ఇలా ఒకటేమిటి అన్నింటా తన ప్రస్థానం ప్రజ్వరిల్లుతూనే ఉంటుంది. వీరు ఎన్నో తెలుగు సుభాషితాల మేళవింపు, మితభాషి, స్నేహశీలి, సున్నిత స్వభావి ఇలా చెప్పుకుంటూ పోతే గిరిధర్ వ్యక్తిత్వమే ఓ అరుదైన ఖనిజం.

ఎన్నో రచనలకు అతను ముఖంగా వెలిశాడు. కానీ ఏ రంగు అంటక నేటికి స్వచ్ఛమైన తెల్లని కాన్వాస్ లాగా అందరికీ అందుబాటులో ఉండే ఆత్మీయ మిత్రులు గిరిధర్.. ఒక్క మాటలో చెప్పాలంటే సామాజిక బాధ్యత, ప్రజా సమస్యలపై అవగాహన, వ్యక్తిగా ఆలోచన, సాహితీ లోకానికి, నవలా యుగానికి ఆర్ట్ అనే రంగుల సారధి మా ఈ మన గిరిధరుడు. *

“

సామాజిక పరిస్థితులను అర్థం
చేసుకోనిదే కళాకారుడు కాలేడు

”

06

సహజ కవిత్వం

తగుళ్ళ గోపాల్

"ప్రకృతి, పరిస్థితుల వల్ల తన్మయత్వం పొందిన అక్షరాల సమూహారమే కవిత్వం."

ఊరూరా దేశ విదేశాలు కలియాడదిరిగి సొంత గడ్డపై అడుగిడి అమ్మఒడి చేరాక పొందే ఆనందం అనుభూతి చెందితే తప్ప తెలియదు. అమ్మ చేతి సద్దిబువ్వలోని కమ్మదనం ఐదు నక్షత్రాల హోటళ్లలో వందలు వేలు పోసినా రాదు. పట్టణపు మేడలు, గోడలు దాటి నాలుగడుగులు నడిస్తే కనిపించే స్వేచ్ఛా వాయువులు పచ్చని పైరుల మీద నుండి విశాల మైదానాలపై విహరింపచేస్తూ పిల్ల గాలులను మేనుకి తాకిస్తూ చెమట వాసనల మేళవింపుతో చెరువు గట్టు ముచ్చట్లతో కల్మషం లేని మనసులు గల మనుషులలోకి తేట తియ్యని పలుకులతో స్వాగతం పలికే పల్లె అందం పలకరిస్తుంది. ఆ పలకరింపుల పులకరింతలు నిలువెల్లా రూపమయితే, తడియారని కవిత్వపు జల్లుల తగుళ్ళ గోపాల్ లాగా తారసపడుతుంది.

నీ చుట్టూ వున్న, నువ్వు చూసిన, నిన్ను ప్రభావితం చేసిన పంచభూతాలు, నవరసాలు మూకుమ్మడిగా బుర్రలో చేరి సిరాతో చిందులేసే చిరుమందహాసపు స్వచ్ఛమైన కవిత్వం తగుళ్ళ గోపాల్ నుండి జాలువారిన అక్షరాల ఆణిముత్యాలు. పల్లె పురుడు పోస్తే ఆ పల్లె బంధాల్లోకి ప్రవేశించి హృదయపు పొరల్లోంచి ఉబికే స్వచ్ఛమైన కవిత్వం. ఊహ ఎరిగినప్పటి నుండి నిన్నటి వరకు కళ్ళముందు చూసిన అన్నిటి ఋణానుబంధం కవిత్వంలో చూయించిన మట్టి సువాసన గోపాల్ కవిత్వం. తొలిచినుకులకు తడిచిన మట్టి వాసనలు, బర్రెల కొట్టం నుండి వస్తున్న పేడ పరిమళాలు, అమ్మ చేతి గోరుముద్ద మొత్తంగా తెలంగాణ యాసలోని కమ్మటి అక్షరాల మూట ఈ ఆవులు కాసిన గోపాలుని కవిత్వం. ఆవులు కాసేందుకు వెళ్ళి లోకం చూశాడు. నాటి వీర బ్రహ్మం మాదిరి జ్ఞానం ఆవులను గాస్తా అయ్యవారి ప్రేమకు పాత్రుడై తీరొక్కపువ్వుతో తెలంగాణ మాతృ భాషలోని మధురానుభూతిని ఊరూరా పంచాడు. నానీలు రాసి తీరొక్క పువ్వుల

బతుకమ్మకి ఓ కవిత్వపు కొత్త రుచిని చవిచూపారు.

ఇంట్లో
దొంగలు పడ్డారు
నా పేదరికాన్ని
దోచుకుపోతే బాగుండు..

అతనికి
మతిమరుపెక్కువ
అప్పులవాళ్లను
గుర్తుపట్టడు

నాన్న గూర్చి
చెల్లితో ముచ్చట్లు
మా కబుర్లు వింటూ
నాన్న ఫోటో

అల్లరి చేస్తున్నారని
పిల్లల్ని తిట్టా
నిశ్శబ్దం
నన్ను భయపెడుతుంది.

తీరొక్క పువ్వులోని నానీలు ఒక్కోటి ఒక్కో ముత్యం. ఆ ముత్యాలన్ని చేర్చి దండగా కూర్చి పుస్తకంగా మారిస్తే తీరొక్కపువ్వు. అతని కవిత్వం బంధాల చుట్టూ, పల్లె అందాల చుట్టూ, సమాజాన్ని కనిబెడుతూ తనదైన ముద్రతో అడిగేస్తూ చమక్కులు, చురకలు, వ్యంగ్యం, ఆలోచనగా ఎప్పటికప్పుడు సాహిత్య బాధ్యత వహిస్తుంది.

చదువులో అద్భుతంగా రాణించిన గోపాల్ ని తాను చూసిన పరిస్థితులు, బంధాలు కలం పట్టి రాయించడమే గాక, ఏ ప్రభావానికి లొంగకుండా నిర్మలంగా సాగే ప్రవాహంగా మార్చాయి. కవిసంగమం పరిచయంతో, సాహిత్య కార్యక్రమాలకు వెళ్ళడంతో తన పరిచయం, పరిశీలన కవిత్వంలోని ఆత్మను చూడగలిగేలా మార్చింది. ఏవేవో నిఘంటువుల పదాలు కాదు వాడుక భాషలో రాయాలి. పల్లెకి సంబంధించిన భాషే తన కవిత్వమవ్వాలి అదే గోపాల్ సంకల్పం.

నాన్న చేతి గొడ్డలి, మేకలు కాసే తీరు, గుంతగిన్నె, గంజి, ఈతచాప, గుల్ల గొరిగి(గల్లా పెట్టె), అరచేయి ఇవన్నీ గోపాల్ కవితా స్ఫూర్తులు. గోపాల్ తన కవిత్వంతో పాఠకుడిని కన్నీరు పెట్టిస్తాడు, ఆలోచన చేయిస్తాడు, తను కోల్పోయిన పల్లె ప్రేమలు గుర్తుకుతెస్తాడు, యాంత్రిక నగరంలో కోల్పోయిన స్వేచ్ఛని మన ముందుంచుతాడు.

గోపాల్ రాసిన ఓ అద్భుతాక్షరాల నెలవు దండకడియం. ఎందరో ప్రముఖుల ప్రశంసలు అందుకుని, స్వచ్ఛత కోల్పోతున్న కవిత్వానికి అమాయకత్వాన్ని, ప్రేమని కలిపిన యువసారథి గోపాల్. దండకడియంకు కేంద్రసాహిత్య అకాడమీ యువ పురస్కారం లభించింది. ప్రశంసల జల్లులు ఇంకా తడియారకుండా కురుస్తూనే ఉన్నాయి. అందులో అక్కడక్కడా బురద చిమ్మినా పసిపిల్లాడి నవ్వులాంటి స్వచ్ఛమైన గోపాల్ మనసు ముందు ఆ ప్రయోగాలు ఫలించవు. పేరు పెరిగేకొద్దీ ప్రశంసలతో పాటుగా విమర్శలు కూడా వస్తాయి. గోపాల్ రాసింది కవిత్వమే కాదంటూ కొందరు విరుచుకునిబడ్డారు కూడా. ఇంకా గోపాల్ రాసిన స్వచ్ఛత, ప్రేమలో మునిగిన అక్షరాలు కవిత్వంగా మారాయి. పిల్లలకు పాఠాలు చెప్తూ, చక్కని కవిత్వం రాస్తూ గోపాల్ తన పాత్రని సమర్థవంతంగా పోషిస్తున్నాడు.

గోపాల్ కవితాశైలి, రచనా విధానం, యాస, భాష ఎందరో యువ రచయితలకు మార్గమయ్యింది. తమ ఊరు, బాల్యం, చుట్టూ చేరిన పరిస్థితులన్నీ అక్షరాల బండెక్కి గోపాల్ వేసిన బాటలో బయల్దేరాయి. విమర్శించిన ఎందరో నేడు గోపాల్ కవిత్వానికి, కల్మషం లేని నవ్వులకు అభిమానిగా మారి మా గోపాలుడంటూ హత్తుకుంటున్నారు. “ఈ ‘దండకడియం’ లో మట్టిగంప మోసిన మాయమ్మ, చిప్పగొడ్డలితో మమ్మల్ని సాదిన నాయిన, చెట్టెక్కి గుట్టెక్కి గొర్లగాసిన తాత, నేను ఇష్టంగా తాగే గంజి ,లోకానికి ఎరుక జెప్పే ఎరుకలి లింగక్క, వాకిండ్లు ఊడ్చే లచ్చవ్వ, డప్పుగొట్టే ఈదయ్య తాత, రైతుల చెమట వాసన, వాళ్ళ పాదాలకంటిన నెత్తురు, దారిని వెలిగించిన తంగేడు పూలు, బాల్యపు గాయాలు, జ్ఞాపకాలు, బిడ్డను కోల్పోయిన తల్లి, తల్లిని కోల్పోయిన బిడ్డల దుఃఖపు వలపోత, కేరళ వరదను చూసో, అసిఫా మరణాన్ని చూసో దుఃఖ మాగనపుడు పదాలుగా మారిన కన్నీళ్ళున్నాయి” అంటూ గోపాల్ తన బ్రతుకుని కవిత్వంగా మార్చి గుండెలకు చేరుస్తూ దండకడియాన్ని మన చేతుల్లో పెట్టాడు. కల్మషమే లేని కమ్మని అక్షరం ఈ గోపాలుడు.

గోపాల్ గొంతులో అమాయకత్వం, ప్రేమ, నిజాయితీ, నిబద్ధతతో పాటుగా మాతృభాష తియ్యదనం, కల్తీలేని కవిత్వపు కమ్మదనం దాగుంటుంది. అందుకే గోపాల్ అనగానే ఓ చిక్కని నవ్వు, స్వచ్ఛమైన మనసు, మట్టి పరిమళాలు గుర్తొస్తాయి. *

“

సంపాదించిన జ్ఞానం స్వార్థంలో
మునిగాక అజ్ఞానమే హాయనిపిస్తుంది

”

మన హీరోలు - *untold stories*

07

వండర్ ఉమెన్

పెరుమాళ్ళ గౌరీశిరీష

"సాయం చేయాలనే సంకల్పం ముందు సమస్యలు చిన్నవే"

సేవ చేయాలనే నిస్వార్థ భావంతో నిష్పక్షపాత ధోరణితో స్వచ్ఛందంగా ముందుకొచ్చి సేవలందించే వారే వాలంటీర్. ఆపదలో ఆదుకోవాలనే ఆలోచన ముందర పేదరికం ఒక కారణం మాత్రమేనని మామూలు జీవనం గడిపే ఓ మహిళ చేసిన అసాధారణ సేవ. పదిమంది బాధలు చూసి, అనాదిగా జరిగిన అసమానాలతో విసిగి ఆర్థికంగా చితికిన బ్రతుకుల ఎండిన డొక్కలు చూసి తాను అండగా నిలవాలని సంకల్పించిన స్వచ్ఛంద సేవా రూపం, వాలంటీర్ పదానికే బ్రాండ్ అంబాసిడర్ మన గౌరీ శిరీష.

సమాచారహక్కు చట్టం ఉద్యమకారుడు పెరుమాళ్ళ సూర్యనారాయణ గారి కుమార్తెగా మొదటి నుండి బాధను చూసి, బాధితులను చూసి చలించడం వారసత్వంగా వచ్చింది. సేవే మార్గంగా సాగే జీవితంలో ఉద్యమకారుడయిన తండ్రి హత్యగావించబడ్డారు. ఒకవైపు ఇంటర్ చదువుతూ మరోవైపు ఎలక్షన్ వార్డులో ఫోటోగ్రాఫర్ గా చేసేది. ఈ వచ్చిన డబ్బు దాచుకుని తన చదువుకు అలాగే ఇతరుల సహాయార్థం ఉపయోగించేది. డిగ్రీ పూర్తయిన దగ్గర నుండి పూర్తిగా సేవ చేయాలనే ఉత్సాహంతో సేవా కార్యక్రమాల్లో పాల్గొనడం, స్వచ్ఛంధ సంస్థలతో కలిసి నడవడం మొదలుపెట్టారు. చదువురాని వారికి, వృద్ధులకు రేషన్ కార్డు, పింఛను వంటివి తీసుకోవడంలో సాయం అందించే వారు. ప్రజ్వల కమ్యూనిటీ డెవెలప్మెంట్ సొసైటీ స్థాపించి పూర్తిగా తన జీవితాన్ని సేవకే అంకితమిచ్చారు. ఇరవై సార్లకి పైగా రక్తదాన శిబిరాలు నిర్వహించి అత్యవసర సమయంలో అవసరమైన వారికి అందించారు.

కరోనా మహమ్మారి ఎందరినో రాత్రికి రాత్రి రోడ్డుపాలు చేసింది, ఆకలితో అలమటించేలాగా చేసింది. ఎక్కడికి కదలలేని పరిస్థితుల్లో శిరీష అడుగు ముందుకు వేసింది. తెల్లవారు జామున తనకు ముందర పరిచయమున్న కూరగాయలమ్మే వారు, ఇతర స్నేహితుల దగ్గరకు వెళ్లి చాలా మంది పేదలు బాధపడుతున్నారని సాయం అర్థించింది. అలా పోగేసినవి తెచ్చి పార్సెల్ చేసి పేదలకు పంచేది. అనేకమంది 'శిరీషా..

నేనిదిస్తానని' స్వచ్ఛందంగా ముందుకు వచ్చేలాగా తన సేవ కదిలించింది. షుమారు ఏభై వేల కుటుంబాలకి కూరగాయలు, బియ్యం, కొన్ని సరుకులు అందించారంటే అది సామాన్యమైన విషయం కాదు. వలస కార్మికులకు అండగా ఉంటూ కాలిబాటన పయనిస్తున్న వారికి భోజనం ఏర్పాట్లు, గ్లూకోజ్, మంచినీరు, మజ్జిగ వంటివి 43 రోజుల పాటు షుమారు పన్నెండువేల మందికి అందించారు. లాక్డౌన్ సమయంలో రోడ్డుపై పడి ఉన్న వారికి కరోనా టెస్టులు చేయించడం, మరణించిన వారికి వేరే స్వచ్ఛంద సంస్థల సాయంతో అంత్యక్రియలు చేసేవారు. ఇద్దరు చిన్న పిల్లలను ఇంట్లో పెట్టుకుని సూరీడు రాకమునుపు లేచి, చంద్రుడు అలసిపోయాక ఇంటికి చేరేవారు. ఈ సేవలను గుర్తించిన ప్రభుత్వం 'కోవిడ్ వారియర్'గా ప్రశంసాపత్రం అందించారు.

సాయం పేరుతో మహిళలను నమ్మించి శారీరక వాంఛ తీర్చాలని ఇబ్బంది పెట్టే ముసుగు మహనీయులెందరికో మింగుడుపడని చేప ముల్లులా, అలాంటి కీచకుల చేతిలో మహిళలు చిక్కుకోకుండా, సొంతంగా వారి కోసం వారు పోరాడే దిశగా, మహిళలకు అండగా శిరీష న్యాయసేవలు ఉండబోతున్నాయి. మహిళలకు ఉచిత టైలరింగ్ శిక్షణా కేంద్రాలు ఏర్పాటు చేసి స్వయం ఉపాధి దిశగా అడుగులు వేయిస్తూ, దాతల సహాయంతో కుట్టు మిషన్లు కూడా ఉచితంగా అందిస్తున్నారు. మహిళలు మరియు శిశు రక్షణకై సెల్ఫ్ డిఫెన్స్ కోర్సులు నిర్వహిస్తున్నారు. సేవా మార్గంలో నడిచే శిరీష గారు 2020-21 సం లో నెహ్రూ యువ కేంద్ర సంఘటన్, గుంటూరు వారి నుండి బెస్ట్ యూత్ క్లబ్ అవార్డు, 2019లో స్వచ్ఛ భారత్ కార్యక్రమంలో మూడవ స్థానంలో జిల్లా స్థాయి అవార్డు మంత్రి కోన రఘుపతి గారి చేతులమీదుగా, 2018 మరియు 2022 లో రెడ్ క్రాస్ సొసైటీ గుంటూరు వారి నుండి బెస్ట్ వాలంటీర్ అవార్డును కలెక్టర్ దినేష్ కుమార్ గారి చేతుల మీదుగా అందుకున్నారు. రెండవ ప్రపంచకప్ వాటర్ ఫాల్ రప్లింగ్-2020కి బ్రాండ్ అంబాసిడర్ గా గుర్తించబడి ఆ పోటీల్లో సిల్వర్ మెడల్ నెగ్గారు.

రెడ్ క్రాస్, నెహ్రూ యువజన కేంద్రం వంటి స్వచ్ఛంద సంస్థలతో కలిసి ప్రజ్వల కమ్యూనిటీ డెవెలెప్మెంట్ సొసైటీ వేదికగా అనేక శిశు మహిళా సంరక్షణ కార్యక్రమాలు, వ్యక్తిత్వ వికాసం పెంపొందించే వేదికలు ఏర్పాటు చేస్తూ సామాజిక సేవారంగంలో స్వచ్ఛందంగా సేవ చేస్తున్న యువతకు ప్రోత్సహకంగా బహుమతుల ప్రధానం చేస్తున్నారు. సమన్యాయం, అందరికీ సమానహక్కులు, న్యాయసేవలు ప్రతీ ఒక్కరికీ చేరాలని ఏర్పడ్డ ఉచిత న్యాయ సేవల కోసం డిస్ట్రిక్ట్ లీగల్ సర్వీస్ అథారిటీని వినియోగించుకోవాలని మరియు కోర్టులను ఆశ్రయించి ప్రజలు పొందాల్సిన సేవల కోసం పారా లీగల్ వాలంటీర్ గా శిరీష చేస్తున్న సేవలు అభినందనీయం. క్యాన్సర్ వ్యాధిగ్రస్థులకు తన జుట్టుని దానమిచ్చి ఎందరికో స్ఫూర్తయ్యారు. ప్రకృతి మీద ప్రేమతో కాలుష్యానికి వ్యతిరేకంగా పోరాడి ఆరువేల మొక్కలు నాటారు. అందుకే ఓ వాలంటీర్ అనే మాటకు శిరీష కన్నా మిన్న ఎవరు.

08

స్వచ్ఛంద సేవకుడు

షేక్ జమీర్

"మానవత్వం, సేవాతత్వం పరిమళించే చోట అందరికీ మంచే జరుగుతుంది"

మంచితనానికి కుల మత ప్రాతిపదికలు, చదువు, గొప్ప ఉద్యోగం, ఆర్థిక స్థోమత అవసరం లేదు. పొరుగోడి కష్టాన్ని గ్రహించి సాయమందించడం కన్నా గొప్ప ఉన్నతమైన స్థానమేదీ లేదు ఈ సమాజంలో. వయసుతో పనిలేని మనసుతో పొందే అనుభవాలు మనుషుల్లో అనేక మార్పులు తెస్తాయి. పైకి పదిమందిలో పొందే గౌరవం కన్నా మనసుతో చేసే సేవ గుర్తింపు కోరకపోవచ్చు కానీ గుర్తించబడకుండా అయితే అసలు ఉండదు. ఇరవై ఒక్కేళ్ల ఓ కుర్రాడు సాయం అనే మాట పూర్తవ్వకమునుపే ఎలా వస్తాడో తెలియదు కానీ ప్రత్యక్షమవుతాడు. తన మార్గంలో కష్టంతో ఉన్నవారు తారసపడితే కాదని దాటవేసి పోడు. పరోపకారానికి ప్రత్యక్ష నిదర్శనం జమీర్.

పెద్దగా చదువుకోలేదు కానీ చదవడం రాయడం వచ్చు. చిన్నప్పుడు ఘోరంగా అవమానించిన విద్యార్థుల, పాఠాలు చెప్పే టీచర్ ప్రవర్తన అతనిని చదువుకు దూరం చేసింది. తల్లిదండ్రుల పేదరికం మరో చోటికి పంపలేకపోయింది. లాభాల కన్నా నష్టాలు తెచ్చే వ్యవసాయం చేస్తూ, అరా కొర వస్తదో రాదో తెలియని పంటల కోసం జమీర్ కూడా తల్లిదండ్రులతో పొలం పనుల్లో భాగమయ్యాడు. కుటుంబ పోషణకు చిల్లర కొట్టు పెడితే అందరూ అప్పులు పెట్టి దివాళా తీసేలాగా చేశారు. కోటా బియ్యమే వరంగా కాసిన్ని నీళ్ళ మజ్జిగ పరవాన్నంగా మారిపోయింది. ఒక్కోసారి తినడమే అదృష్టం, అందుకే చిన్న వయసులోనే కుటుంబ పోషణే తనకి బాధ్యతగా మారింది. ఆ పని, ఈ పని అని లేదు ఎన్నో పనులు నేర్చుకున్నాడు. ఫ్రిడ్జ్, ఏసీ మెకానిక్ వర్క్స్ నేర్చుకున్నాడు. జీవితంలో వచ్చే కష్టాలు కొత్త మార్గాలకు దిశానిర్దేశాలు కాబోలు, జమీర్ చెల్లికి డెంగ్యూ వచ్చింది. రక్తం అవసరం అయ్యింది. ఎంతలా తిరగాలో అంతలా తిరిగాడు, ఒకేసారి బాధలన్నీ చుట్టుముట్టాయి. ఆరోజు రక్తం కోసం జమీర్ పడిన

పాట్లు అన్నీ ఇన్నీ కాదు అందుకే ఇలాంటి కష్టంలో ఎవరున్నా ఇంతలా బాధపడకూడదు ఏదైనా చెయ్యాలి, నా చెల్లిలాంటి ఎందరో రక్తం కోసం అల్లాడుతున్నారు, తిరుగుతున్నారని అప్పటి నుండి రక్తదానం గురించి, బ్లడ్ బ్యాంక్స్ గురించి, డోనర్ల కాంటాక్ట్ గురించి విజయ బ్లడ్ బ్యాంక్, నంద్యాలలో చేసే దాదా భాయ్ ద్వారా తనకు తెలియని విషయాలు తెలుసుకుని నేర్చుకున్నాడు. అనేక స్వచ్ఛంద సంస్థల దగ్గరకి పోయి అత్యవసర పరిస్థితుల్లో, సేవా కార్యక్రమాల్లో పాలుపంచుకున్నాడు.

జమీర్ అనే వ్యక్తి తన చేతిలో ఉన్న చిన్నపాటి ఫోన్ తో అనేకమందికి సేవ చేయగలిగాడు. కరోనా సమయంలో రక్తదానం విషయంలో జమీర్ ఎంతమందికి సాయం చేశాడంటే లెక్క కూడా పెట్టలేము. ఆక్సిజన్ సిలిండర్లని ఏర్పాటు చేయడం, ICU బెడ్స్ సమాచారం ఇవ్వడం, కరోనా పేషంట్స్ కి భోజనం ఏర్పాటు చేయడం, ప్లాస్మా డొనేషన్, మందుల సమాచారం ఇలా ఒకటేమిటి తనవల్ల అయిన ప్రతిదీ చేశాడు.

గుడ్ సమారిటన్ అని బైబిల్లో ఒక కథ ఉంటుంది. ఒక వ్యక్తి దారిదోపిడీకి గురయ్యి, ప్రాణాపాయ స్థితిలో వివస్త్రుడిగా పడి ఉంటే అటుగా యాజకుడు (దేవుని పూజారి), లేవీయుడు (దేవుడి సన్నిధిలో పరిచారికుడు) చూసి కూడా తప్పుకుని వెళ్లారు. కానీ ఎవరూ గుర్తించని, అతని మాటకు విలువ ఇవ్వని, అవమానించబడ్డ ఒక సమారిటన్ అతని గాయాలకు నూనె రాసి, ద్రాక్షారసము పోసి, అతన్ని గాడిదపై వేసుకుని ఒక పూటకూళ్ళ ఇంటికి చేర్చి అతనికి సపరియలు చేయమని రెండు దీనాలు ఇచ్చి అవి సరిపోకుంటే మరలా వచ్చినప్పుడు ఇస్తానని చెప్పి వెళ్తాడు. జమీర్ నాకు ఒక గుడ్ సమారిటన్ లాగా కనిపించాడు. తనకు ఒక వృద్ధుడు కనిపిస్తే మట్టిబట్టి, చినిగిపోయిన బట్టలు, భయంకరమైన దుర్గంధంతో ఉంటే తనకెందుకులే అని అందరిలా వదిలి వెళ్ళకుండా అతన్ని శుభ్రం చేసి బట్టలు మార్చి, రోజూ భోజనం అందించి వేరే స్వచ్ఛంద సంస్థలతో మాట్లాడి ఒక ఆశ్రమానికి చేర్చాడు. ఎవరికైనా రక్తం అవసరం అని తెలిస్తే తానే డోనర్ని పిలిపించి డోనర్ బాగోగులు చూసుకుని మరలా తిరిగి అతను ఇంటికి చేరేదాక క్షేమ సమాచారం కనుక్కుంటాడు. ఒక్కోసారి డోనర్ బ్లడ్ ఇచ్చాక అతనికి కనీసం జ్యూస్ కూడా ఇప్పించకుండా కొందరు వదిలేస్తారు. అలాంటప్పుడు అక్కడకి పంపిన జమీర్ ని ఎన్నో రకాలుగా తిట్టేవారు. వారి దారి ఖర్చులు కూడా జమీర్ భరించేవాడు. ఇలాంటి చేదు సంఘటనలెన్నో చవి చూసినా జమీర్ సేవ మాత్రం ఆపలేదు.

అంధ విద్యార్థులకి పరీక్షలు రాయడానికి ఒక వాలంటీర్ (స్క్రైబ్) అవసరం. అలా అంధ విద్యార్థుల పరీక్షలకు, ఇంటర్వ్యూలకు అవసరమైనప్పుడు స్క్రైబ్ ని ఏర్పాటు చేయడం, విద్యార్థులకు కావాల్సిన అవసరాలు, బాగోగులన్నీ తానే చూస్తాడు. పరిశుభ్రత లోపించి కలుషితం చేస్తున్న మనుషుల తీరు చూసి బీచ్ క్లీనింగ్ అనే ప్రోగ్రాం ద్వారా సముద్ర తీరాన్ని శుభ్రం చేయడం, క్లీన్ గుంటూరు అనే పేరుతో గుంటూరులోని ప్రధాన కూడళ్ళలో తన స్నేహితులతో కలిసి రోడ్లలో పేరుకుపోయిన చెత్త, ప్లాస్టిక్ కవర్లు,

మట్టిని ప్రతీ ఆదివారం రాత్రి రెండు తరువాత ఓ చీపురు, తట్ట తీసుకుని మొత్తం ఊడ్చేసి ,రోడ్ల గుంతలు బూడ్చి, కాలువలో ఆగిన చెత్త తీసి, చెత్త కుండీల చుట్టూ పేరుకుపోయిన అశుద్ధాన్ని తీసేసి పరిశుభ్రంగా బ్లీచింగ్ చల్లి క్లీన్ గా మారుస్తాడు. దుర్గంధం, చెత్త ఉండటం వల్ల పబ్లిక్ ప్లేస్ లలో మూత్రం పోయడం, ఉమ్మడం కారణంగా కుళ్ళిన చెత్త వల్ల అనేక వ్యాధులు సంక్రమిస్తాయి. అదే శుభ్రంగా ఉంటే ఎవరూ పాడుచేయరనే మంచి ఆలోచనతో క్లీన్ గుంటూరు చేస్తున్నారు. ఎప్పుడో రెండేళ్ళ క్రితం ఓ బీసీ హాస్టల్ కి మోటారు రిపేరుకి వెళ్ళినప్పుడు అక్కడ విద్యార్థుల దీనపరిస్థితి చూసి చలించి పోయాడు. రెండేళ్ల తరువాత వెళ్ళి అప్పటికీ మారని దుస్థితిలో ఉన్న 120 మంది విద్యార్థులకి కావాల్సిన స్టడీ మెటీరియల్స్, ప్లేట్స్, మగ్గులు, బకెట్లు, గ్లాసులు, చాపలు, అలాగే గదులకు ఫ్యాన్లు వేరే స్వచ్ఛంద సంస్థల సాయంతో తీసుకురావడమే గాక, దగ్గరుండి ఫ్యాన్లు కూడా బిగించి వచ్చాడు.

ఈ కార్యక్రమాలు అన్నీ కూడా తనకు వచ్చే ఐదారు వేల జీతంలోనే చేస్తాడు, సొంత బండి లేదు, ఆటోలో వస్తాడో, బస్సులో వస్తాడో, నడుచుకుంటూ వస్తాడో తెలియదు. కానీ ప్రతీ స్వచ్ఛంద సేవా కార్యక్రమంలో జమీర్ కనిపిస్తాడు. తరచూ రక్తమార్పిడి అవసరమయ్యే తలసేమియా వ్యాధితో బాధపడే చిన్నారులకు ప్రతీ 10 లేదా 15 రోజులకు రక్తం మార్చాలి. అటువంటి వారికి డోనర్ అవసరం ఎప్పుడూ ఉంటుంది. ఒక్కోసారి డోనర్ దొరకడం కష్టం కూడా అవుతుంది. అలాంటిది సత్తెనపల్లి, యడ్లపాడు, వినుకొండ ప్రాంతాలకు చెందిన ఒక అమ్మాయి, ఇద్దరు అబ్బాయిలు మొత్తంగా ముగ్గురు చిన్నారులను జమీర్ దత్తత తీసుకున్నాడు. ఆ ముగ్గురు పిల్లలకు కావాల్సిన రక్త మార్పిడి పూర్తి బాధ్యత జమీర్ దే ఇప్పుడు. ఇంకో ఇద్దరు పిల్లలను కూడా త్వరలో దత్తత తీసుకుంటాడు. చిన్న వయసులో ఎంతటి సేవా దృక్పథం. కేవలం ఒక్క వ్యక్తితో ఇన్ని సాధ్యమా అని అనిపిస్తుంది జమీర్ ని దగ్గరగా చూసిన వారందరికీ.

ఒక్కోసారి సేవ కోసం వెళ్ళి రోడ్డుపక్కన, ప్లాట్ ఫామ్ మీద పడుకున్న అనుభవాలు, డోనర్ కి ఖర్చులకు ఇచ్చి కడుపు మాడ్చుకున్న మధురానుభూతులు అన్నీ జమీర్ కి స్వీయానుభవాలే. ఇప్పటికి కోటా బియ్యమే తన ఆకలి తీర్చేది. ఇన్నింటా తనకు తృప్తి నిచ్చేది ఒకరికి సాయం చేశాననే ఆత్మసంతృప్తి మాత్రమే.

"ఆపదలో ఉన్నవారు సాయం అందలేదని నాలాగా ఇంకెవరూ ఇబ్బంది పడకూడదు. సాయం కావాల్సిన వారికి సాయం అందేలా చెయ్యడమే నా లక్ష్యం" అంటూ ప్రభుత్వాసుపత్రికి వచ్చే వారికి పది రూపాయలకు మంచి భోజనం, జ్యూస్ ఇవ్వాలనేది జమీర్ మరో ధ్యేయం. త్వరలో అది నెరవేరాలి. పరోపకారానికి పర్యాయ పదమైన జమీర్ వంటి స్వచ్ఛమైన స్వచ్ఛంద సేవకులు యువకులు నేటి సమాజానికి అవసరం. జాతీయ యువజనోత్సవంలో భాగంగా ప్రజ్వల కమ్యూనిటీ డెవలప్మెంట్ సొసైటీ మరియు నెహ్రూ యువజన కేంద్రం వారు నిస్వార్థ సేవా విభాగంలో యువసేవా పురస్కారంతో జమీర్ ని సత్కరించారు. *

“

గొప్ప వారు అయ్యాక గౌరవించడం కన్నా
ప్రతీ ఒక్కరినీ గౌరవిస్తూ గొప్పగా బ్రతుకుదాం

”

09

గురుదేవోభవ

కావూరి జయలక్ష్మి

కాలం ఏదైనా సరే వ్యవస్థలు మారుతున్నా అప్పుడు ఇప్పుడు అనే తేడా లేకుండా ఒక వ్యక్తి జీవితంలో కీలక పాత్ర పోషించేది ఉపాధ్యాయులే. అందుకే ఎవరికీ ఇవ్వని గౌరవం సమాజం గురువులకు ఇస్తుంది. బాహ్య ప్రపంచ పరిస్థితులను ఎదుర్కొని ఎలా జీవించాలో, ఎలాంటి సాధనతో గమ్యాన్ని సుసాధ్యం చేయగలమో తరాలకు నేర్పే కల్పతరువు పాఠశాల.

అటువంటి పాఠశాలల్లో ఈనాడు రాజకీయాలు చొరబడ్డాయి. గురువులు గుర్రుపెట్టి నిద్రపోయే పరిస్థితిలో ఉన్నారు. విద్యార్థుల భవితవ్యాన్ని ఏ మార్గంలో నడిపిస్తున్నారో కూడా అర్థం కాని దుస్థితి. ప్రభుత్వ ఉద్యోగం, జీతం కోసం మాత్రమే అన్నట్లు గడుపుతున్నారు. జీతాలు తీసుకుని సగం స్కూల్స్‌లో సగం రియల్ ఎస్టేట్ వ్యాపారంలో, ఇంకాస్త ఇన్సూరెన్స్ ఏజెంట్స్‌గా, మరి ఇతర వ్యాపారాల లాభార్జనలో పడ్డారనేవి నేటి మాటలు. కానీ వీటన్నింటినీ అబద్ధాలు చేస్తూ మినహాయింపుగా కొందరు ఉపాధ్యాయులున్నారు. తమ గౌరవపాత్రని బాధ్యతగా నిర్వహిస్తూ భావితరాలకు ఆదర్శమయ్యే గురువుల్లో ఒకరు కావూరి జయలక్ష్మి టీచర్.

అదృష్టమా, ఇష్టమా, కష్టమా ఇవన్నీ వారి పరిస్థితులను బట్టి వచ్చే మాటలు కానీ నేను నాకు తెలియకుండానే అందరూ కష్టంగా భావించే ఉద్యోగంలో చాలా సరదాగా టీచర్నయ్యానని మన జయలక్ష్మి టీచర్ అంటారు. కాలేజ్ చదివే రోజుల్లో మెరిట్ స్కాలర్ షిప్‌లు పొందడం, అందరూ మల్లగుల్లాలు పడే ఉద్యోగాన్ని సులువుగా మెరిట్‌తో సాధించడం ఇవన్నీ వారి బుద్ధి కుశలతకు సాక్ష్యాలు. ఒక్కసారి ఉద్యోగంలోకి వచ్చాక ఆ పాత్రకి మనం పూర్తి న్యాయం చెయ్యాలి. మన పక్కన ఉద్యోగి ఎలా ఉన్నా సరే మన ఉద్యోగ ధర్మాన్ని మాత్రం నూటికి నూరుశాతం చేయాల్సిందే అంటూ లెక్కలు సరిచేస్తారు ఈ లెక్కల టీచరమ్మ. ఆ గుణమే వారి బాధ్యతై ఎందరో విద్యార్థులకు ఇష్టమైన టీచర్ ని చేసింది.

అందరూ కష్టం వస్తే కృంగి పోతారు కానీ ఈ టీచరమ్మ మాత్రం మరింత దృఢంగా అయ్యి అలాగే అందరూ కూడా అవ్వాలంటారు. తన తండ్రి నేర్పిన ధైర్యాన్ని ఎట్టి పరిస్థితుల్లో కూడా వీడలేదు. ఎంతలా అంటే కరోనా కారణంగా వారి తల్లిదండ్రులు ఒక్కరోజు తేడాతో మొదట తండ్రిగారు, తరువాత తల్లిగారు కాలం చేశారు. అప్పటి పరిస్థితి ఎలా ఉంది అంటే సొంత వారంతా కరోనాతో మరణిస్తే మృతదేహాన్ని అక్కడే వదిలేసి దూరంగా పోతున్నారు లేదా ఏదైనా స్వచ్ఛంద సేవా సంస్థలకు అంత్యక్రియల నిమిత్తం అప్పగిస్తున్నారు. కానీ టీచర్ గారు అలా చేయలేదు వారి తండ్రి గారికి వారే స్వయంగా, వారి తల్లికి టీచర్ గారి భర్త కార్యక్రమాలు చేశారు.

ఒక్కసారిగా కుటుంబాన్ని కోల్పోయినా ధైర్యంగా నిలబడ్డారు. కరోనాకి భయపడి బంధం విడువలేదు. అలాగే మరణించిన కొన్ని గంటల తరువాత శవాన్ని తాకడం వల్ల కరోనా రాదు, భయం వద్దు అని సందేశమిచ్చి మిగతా వారికి అవగాహన కల్పించి ధైర్యమిచ్చారు. మాటలు చెప్పేవారు వేరు కానీ చెప్పడానికి ముందు ఆచరించి ఆ తరువాత చెప్పే రకానికి చెందిన వారు జయలక్ష్మి టీచర్ గారు. కొంతమంది విద్యార్థులకు వారి చదువుకు సంబంధించిన సాయం గుప్తంగా చేస్తున్నారు (విద్యార్థుల పేర్లు రాయడానికి ఇష్టపడలేదు). అలాగే స్కూల్ కి కావాల్సిన చిన్న చిన్న అవసరాలు వారి జీతం లోంచి కొంత డబ్బుని కేటాయించుకుని వారే స్వయంగా ఏర్పరుచుకుంటారు. మన ఇల్లు ఎలాగో ఈ పాఠశాల కూడా అంతే ఇంట్లోకి కావాల్సిన వాటికి వేరే వారి కోసం వేచిచూస్తామా చెప్పండి. ఒక పాఠశాలలోని టీచర్లు నెలకి ఒక వెయ్యి లెక్క పాఠశాలకు కేటాయిస్తే ప్రభుత్వం స్పందించే దాక వేచిచూడాల్సిన పని లేదు. త్రాగునీరు, మూత్రశాల , వాటర్ ట్యాంక్ మరికొన్ని అత్యవసరాలు మనమే సమకూర్చుకోగలం నా వంతుగా నేను నా బాధ్యత నెరవేరుస్తున్నాను. ఈ విధానంలో నన్ను తిట్టుకునేవారు కూడా ఉండొచ్చు అయినా "నా పాఠశాల- నా బాధ్యత" ఇదే నేను పాటించే సూత్రం అంటూ మంచి చేసుకుంటూ పోతున్నారు. ఆ స్కూల్ పరిస్థితి జయలక్ష్మి టీచర్ రాక మునుపు, వచ్చాక అన్నంతగా మారి ఆ చుట్టుపక్కల పిల్లలు అనూహ్యమైన సంఖ్యలో చేరారు. ఎంతగా అంటే పాఠశాల తరగతి గదులు ఇరుకయ్యేంతగా. వీరి సేవలకు గాను ప్రభుత్వం వారు 'సావిత్రి బాయి పూలే' పురస్కారంతో సత్కరించారు.

ఉపాధ్యాయులు నాది అనుకుంటే పాఠశాల పరిస్థితులు, విద్యార్థుల మనస్తత్వాలు, మొత్తం సమాజం ఎలా మారుతుందో జయలక్ష్మి టీచర్ రూపంలో చూడొచ్చు. అక్కడక్కడా ఇలాంటి టీచర్లు ఉండబట్టే ఇంకా విద్యావ్యవస్థలో విలువలు ఉన్నాయి. ఒక్కసారి ప్రభుత్వ ఉపాధ్యాయులు పాఠశాలను, విద్యార్థులను సొంత బాధ్యతగా అనుకుంటే వచ్చే మార్పు ముందు ప్రభుత్వాలు చేసేది చాలా తక్కువ. పదవ తరగతి చదివిన వాళ్ళు కూడా ప్రైవేట్ స్కూల్స్ లో బోధిస్తున్నారు. అలాంటి చోటే విద్యార్థుల్లో అన్ని మార్పులు ఉంటే ఎందరో సమర్థవంతులైన ఉపాధ్యాయులున్న ఈ ప్రభుత్వ పాఠశాలలు ఎన్ని సాధించగలవో కదా..! ఏదేమైనా అరుదుగా కనిపించే మన జయలక్ష్మి టీచర్లు ప్రతీచోట ఉండాలని ఆశిద్దాం. *

10

శ్రీప్రభాతాలు

జయశ్రీ ప్రభాకర్ అనుపోజు

"అవధుల్లేని అనుభూతి ప్రేమ"

వ్యక్తి జీవితం ఎప్పుడూ ఒకేలా ఉండదు. అందరి జీవితం కూడా అనుకున్నట్లుగా సాగదు. నిన్న నేడు రేపు ఆ తరువాత అంతా నువ్వనుకున్నట్లు కాదు, నేను ఊహించినట్టు కూడా కాదు. ఈ క్షణం మాత్రమే నిజం. ఈ నిజాన్ని కమ్మగా మార్చే భావం ప్రేమ. ప్రేమంటే ఆమె. ఆమెలో అతను. ఆ ఇద్దరూ కలిస్తే ఓ రంగుల కొలను. ఆ కొలను పేరే శ్రీప్ర.

భార్య అంటే ఇంటికి, ఒంటికి మాత్రమేనని భ్రమిస్తూ మగాడనే అహంకారంతో స్త్రీలను అగౌరవంగా మాట్లాడుతూ, దుర్భాషలాడుతూ సమాజంలో గొప్ప గొప్ప నీతులు చెప్పే ఉద్ధండ పిండాలకు శ్రీప్ర లు చెంపదెబ్బ. చదివి ఉద్యోగం సంపాదించాలని పెద్దలంటే, నేను బొమ్మలేసి ఆర్టిస్ట్ అవుతానంటూ ఫైన్ ఆర్ట్స్ కోర్స్ చేస్తూ ఒక పేపర్ మీద అక్కినేని నాగేశ్వరరావు గారి బొమ్మ గీసి వారికి చూయించేందుకు పరుగున వెళ్ళాడో నూనూగు మీసాల కుర్రాడు. వెళ్ళి వారికి చూయించిన అభిమాని కాస్త అక్కినేని కుటుంబ అభిమానం పొంది, విడిగా వారు చేసే ఆర్ట్సని నాగేశ్వరరావు గారు సమీకరించి కొద్దిరోజుల తరువాత మరలా వీరికి తిరిగి చూయించడమంటే హనుమంతుడికి ఆ రామయ్య ఆలింగనప్రాప్తి కలిగినట్టే కదా. ఇంతటితో అక్కినేని వారి కుటుంబంలో వీరు ఒకరయ్యారు. ఒక ఆర్టిస్ట్ గా రంగులను వారి చిత్రాలకు అద్ది బ్రహ్మాండంగా జనాల్లోకి వెళ్లడంలో తీర్చిదిద్దారు. అన్నపూర్ణ, సురేష్ ప్రొడక్షన్స్‌కి సంబంధించి పబ్లిసిటీ వర్క్స్ చేశారు. ఈనాడులో పనిచేస్తుండగా దాసరి నారాయణరావు గారితో ఉన్న స్నేహంతో ఉదయం పత్రికలో చేరారు.

అక్కినేని ఆలింగన ఆనందంలో ఉండగా చిత్రకళా బ్రహ్మ బాపు గారి దగ్గరకు పెళ్ళిపత్రిక తీసుకెళ్ళినప్పుడు వారి నుండి ఘనమైన బహుమతి లభించింది. బాపు గారి లెటర్

ప్యాడ్ పై అప్పటికప్పుడు సీతాదేవి ముందర అంగుళీకముతో భక్తిశ్రద్ధలతో నిలుచున్న హనుమయ్య చిత్రాన్ని ఆ క్షణంలో గీసి 'నేను రాలేకపోవచ్చు' అని బాపు చిత్ర రేఖలని వారికి ఆశీర్వాద వివాహ కానుకగా ఇచ్చారు. బాపు గీసిన గీతల కన్నా విలువైనది మరేముంది. ఆ విలువ ఆర్టిస్ట్ కి తెలియనిదా చెప్పండి. ఈరెండు సందర్భాలు సజీవ సాక్ష్యాలుగా ఇప్పటికి వారి ఇంటి గోడలను అంటిపెట్టుకుని ఉన్నాయి.

బాపు ఆశీర్వచనమో, అక్కినేని ఆదరణో ఏమో అర్ధాంగిగా ఆ సీతాదేవి లాంటి సుగుణశీలి భాగస్వామి అయ్యారు. అసలే రంగుల్లో మునిగే పని దానికి తోడు భార్య కూడా తోడైతే ఆహా ఏమి ఈ భాగ్యమంటూ సాగింది వారి జీవనం. ఆ ప్రేమ ప్రతిఫలమే వారి పేరు ముందు ఆమె చేరింది. భార్య పేరు చివర భర్త పేర్లు పెట్టుకుంటారు. కానీ భర్తగా తన భార్య పేరుని ముందు చేర్చుకుని జీవిత భాగస్వామి గొప్పతనం తెలిపారు. కొందరు ఏవో ఆర్భాటంగా ఏదేదో కార్యక్రమాలు చెయ్యాల్సిన అవసరం లేకుండా వారి జీవిన విధానంతోనే చెప్పాల్సిన మంచి చెప్పేస్తారు.

అర్ధనారీశ్వరులు అంటారు కానీ కుటుంబంలో అర్ధ భాగం కాదు అధికభాగం ఆమె గొప్పదనమే అంటారు. భార్యాభర్తలిద్దరూ ఎడబాటు చూసింది లేదు. కష్టమైన సుఖమైనా కన్నీరయినా కడుపు మాడ్చుకున్న రోజైన ఆమె ఎప్పుడూ విడనాడలేదు. పసిబిడ్డని చూసుకున్నట్లు భర్తని ఆమె ప్రేమ పొత్తిళ్లలో దాచుకుంది. మగవాడి జీవితంలో ఒక్క భార్య మాత్రమే అమ్మగా, ఆలిగా, సోదరిగా, స్నేహితురాలిగా, శ్రేయోభిలాషిగా అన్ని పాత్రలూ పోషించగలదు. భార్య తప్ప మరే స్త్రీ అయినా ఆ పాత్రకి పరిధి ఉంది. ఏ పరిధి లేకుండా అనంతమైన ప్రేమలో భార్య మాత్రమే ఉండగలదు. ఆ బంధం గొప్పదనం అటువంటుది. ఏ కార్యక్రమమయినా, బంధువుల దగ్గరకి అయినా ఇరువురూ కలిసే వెళ్ళేవారు. నీడ అయినా చీకటిలో వీడేదేమో కానీ వారు ఒకరినొకరు వీడింది లేదు.

దురదృష్టవశాత్తూ ఆమె క్యాన్సర్ తో మరణించారు. వ్యక్తికి మరణం ఉంది కానీ ప్రేమకు ఎక్కడా మరణం లేదు. అదే ప్రేమలో ఇప్పటికి ప్రభాకర్ గారున్నారు. ఆమె మరణించిన తరువాత ప్రతీ ఘడియ ఆమె గుర్తులతో 'గుర్తుకొస్తున్నాయి' అనే ఒక రంగుల లోకం **'శ్రీప్ర'** ల కలలలోకం. నేను వారి ఇంటికి వెళ్ళినప్పుడు చూశాను జయశ్రీప్రభాకర్ అని ఉంది. అందులో **'శ్రీ'** కి **'ప్ర'** కి కలిపి ఒకే 'ర' వత్తు ఉంది అలా తన భార్య పేరుని ముందర చేర్చిన తీరులో ఇరువురి ప్రేమబంధం కనిపిస్తుంది. అందుకే జయశ్రీప్రభాకర్ అనుపోజు గారిని శ్రీప్ర గా ప్రస్తావించాను.

ఛయానిక డాట్ కమ్ సంస్థను నిర్వహిస్తూ క్రియేటివ్ డిజిటల్ గ్రాఫిక్ డిజైనర్, డిజిటల్ పోర్ట్రెట్ ,పెయింటింగ్ ఆర్టిస్ట్, ప్రొఫెషనల్ ఫోటోగ్రాఫర్ గా అనేక పాత్రలు పోషిస్తూ హైదరాబాద్ నగరంలో వారి డిజిటల్ ఆర్ట్ సోలో ఎగ్జిబిషన్ ఏర్పాటు చేశారు. జయశ్రీ స్మారక చిత్రకళా పురస్కారం పేరుతో చిత్రకళలోని ప్రతిభావంతులకు ప్రోత్సాహకాలు అందచేస్తున్నారు. ఆమె అతని ప్రతీ శ్వాసలో సజీవంగా నేటికీ వారితో పయనిస్తుంది. *

లైబ్రేరియన్

11

(The richest man on the earth)

పాలం కల్యాణసుందరం

"సేవలో వ్యక్తిగత స్వార్థం ఉండకూడదు.
స్వార్థం మాటున చేసే ఏ కార్యమైనా సేవగా భావించరాదు"

బక్కపలచని రూపంలో ప్రేమించే ఓ హృదయం, ఓ నేత పంచె, ఖద్దరు చొక్కా కానీ ప్రపంచంలోనే ధనవంతుడు. ప్రపంచాన్ని రంగుల్లో కాకుండా ఆకలితో అలమటించే కేకల్లో చూసిన వ్యక్తి, ఖరీదయిన జీవితం స్వార్థంలో బలైపోతున్న నిజాన్ని తెలుసుకున్న వ్యక్తి. అందుకే ఈ భూమ్మీదే ఈయనంత ధనవంతుడు లేడు. సంపాదించిన జ్ఞానం స్వార్థంలో మునిగాక అజ్ఞానమే హాయనిపిస్తుంది. జ్ఞానం గుర్తింపు కోసం తొక్కని తప్పుడు దారులు లేవు, మెప్పుకి పొగడ్తకు బానిసయ్యే జ్ఞానం, పరహితం మరచిన జ్ఞానం, అహానికి వేదికయిన జ్ఞానం, వాస్తవాన్ని అంగీకరించని జ్ఞానం, కుల మత ప్రాంత కోణంలో మగ్గే జ్ఞానం, పాలకులకు కట్టుబానిసయిన జ్ఞానం, బాధలకు మూలమయిన జ్ఞానం, అత్యాశకు ఆసరాగా మారిన జ్ఞానం, మోసగాళ్లకు ఆవాసమయిన జ్ఞానం, ఇన్ని అనర్థాలకు మూలమయిన జ్ఞానం స్వేచ్ఛా స్వతంత్రాలను హరించి స్వార్థలాభాపేక్షలో పరులను పీడిస్తుంది. కానీ జ్ఞానానికి, సంతోషానికి, మనశ్శాంతికి మరోరూపంగా మెలిగిన ఓ లైబ్రేరియన్ గురించి ఎవరికైనా తెలుసా..? నాలుగు పుస్తకాలు చదివి, వ్రాసి, ప్రసంగించి అహాన్ని ప్రదర్శించే సమాజంలో పుస్తకాల కుప్పలో సహజత్వాన్ని కోల్పోని ఓ రూపాన్ని చూశారా..? సంపాదించింది, ఉన్నదంతా దాచుకోకుండా దానమిస్తూ అత్యంత సాధారణ జీవితాన్ని గడిపిన వ్యక్తి గురించి విన్నారా..? డబ్బుకు లొంగని ఓ వ్యక్తిత్వం, మానవ జీవితం అంటే ఎలా ఉండాలో తెలిపిన ఓ ఉత్తమ ఉదాహరణే పాలం కల్యాణ సుందరం.

ఉద్యోగం చేస్తూ సంపాదించిన జీతమంతా, ఉద్యోగ పదవీ విరమణప్పుడు వచ్చిన ప్రయోజనాలు, పింఛను డబ్బులంతా కూడా సమాజహితవు కోరుతూ పేదలకు

ముఖ్యంగా పిల్లల సంక్షేమం కోసం దానమిచ్చారు. అవార్డుల రూపంలో వచ్చిన ముప్పై కోట్ల రూపాయలు క్షణం కూడా ఆలోచించకుండా ఛారిటీలకు పంచేశారు. చిన్నప్పుడే తండ్రిని కోల్పోయి, తల్లి నీడలో చదువుకు కిలోమీటర్ల నడక, ఆకలితో చేసిన సావాసం కల్యాణ సుందరంలో కసిని పెంచాయి. BA తమిళ్ తీసుకున్న ఒకే ఒక్క వ్యక్తి. మారమని అడిగినా లేదు తాను అదే చేస్తానని చెప్పిన మొండిఘటం. లిటరేచర్‌లో మాస్టర్ డిగ్రీ, లైబ్రరీ సైన్స్ లో గోల్డ్ మెడలిస్ట్. లైబ్రేరియన్ గా జీవితం మొదలు పెట్టారు. మొదటి నెల నుండే జీతం విరాళంగా ఇవ్వడం మొదలుపెట్టి ఉద్యోగం అయ్యాక ఒక హోటల్ లో సర్వర్ గా పనిచేసేవారు. ఆ డబ్బులో కూడా వారి అవసరానికి మించింది దానం చేసేవారు. ఇలా ప్రతీ రూపాయి అవసరంలో ఉన్న వారికి సాయమిస్తూ సాగిన వారి జీవితం గురించి వింటుంటే రోమాలు నిక్కబొడుచుకోక తప్పదు.

కేంద్ర ప్రభుత్వం నుండి బెస్ట్ లైబ్రేరియన్ అవార్డును పొందారు. అమెరికా "మ్యాన్ ఆఫ్ ద మిలీనియం" అవార్డుతో సత్కరించింది. కేంబ్రిడ్జి ద ఇంటర్నేషనల్ బయోగ్రాఫికల్ సెంటర్ సంస్థ ప్రపంచంలో అత్యంత ఉదాత్తమైన వ్యక్తిగా గుర్తించారు. ఐక్యరాజ్య సమితి 20వ శతాబ్దపు విశిష్ట వ్యక్తుల్లో వారొకరని కీర్తించింది. ప్రపంచపు పది ఉత్తమ లైబ్రేరియన్లలో వారు స్థానం పొందారు. ఇంతటి వారి ఘనతకు కారణం వారిపై ప్రభావం చూపని డబ్బు.

1. అత్యాశ /దురాశ లకు లోనవ్వకు.
2. నువ్వెంత సంపాదించిన అందులో పదవవంతు అవసరంలో ఉన్న వారికి సాయంగా అందించు.
3. ప్రతిరోజు ప్రాణంతో ఉన్న ఒక్క జీవానికి సాయం చెయ్యి. నువ్వెప్పుడూ సంతోషంగా వుండగలవు.

ఈ మూడు కళ్యాణసుందరం గారిని ప్రభావితం చేసినవి. ఇవి వారి అమ్మగారు నేర్పినవి. కడవరకు పాటించినవి కూడా. అందుకే 14 ఏళ్ళకే సాయం చేయడం అలవరచుకున్నారు. జీవితాంతం సాయం చేయడంలోని సంతోషపు రుచిని చవిచూసారు. ఒక సందర్భంలో వారు ఆత్మహత్యకు పాల్పడ్డారు. దానికి కారణం పీలగా వుండే వారి గొంతు, ఆ గొంతు వల్ల యూనివర్సిటీలో తోటి విద్యార్థులు హేళన చేసేవారు. కానీ అదే గొంతు నేడు "వాయిస్ ఆఫ్ హ్యూమానిటీ" గా గుర్తింపు పొందింది. ఆత్మస్థైర్యం మాత్రమే అన్నిటికీ సమాధానం అనేదే కల్యాణ సుందరం గారి జీవితం. ఇంతటి మహోనీయ వ్యక్తిత్వం గల వారిని సూపర్ స్టార్ రజనీకాంత్ గారు తండ్రిగా దత్తత తీసుకున్నారు.

చేసే మంచి కన్నా ఎందుకు మంచి చేస్తున్నాడు అనే ప్రశ్న ఎక్కువగా మెదిలే మనుషులు మన చుట్టూ వుంటారు. అవినీతి రాజకీయ నాయకులను, లంచగొండి అధికారులను ప్రశ్నించలేని ఎన్నో గొంతులు ఒక సామాన్యుడు సమాజహితం కోసం కృషి చేస్తుంటే

వంకర ప్రశ్నలు వేస్తూ ఏదొక రకంగా వ్యక్తులను వక్రీకరించడానికి మాత్రం పోటెత్తుతాయి. ఒకచోట అన్యాయం జరిగితే అది తప్పని చెప్పాల్సిన మేధావులు ఆ తప్పును సమర్థించే కారణాలు వెతుకుతూ చేసే వాదనలు చూస్తుంటాం. తెల్లకాగితం పై నల్ల చుక్కని మాత్రమే చూసే చూపులు కళ్యాణసుందరం గారి వ్యక్తిగత విషయాలపై కూడా విమర్శలు చేసి నవ్వుకున్నారు. ఇలా సమాజం కోసం మంచి చేసే క్రమంలో ఎన్నో సంఘర్షణలు, అయినా ఎవరిపై కోపాన్ని, ద్వేషాన్ని ప్రదర్శించక వారు అనుకున్న సిద్ధాంతంతో, ఆచరణతో సాగి నేడు ప్రపంచమే ఆచరించాల్సిన జీవన విధానం పాలం కల్యాణ సుందరంగా ప్రసిద్ధికెక్కారు. ఒకరి రూపం పై కాసేపు వెక్కిరించి, జోకులు వేసి నవ్వుకుంటే ఆ భారమైన క్షణాలు బాధించబడ్డ వారి జీవితాంతం గుర్తుండి పోతాయి. గొప్ప వారు అయ్యాక గౌరవించడం కన్నా ప్రతీ ఒక్కరినీ గౌరవించే లాగా బ్రతుకుదాం అనే కళ్యాణసుందరం గారి సిద్ధాంతాలు ఎంతో ప్రశంసనీయమైనవి.

సమాజంతో కుటుంబ బంధాన్ని ఏర్పరచుకున్న అతికొద్ది మంది మహనీయుల్లో ఒకరు. సమాజ హితం కోసం పెళ్ళిని త్యాగం చేసిన మహనీయుడు. వివాహం సామాజిక బాధ్యతలను మరచేలా చేస్తుంది. బంధాల భారంలో సమాజానికి అనుకున్నది చేయలేము. అందుకే సమాజంతోనే వారి బంధాన్ని ముడివేసుకున్నారు. ఓ వాజపేయి, కలాం, కల్యాణ సుందరం సామాజిక సాంకేతిక సేవారంగాలలో సమాజంతో బంధం కలుపుకున్నవారు. జ్ఞానం అంటే పంచేది, సాయం అంటే అందించేది, దానం అంటే ప్రతిఫలం ఆశించనిది. ప్రతిఫలాపేక్షతో చేసేది వ్యాపారమవుతుంది కానీ సేవ, సాయం, దానం కింద రావు. నిజానికి నేడు ఎందరో వ్యాపారం మాత్రమే చేస్తూ సేవని మరిచారు కొందరైతే అదే సేవ అన్న భ్రమలో బ్రతికేస్తున్నారు. అందుకే పాలం కల్యాణ సుందరం ఈ భూమ్మీదే అత్యంత ధనవంతుడు, Man of the Millennium..*

"

జ్ఞానం అంటే పంచేది, సాయం అంటే అందించేది,
దానం అంటే ప్రతిఫలం ఆశించనిది.

"

మన హీరోలు – *untold stories*

12

కథకుడు

గోపిని కరుణాకర్

"జోరువానలో, ఎముకలు కొరికే చలిలో బురద పరదాను
వెచ్చగా కప్పుకుని ఆస్వాదించే వాడే రచయిత"

కళ్ళతో చూసింది, కథనంగా కదిలి కలంతో రాస్తూ రాతల్లో సామాజిక అంశాలను చూయించగలిగినోడే రాతగాడు. ఈ రాతల్లో తెరలుతెరలుగా కవి రచయిత కథకుడంటూ మారే రూపాలెన్నో. కాసుల కోసం కలాన్ని భజనతో నింపే వర్గం ఓ వైపు, కలాన్ని కాలానికి అనుకూలంగా కళ్ళముందు కనిపించే అంశాలతో నింపే వర్గం ఓ వైపు. రెండూ ఒకే నాణెపు ముందువెనుకలు. వైవిధ్యాన్ని జీర్ణించుకుంటే నీ చూపు కోణం మారుతుంది. పదార్థపు రుచి వెనుక ఎన్నో చేతుల శ్రమ ఉందనే సంగతి మతిలో గుర్తొస్తుంది. ఆ బుర్రలో వచ్చిన జ్ఞాపకం ఎన్ని ఏళ్ళు గడిచినా మారదు. ఓ రోజు అక్షర రూపానికి నాంది అవుతుంది. అనంత విశ్వంలో ఎన్నో భావనలకు అక్షరం రూపం, ఆ అక్షరం ఎంచుకున్న అరుదైన లక్షణం గోపిని కరుణాకర్.

తిరుమల కొండపై అన్నమయ్య తరువాత ఏడుకొండల వాడిని వేడుకొనిన, గోము చేసిన, గొడవపడిన, లాలించిన, నిందించిన, సూర్యోదయ సూర్యాస్తమయాలు స్వాములోరి కనుసన్నల్లో వుండే తిరుమలలో పద్మావతీ సమేత వెంకన్న సంచరించే మాడ వీధుల్లో పుట్టిన అలనాటి అన్నమాచార్య మరోపుట్టుకే ఈ కరుణాకరుడు. కథల్లో జీవం ఉండి వెంటాడుతూ కదిలించి జీవితంలో భాగమవుతాయి. కదిలించే రచనలు అతి కొద్ది మందికే సొంతం, అటువంటి కథకుల్లో నేటితరపు నాయకుడు గోపిని.

మాడ వీధుల్లో పుట్టి, కమ్యూనిస్టయిన తాత నుండి, పేపర్ గర్ల్ గా పనిచేసిన అమ్మ నుండి పొందిన సాహిత్య ఫలాలు ఎన్నో. అమ్మ బాగా చదివేవారు, అన్ని రకాల పేపర్లు, చందమామ, బాలమిత్ర వంటి పుస్తకాలు అందుబాటులో ఉండేవి. ఎనిమిదవ

తరగతిలోనే యద్దనపూడి సులోచనారాణి ప్రేరణతో ప్రేమే జీవితం అనే 250 పేజీల నవలను ఆంధ్రభూమి సచిత్ర వారపత్రికలో రాయడం మొదలుబెట్టారు కరుణాకర్. 14ఏళ్ళ వయసులో ఒక కవితల పోటీకి రాసిన కవితకు ఉద్ధండులను దాటి మొదటి స్థానంలో నిలిచి నూట పదహారు రూపాయల నగదు బహుమతి, శాలువా సన్మానంతో పాటుగా రెండు పుస్తకాలు బహుకరించారు. అవే శ్రీశ్రీ మహాప్రస్థానం, బాలగంగాధర్ తిలక్ రాసిన అమృతం కురిసిన రాత్రి. శ్రీశ్రీ కవిత్వం ఆకర్షించింది కానీ తిలక్ కవిత్వం ఇంకా ఆకట్టుకుంది.

పీలేరు లైబ్రరీ సాహిత్య జీవితానికి మొదటి అడుగు. తిరుమలలో సాఫీగా సాగిన జీవితంలో కరువు, కమ్యూనిజ భావజాలంతో నాన్న నిరాడంబరత వల్ల చదువుతో పాటు పని చెయ్యాల్సిన పరిస్థితి వచ్చింది. బట్టల షాపులో పనిచేయడం, పాలు పోయడం, థియేటర్ లో బుకింగ్ క్లర్క్ గా చేరడం అనేక అనుభవాలతో కష్టాలు, కన్నీళ్ళు, దరిద్రం, ఆకలి మంటలతో రచయితకు కావాల్సిన ప్రథమ శిక్షణా కాలం నడిచింది. ఎన్నో కథలు వెనక్కి వచ్చాక ఆంధ్రప్రభలో 'వొంగిన మొక్క' మొదటి కథగా ప్రచురితమయ్యింది.

సినిమాల మీద మక్కువతో నాటకాలు రాయడం మొదలుపెట్టారు. 'మార్పు' అనే నాటకానికి నటుడిగా, దర్శకునిగా కళాతపస్వి విశ్వనాథ్ గారి కరతాళ ధ్వనులతో పాటు వారి చేతుల మీదుగా బహుమతి పొందారు. థియేటర్లో బుకింగ్ క్లర్క్ గా పని చేస్తూనే భారతీరాజా గారి దగ్గర అసిస్టెంట్ డైరెక్టర్ గా చేరారు. తరువాత దర్శకుడు గా అవ్వాలనే సంకల్పంతో భాగ్యనగరానికి బయలెల్లారు. సినిమా ప్రయత్నాలలో భాగంగానే సాహిత్యంలో కవులు, రచయితలతో గొప్ప పరిచయాలు ఏర్పడ్డాయి. తెలుగు సాహిత్యంలో మైలురాయిగా నిలిచిన 'దుత్తలో చందమామ' కథకు జాతీయ అవార్డు అందుకున్నారు. తరువాత వచ్చిన కానుగపూల వాన, బారతం బొమ్మలు సరికొత్త ఒరవడికి, గోపిని ప్రయాణానికి సాహిత్యపు మెట్లు. ఏ రంగమైన ఒకింత రాజకీయ ప్రభావం ఉంటుంది. దీపాలు చెప్పిన కథలకు అదే అడ్డయింది. ఆంధ్రజ్యోతి పునఃప్రారంభం తరువాత నవ్యలో అవే 'దీపం చెప్పిన కథలు'గా వెతుక్కుంటూ వచ్చాయి. సాక్షి సండేకి రాసిన 'మా తిరుమల కొండ కథలు' ఒక ప్రభంజనమనే చెప్పాలి. తన బాల్యపు గుర్తులతో, ప్రత్యేకంగా తిరుమల మాడ వీధుల్లోని విశేషాలను ఎవ్వరు రాయని, ఎవరికీ తెలియని అనేక అంశాలను రచయితగా ప్రపంచం ముందర ఉంచారు. అవి చదివిన చిత్రకళా దైవం బాపు స్వయంగా పుస్తకానికి ముఖచిత్రాన్ని గీసి ఇచ్చారు. ఆంధ్రప్రదేశ్ ప్రభుత్వం నుండి తెలుగు భాషా దినోత్సవం రోజున గిడుగు వెంకటరామ్మూర్తి పురస్కారాన్ని అందుకున్నారు.

సినిమా మీద ప్రేమతో మక్కువతో తపనతో మొదలైన రచయిత ప్రయాణం సాహిత్యంలో సైతం చిరస్మరణీయంగా సాగింది. కానీ గొప్ప రచయితల వెనుక జర్నలిస్టు, టీచర్,

మరేదైనా ఉద్యోగ మద్దతు ఉండేది. కానీ గోపిని వెనుక ఊగిసలాడే సినిమా ఉంది. కానీ కాలం తనను అనేకసార్లు ఆదుకుంది. మొదటగా సినిమా రివ్యూలతో మొదలైన వెన్నెల కాలమ్ లో రాసేందుకు అవకాశం రావడం, ఆ అవకాశమే అసిస్టెంట్ డైరెక్టర్ గా అవకాశాన్ని తెచ్చిపెట్టింది. ఆర్థికంగా నిలబడే ధైర్యం సినిమా ఇచ్చింది. దర్శకత్వంలో హేమా హేమీలతో పనిచేసే అవకాశం, నేటితరం వారితో కలిసి పనిచేసే అనుభవాలన్నింటితో ఒకవైపు సాహిత్యం, మరోవైపు సినిమా సాగుతున్నాయి. ఇంతలో లాక్డౌన్ బెంబేలు, సినిమా కుదేలయింది. థియేటర్లు మూతబడ్డాయి మరలా తెరుచుకుంటాయో లేదో కూడా తెలియదు. డిప్రెషన్ ఆవరించింది అందులోంచి పుట్టిందే 'బాలాజీ టాకీస్' థియేటర్ దాని చుట్టూ ముడిపడ్డ రోజువారీ జీవితాలు, కొత్త సినిమా కోలాహలం ఇలా కాలంలో కలిసిపోతున్న జ్ఞాపకాలకు స్థానాన్ని పదిలం చేశారు.

తిరుమలలోని అనేక విషయాలను తిరుపతి నుండి, అన్ని సామాజిక వర్గాల నుండి, అనేక వృత్తుల నిమిత్తం పూజ నుండి, తోరణాలు, తలనీలాల నుండి పూటకూళ్ళ వరకు అంతా కొండపైకి చేర్చి ఓ ఊరు నిర్మితమైంది. అదే 'ఉందూరోళ్ళ కథలు'. వంద సంవత్సరాల్లో తిరుపతి విశేషాలన్నీ అందులో ఉంటాయి. నామాల స్వామిని నాయనగా అలివేలి మంగమ్మను అమ్మగా తలుస్తూ అన్నమయ్య వేల సంకీర్తనల సంతోషం ఒక్క కరణ్ గోపినికే దక్కింది. మాయమైన నాలుగు వీధుల్లోని కథనాలు కదిలే జీవనాల్లో ప్రాణం పోసుకున్నాయి. అందుకే మాల్గుడి కథలు, అమరావతి కథలు, రమణ కథల సరసన చేరి నిలిచింది.

తెలుగు సినిమా స్వర్ణయుగం, క్యూలలో వెళ్ళి టికెట్స్ కోసం కొట్లాడి ఒక్క టికెట్ కోసం, అభిమాన హీరో సినిమా కోసం వేచి చూసిన ఆ కాలం ఒకటి బాలాజీ టాకీస్ లో అలా నిలిచింది. సినిమాని అమ్మగా తలచి సినిమా లేకుంటే తనలోని రచయిత లేడంటూ సినిమానే తన వృత్తిగా ఎంచుకున్న అరుదైన వ్యక్తి. సినిమా చిత్రాల్లో తనదంటూ ప్రత్యేకమైన ముద్ర వేయడానికి త్వరలో దర్శకునిగా వస్తున్నారు. భావోద్వేగాలతో నిండిన గొప్ప పాత్రల కథనాలతో ప్రయాణించే నవయుగ కథకుడు. *

"

ప్రణాళికలు అన్నీ విధికి తలవంచుతాయి.
కానీ మనోధైర్యం మాత్రం ముందుకు నడిపిస్తుంది

"

మన హీరోలు – *untold stories*

13

వెలుగురేఖ

ఖలీల్ బాబు

"ఆకలితో ఉన్న వాడికి పట్టెడన్నం పెట్టడమే భగవంతుడికి చేసే సేవ"

దైవాంశ సంభూతుడిగా కొలవబడే తండ్రికి తనయుడిగా ఉండి, స్వశక్తితో సేవా మార్గాన్ని ఎంచుకునేదెవరు..? రాజ్యాన్ని పాలించే వారికన్నా రాజ్యాన్ని కాపాడుతూ కంచుకోటలాగా నిలబడే ధైర్యం ఎందరికుంటుంది ? అటువంటి అరుదైన వ్యక్తిత్వమే ఖలీల్ బాబు. ఒకరు చెప్తేనో, మరొకరు అడిగితేనో చేసే సాయం ఒక తీరైతే సమస్య మూలం గ్రహించి ఆ మాట తీరులోనే భోజనం తిన్నారా లేదా గమనించి కడుపునిండా బిర్యానీ పెట్టి పంపించే తత్వం వారి సేవా/ఆధ్యాత్మిక మార్గంలోనే ఉంది. భక్తి సామాజిక స్పృహ కలిగించాలి. సాయం ఎప్పుడూ సరైన సమయంలో సరైన చోట జరగాలి. ఆకలితో చేరిన వారు ఖాళీ కడుపుతో అక్కడ నుండి వెళ్లకూడదనే ఆశయమే ఖలీల్ బాబు.

మానవత్వమే నా మతమంటూ సాగే ఖలీల్ బాబు గారి కలల రూపం విజయనగరం లోని వెలుగురేఖ వృద్ధాశ్రమం. ఏ నీడ లేని వారిని అక్కున చేర్చుకుని వారే అంతా అయ్యి చూసుకుంటున్నారు. ఆ ఇంట్లో పొయ్యి ఎప్పుడూ వెలుగుతూనే ఉంటుంది. ప్రకృతి మీద కూడా చక్కని ప్రేమగల వ్యక్తి అవ్వడం మూలాన ATK అనే పేరుతో మట్టి పాత్రలు, కుండలు, వస్తువుల తయారీ పరిశ్రమ పెట్టి దాని నుండి వచ్చే ఆదాయాన్ని సేవాకార్యక్రమాలకు ఉపయోగిస్తారు. ఆ మట్టిపాత్రల సంస్థలో మహిళలకు పని కల్పించి వారికి ఉపాధినిస్తున్నారు. కోవిడ్ సమయంలో పేదవారి ఇళ్ళ దగ్గరకు భోజనం కూడా అందించారు.

మనుషులతో పాటు మొక్కలు, పక్షులు, మూగజీవాల కలయికే ప్రకృతి. ఈ ప్రకృతిని కాపాడుకోవడమే మనందరి కర్తవ్యమంటూ సామాజిక బాధ్యత చూపుతారు. కొందరి విద్యార్థుల విద్య, భోజన బాధ్యతలు పూర్తిగా వారే స్వయంగా చూస్తున్నారు. ఖలీల్

బాబు గారు చక్కని పాఠకులు. అలాగే ఖాదర్ వలి బాబా గారి చరిత్రను 'జగత్ జ్యోతి' అనే పేరుతో ఒక గ్రంథాన్ని రచించారు. మనిషికి మనిషి చేసే సాయమే భక్తి, ఆ మార్గమే దైవసేవ. మన ముందు ఆపదలో ఉన్న వ్యక్తికి సాయం అందించడంలో భగవంతుడి సేవ దాగుంటుందంటారు. సాటి మనిషిని చూసి స్పందించే గుణమే అసలైన వ్యక్తిత్వం, అందుకే మానవత్వమే నా మతమనే ఖలీల్ బాబు గారిని చూస్తే గౌరవం అమాంతం కలుగుతుంది. మన కుటుంబ సభ్యులనే భావన ప్రతిఒక్కరిలో కలుగుతుంది.

ఎంతటి ధనం దానమిచ్చినా కలగని సంతృప్తి ఆకలితో ఉన్న వ్యక్తి కడుపు నింపితే కలుగుతుంది. నిలువెత్తు బంగారాన్ని ఇచ్చినా ఆశపడే మనిషి నాలుగు ముద్దలు కడుపు నిండాక పదార్థం ఎంత రుచిగా ఉన్నా చాలనే అంటారు. దేవుడికి నిలువెత్తు వజ్రాల తొడుగు కన్నా బీద వాడికి ఇచ్చే నేత బట్టల్లో భగవంతుడు మెచ్చే భక్తితత్వం ఉంటుంది. సర్వమత సారాల అవపోసన మొత్తం ఆకలి చుట్టూనే ఉంది. మందిరం గడప దగ్గర ఆకలితో బిచ్చమెత్తు వాడి బాగోగులు పట్టని భగవంతుడు అక్కడ లేడనే కదా.. బోధనలు చెప్పే వారి కన్నా వాటిని ఆచరించే వారు అరుదు. అందుకే విజయనగరం బాబామెట్ట దగ్గర ఆ ద్వారంలో ఆకలితో చేయి చాచే వారుండరు. అడిగితే కానీ అమ్మైనా పెట్టదంటారు. ఇక్కడ అడగడానికి ముందే అన్నీ అర్థం చేసుకుని విందు భోజనంతో విస్తరి వేస్తారు ఖలీల్ బాబు.

భారమని రోడ్డుపై వదిలివేయబడిన వృద్ధులకు వారొక ఆశ్రయం. అటువంటి వారెందరో వారి వెలుగు వృద్ధాశ్రమంలో ఆశ్రయం పొందారు. వృద్ధులకు ఉచిత ఆరోగ్య సేవలు, కంటి సంబంధిత చికిత్సలు, రక్తదాన శిబిర నిర్వహణ, ఉత్తమస్థాయిలో మార్కులు సాధించిన పది మరియు ఇంటర్ విద్యార్థులకు నగదు బహుమతులు వంటి అనేక సామాజిక కార్యక్రమాలు నిత్యం నిర్వహిస్తూ ఆధ్యాత్మిక సేవా మార్గంలో సాగుతున్న మంచి మనిషి ఖలీల్ బాబు గారు. *

14

యోధురాలు

మగ్బుల్ జాన్

"బలవంతుడికి ఎదురు నిలిచి పోరాడటమే విజయం".

సమస్య ఏంటీ, ఎదురు ఉన్నది ఎంతటి బలం అనే ఆలోచనలేవీ దరిచేరనీయకుండా దేన్నైనా ఎదిరించి బిడ్డల కోసం నిలబడి పోరాడేదే పేగుబంధం. అవును తొలి పోరాటం తల్లే నేర్పుతుంది. శత్రువు ఎంతటి బలశాలి అయినా బిడ్డల కోసం రయ్యిన రంగంలోకి దూకే యోధురాలు తల్లిగాక మరెవరు. అందుకేనేమో తల్లిని మించిన యోధురాలు ఈ లోకంలో లేరనేది. అమ్మంటే రెండక్షరాలే కాదు, బిడ్డల నిండైన జీవితం. జన్మనిచ్చే క్రమంలో మరుజన్మెత్తి ఈ ప్రపంచానికి పరిచయం చేసిన తొలిబంధం, వేలుపట్టి తొలి అడుగు వేయించి, బిడ్డల నవ్వులు, ఎదుగుదల చూసి తన కష్టాన్ని మర్చిపోయి మురిసిపోయేదే తల్లి. బిడ్డల ఆశలు, ఆశయాల కోసం అహర్నిశలు శ్రమిస్తూ , దేశం కాని దేశంలో ఎన్నో ఇబ్బందులు పడుతున్న తన బిడ్డలాంటి ఎందరి బిడ్డల కోసమో ముందుకొచ్చి ప్రాణాలను సైతం లెక్కచేయకుండా అలుపెరుగని పోరాటం చేస్తున్న యోధురాలే మగ్బుల్ జాన్ గారు.

మధ్యతరగతి వారు ఉన్నత విద్య అభ్యసించడమే చాలా గొప్ప. అలాంటిది వైద్య విద్య అంటే కోట్లలో మాటలు. కానీ తన కూతురుని డాక్టర్ చెయ్యాలి. పేదవారికి సాయం చెయ్యాలి. వ్యక్తిగత పరిచయంతో చుట్టూ ఉండే పిల్లలకు పుస్తకాలు, చిన్న చిన్న అవసరాలు తీరుస్తూ మానవత్వం చాటుకునే కుటుంబం, వైద్యం రూపంలో జరిగే దోపిడీకి వ్యతిరేకంగా పేద వారికి వైద్యం అందాలనే సంకల్పంతో హిందూపూర్ కి చెందిన ఓ తల్లిదండ్రులు కలలు కన్నారు. అధిక ఫీజులు కట్టలేక, పెద్దస్థాయి వ్యక్తులను కలిసినా ప్రయోజనం లేక వైద్య విద్య కోసం విదేశం పంపారు. ఇక్కడితో పోలిస్తే అక్కడ చాలా చౌక, అలాగే ప్రభుత్వం నుండి వచ్చే స్కాలర్ షిప్ ని నమ్ముకుని కొంత వారు భరిస్తే, మరికొంత ప్రభుత్వం నుండి విదేశీ విద్యా స్కాలర్ షిప్ రూపంలో వస్తుందని.

కాస్త ఓపికబడితే డాక్టర్ అయ్యి తిరిగి దేశం వస్తుంది. కానీ కరోనా కారణంగా ఉన్న చిన్న షాప్ కాస్తా నష్టాల్లోకి వచ్చింది, కొడుక్కి యాక్సిడెంట్ జరిగింది, ప్రభుత్వం రెండేళ్ళు దాటినా ఇప్పటికీ పైసా కూడా ఇవ్వలేదు. నిమ్మకు నీరెత్తినట్లు వారికేమి పట్టనట్టు తమాషా చూస్తోంది యంత్రాంగమంతా.

కూతురు విదేశంలో ఒంటరిగా ఉంది. ఫీజు కట్టకుంటే బయటకు గెంటేస్తారు. అప్పటికే ఆలస్యం, చేతుల్లో డబ్బులు లేవు, ఇల్లు తనఖా పెట్టి అప్పు తీసుకుందామంటే మున్సిపల్ అధికారులు అనుమతించలేదు, బ్యాంకులు లోన్ ఇవ్వలేదు, బయట అన్ని లక్షల రూపాయలు అప్పు ముట్టడం లేదు. ఏ దారీ లేదు ఉన్నది ఒక్కటే ప్రభుత్వం ఇచ్చే స్కాలర్ షిప్, అదొక్కటే ముందున్న మార్గం. ఫిలిప్పీన్స్ లో చదువుతున్న మగ్బుల్ జాన్ గారి కూతురు రూబియా ఖానమ్ ని హాస్టల్ నుండి బయటకు పంపారు, సెల్లార్ లో తలదాచుకుంది. కాలకృత్యాలు తీర్చుకోవాలన్నా దిక్కుతోచని పరిస్థితి. బిడ్డ కష్టం చూసి తల్లి చలించి పోయింది. గత్యంతరం లేదు ఎమ్మెల్యే, ఎమ్మెల్సీ, ఎంపీ, కలెక్టర్, డిప్యూటీ సీఎం అందరినీ కలిశారు. కొన్నిచోట్ల అవమానాలు, చదివించలేనప్పుడు ఎందుకు పంపావంటూ, ఇల్లు అమ్మేసి కట్టుకోపో, రేపు మా పీఏ ని కలువంటూ వినతిపత్రం చూసింది కూడా లేదు కొందరైతే. దేవుడు వరమివ్వాలి అంటే పూజారి అడ్డు అన్నట్లు పీఏ ని కలవడానికే పూటలు పూటలు వేచివుంటే, ఎప్పటికో ప్రత్యక్ష మయిన అయ్యవార్లు అనే మాటలు, వెకిలిగా నవ్వే నవ్వులు ఆమెను ఎంతగా బాధించాయో మాటల్లో చెప్పలేం. దేశంకాని దేశంలో కన్నబిడ్డ బాధలు, ఒకవైపు ఫీజు కట్టకుంటే వీసా రద్దుచేసి జైలుకి పంపుతాం అని కన్సలైన్సీ బెదిరింపులు, గోడు వినని ప్రభుత్వ ప్రతినిధులు.

ఇది ఒక్క మగ్బుల్ జాన్ గారి గాథ మాత్రమే కాదు. ఇలాగ కొత్త ప్రభుత్వం వచ్చాక ఈ విదేశీ విద్యా ఉపకార వేతనం రాకపోవడం వల్ల ఇబ్బంది పడే విద్యార్థుల సంఖ్య మూడు వందలపైనే ఉంది.లక్షలాది రూపాయలు అప్పుచేసి పంపారు, ఆర్థిక ఇబ్బందులతో సతమతమవుతున్నారు. కొత్త ప్రభుత్వం ఈ పథకాన్ని పట్టించుకోవడం లేదని, అక్కడ విద్యార్థులకు ఫీజులు కట్టలేదని కాలేజ్ యాజమాన్యాలు సరైన వసతి, ఆహారం ఇవ్వకుండ ఇబ్బంది పెడుతున్నాయని గౌరవ ప్రభుత్వ సలహాదారు గారిని కలిస్తే పథకాన్ని కొనసాగిస్తామని మాట ఇచ్చారు కానీ ఏ మాత్రం అమలు అయ్యింది లేదు.

తల్లిగా ఎవరికి ఈ బాధ చెప్పుకోవాలి, ఎలా ఫీజు కట్టాలి, ఎందుకు ప్రజా ప్రతినిధులు తమ గోడు పట్టించుకోవడం లేదంటూ ప్రభుత్వం స్పందించాలని ఆమరణ నిరాహారదీక్ష చేపట్టారు. మూడు రోజులకు దీక్ష భగ్నం చేశారు. ప్రయోజనం ఏమి లేదు, ఎవరూ స్పందించనూ లేదు. తప్పేది లేదు బిడ్డకు డబ్బు ఏర్పాటు చేయకుంటే ఎలా, అక్కడ పడే బాధలు చెప్పుకునేవి కాదు అందునా ఆడపిల్ల అని బాధతో భార్యాభర్తలిద్దరూ తన బిడ్డకు ఫీజు కట్టేందుకు డబ్బు లేని కారణంగా మగ్బుల్ జాన్

గారు తన కిడ్నీ అమ్ముకునేందుకు అనుమతి కోరారు. అప్పటి అనంతపురం కలెక్టర్ గారు స్పందించి ఈ ఫైల్ ను వెంటనే సీఎం గారికి పంపుతాము అని హామీ ఇచ్చారు. అది కూడా జరిగిపోయింది ఏ మార్పు లేదు. ఇక తప్పని పరిస్థితుల్లో ఒక సీఎం మాత్రమే తమని ఆదుకోగలరని హిందూపూర్ నుండి సచివాలయంకి నిరాహార యాత్ర పేరుతో స్కూటీపై బయల్దేరారు. కష్టం చెప్పుకునేందుకు కూడా అనుమతి లేదని అరెస్ట్ చేశారు. అయినా పోరాడి సచివాలయం చేరితే కనీసం ముఖ్యమంత్రి గారి వరకు చేరే అవకాశం కూడా లభించలేదు.

ప్రభుత్వం న్యాయం చేయాలని చేసే ఏ పోరాటమైనా ప్రభుత్వాన్ని ఏర్పరచిన పార్టీ మీద కాదు, తమకు వచ్చే పథకాన్ని అమలు చేసి తమ బిడ్డలను కాపాడాలని. సాయం చేయమని, రాజు చూపు వారిపై పడితే వారి కష్టం తీరుతుందని మాత్రమే. కానీ మగ్బుల్ జాన్ గారికి వ్యక్తిగత కష్టాలను తెచ్చిపెట్టింది. అక్కడి ఒక రాజకీయ పార్టీ నాయకుడు వారి ఈ పోరాటం విరమించుకోవాలి, లేకుంటే అనేక ఇబ్బందులు ఎదుర్కొంటారని చెప్పడమే గాక, వారికి తిండిపెట్టే షాప్ ఖాళీ చేయించారు. ఒకవైపు కొడుకు యాక్సిడెంట్ జరిగి కోమాలో వున్నాడు, అయినా ఒత్తిడులు తగ్గలేదు, షాప్ ఖాళీ చేయాల్సి వచ్చింది. మగ్బుల్ జాన్ వేరే రాజకీయ పార్టీ అంటూ దుష్ప్రచారం సాగింది. బిడ్డ కోసం చేసే పోరాటంలో అనేక దూషణలు. ఎంతకీ పోరాటం వీడకపోయే సరికి, ఆఖరికి మీ పాప వరకు విడిగా సాయం చేస్తాము, ఉద్యమాన్ని వదిలేయండి అనే మాట. అప్పటికే ఎందరో తల్లిదండ్రులు ఇలా బాధ పడుతున్నారు. ఒక్కొక్కరు ముందుకు వచ్చారు. ఇప్పుడు తప్పుకుంటే తన కూతురు బాగుంటుంది కానీ మిగతా బిడ్డల కష్టం ఎలా..? అప్పుడు మగ్బుల్ జాన్ గారు వారి అమ్మాయితో మాట్లాడారు, ఉద్యమం నుండి తప్పుకుంటే నీకు డబ్బు కడతారు అంట, కానీ ఉద్యమం చేస్తే నీలాంటి చాలా మందికి సాయం అందుతుంది ఏం చెయ్యమంటావని. ఉద్యమం చెయ్యమ్మా నేను ఈ బాధలు కొద్దిరోజులు భరిస్తాను. నాతోపాటు ఇక్కడ నాలాంటి పిల్లలు చాలామంది ఉన్నారని కూతురు చెప్పిన మాట కన్నీరు కారుతున్న ఆమె గుండెకు ఓ బలం అయ్యింది. ఒక్కో విద్యార్థికి 15 లక్షల చొప్పున స్కాలర్ షిప్ ఇచ్చేకంటే 150 కుటుంబాలకు పదివేల లెక్క వేస్తే ఆ ఓట్లన్నీ మావే అవుతాయి. మీ ఒక్క ఓటు కన్నా మాకు అవే ముఖ్యం అనే ఓ నాయకుడి మాటలు తీవ్ర ఆందోళనకు గురిచేశాయి. "విద్య, వైద్యం ప్రాథమిక హక్కులు, ప్రభుత్వం వీటిపై కూడా ఇలా ఆలోచిస్తే ఎలా. రెండేళ్ళ నుండి మండల అధికారి నుండి పదవుల్లో వుండే మంత్రుల దాకా ఒక్క సీఎం మినహాయించి అందరినీ కలిశాము. కానీ మా గోడు పట్టలేదు పట్టకపోగా ఇడుపులపాయలో గౌరవ మాజీ ముఖ్యమంత్రి వైయెస్సార్ గారికి 350 మంది విద్యార్థుల తల్లిదండ్రులం వినతిపత్రం ఇచ్చి పాదయాత్రగా బయల్దేరి గౌరవ ముఖ్యమంత్రి గారికి తమ బిడ్డల విషమ పరిస్థితి గురించి చెప్పుకుందాం అనుకుంటే మధ్యలోనే పోలీస్ వారు అక్రమంగా అదుపులోకి తీసుకున్నారు. ఇక్కడ తల్లిదండ్రులు చనిపోయిన అక్కడ నుండి పిల్లలు రాలేని పరిస్థితి.

ఉన్న పథకం ఎందుకు అమలు చేయరో తెలియదు. మా పరిస్థితి రామాయణంలో ఉడతలాగా అయ్యింది. ఏదైనా కష్టమొస్తే ప్రభుత్వాన్ని ఆశ్రయిస్తాం. ప్రభుత్వమే ఇలా ప్రవర్తిస్తే మా గోడు వినే నాథుడు ఎవరు..?"

ఇప్పుడు అలాంటి తల్లిదండ్రులందరినీ ఒకేచోట చేర్చి ముందు నిలబడి ఉద్యమాన్ని నడుపుతున్నారు. ఒక్కసారి ముఖ్యమంత్రి గారిని కలిసి ఈ విషయం తెలియచేస్తే వారికి సత్వర న్యాయం జరుగుతుందనే ప్రగాఢ నమ్మకం వ్యక్తం చేస్తున్నారు. పాదయాత్రతో ప్రజల బాధలు తెలుసుకుని అధికారంలోకి వచ్చిన ముఖ్యమంత్రి గారు తప్పక న్యాయం చేస్తారని ఆశిస్తున్నారు. ఇప్పుడు అనేక ప్రజాసంఘాలతో కలిసి పోరాటం చేస్తూ, ముఖ్యమంత్రి గారికి ఈ విషయం తెలిసేదాక, న్యాయం జరిగేదాక పోరాటంలో వెనకడుగు వేయనని తన బిడ్డలాంటి ఎందరో విదేశాల్లో ఇబ్బంది పడుతుంటే రెండేళ్ళ నుండి చోద్యం చూస్తున్న యంత్రాంగం తీరులో మార్పు వచ్చేదాకా పోరాటం ఆపనని ముందుకు సాగుతున్నారు.

పట్టువిడువని ఉద్యమ తీరుతో ప్రభుత్వ యంత్రాంగంలో మార్పులు మొదలయ్యాయి. సంవత్సరాల వారీగా కొందరు విద్యార్థులకు స్కాలర్ షిప్ లు మంజూరయ్యాయి. ఇది పూర్తిగా మగ్బుల్ జాన్ గారు మరియు వారితో ఉద్యమంలో నడిచిన ప్రజా సంఘాల విజయమంటూనే ఆఖరు విద్యార్థి వరకు అందరికీ ఉపకార వేతనం అందేవరకు ఉద్యమిస్తూనే వుంటానంటున్నారీ యోధురాలు. తల్లి తన బిడ్డ కోసం ఉద్యమిస్తుంటే ఎన్నో విపత్కర పరిస్థితుల్లో సైతం చక్కని మెరిట్ తో చదువును కొనసాగిస్తున్న కూతురి తీరొక ఊరట. *

15

వైఫ్ ఆఫ్ సిద్ధార్థ

మాళవిక హెగ్డే

"ఓటమితో కృంగితే పూచికపుల్ల కూడా భయపెడుతోంది,
తెగించి బరిలో నిలిస్తే మనోధైర్యమే మార్గం చూపుతుంది".

కాఫీ పరిమళాలు నాసికా రంధ్రాలు తాకుతూ గొంతులోకి ఓ గుక్క దిగితే గజిబిజిలో కూడా బుర్ర పరుగులు పెడుతుంది. ఎంత ఒత్తిడిలో ఉన్నా కాఫీ మాయ మనసుని తేలిక పరుస్తుంది. కాఫీ గింజలు కనిపించని ఉల్లాస గుళికలు. ఈ సూత్రం తెలుసు కాబట్టే కేఫ్ కాఫీ డే ప్రత్యేక ఆకర్షణగా నిలిచింది. సిద్ధార్థ కలల ప్రపంచం కాఫీ పరిమళాల వేదికలు ప్రపంచానికి నాణ్యమైన కాఫీని ఇస్తూ వేల మంది ఉద్యోగులకు ఆసరాగా, వేల ఎకరాల్లో కాఫీ గింజల సాగు, వేర్వేరు వాటిల్లో లాభాల ఇన్వెస్ట్, వేల ఔట్లెట్స్ ఇలా కాఫీ సామ్రాజ్యాన్ని సిద్ధార్థ ఏలుతున్నారు.

తానొకటి తలిస్తే దైవం మరొకటి తలుస్తుందని క్రమేపీ వ్యాపారం మందకొడిగా సాగింది. ఉద్యోగుల జీతాల కోసం బ్యాంకులు, స్నేహితుల నుండి వేల కోట్ల అప్పుల్లో మునిగిపోయారు. అనుకోని పరిస్థితుల్లో అనుమానాస్పద రీతిలో ఓ నదిలో నిర్జీవంగా తేలారు. స్నేహితులను మోసం చేయలేక, బ్యాంకులకు డబ్బు ఎగగొట్టలేక ఏం చెయ్యాలో పాలుపోక మోసం చెయ్యలేక విగత జీవిగా మారారని కథనాలు.

ఉద్యోగులు జీతాల కోసం ఒకవైపు ధర్నాలు, బ్యాంకులు, స్నేహితులు అప్పుగా ఇచ్చిన డబ్బుల కోసం పడిగాపులు, నష్టాల్లోని వ్యాపారం, అవకాశం కోసం చూస్తూ దెప్పి పొడిచే బోర్డ్ మెంబెర్స్ ఇన్నిటి మధ్య సిద్ధార్థ మరణంతో ఈ కాఫీ సామ్రాజ్యం అంతరించిందనుకున్నారు. అప్పుడే ఏడ్చి అలసిన కళ్ళతో, బండెడు బాధని దిగమింగి, సుకుమారిగా పెరిగిన ఆమె వీరనారిగా మారి చేజారిపోతున్న సామ్రాజ్యాన్ని ఒడిసి పగ్గాలను చేపట్టారు. ప్రాణంలో ప్రాణమైన భర్తని కోల్పోయిన బాధ ఒకవైపు, భర్తకు ప్రాణమైన కాఫీ వ్యాపారం ఒకవైపు, ఏ మాత్రం అనుభవంలేని రంగంలో అడుగు,

ఏ మద్దతు లేని చోట తన భర్త తరువాత ఆ కంపెనీ సీఈఓ గా బాధ్యతలు. మాజీ సీఎం, కేంద్రమంత్రి కూతురిగా, సిద్ధార్థ ప్రేమలో మహారాణిలా గడిపిన ఆమె అతిపెద్ద భారాన్ని ధైర్యంగా భుజానికెత్తుకున్నారు. సిద్ధార్థకే సాధ్యం కానిది ఈమె చెయ్యగలదా.. బోర్డ్ సభ్యుల వెక్కిరింపులు, అప్పుల గోలలు, చుట్టూరా ఊబి మాత్రమే. అయినా తను ప్రేమించిన సిద్ధార్థ కలల ప్రపంచం శోకంతో కృంగిపోవడం ఆమె ఉండగా జరగకూడదనుకున్నారు. అప్పటికే జీతాల కోసం ధర్నాకు సిద్ధమైన ఉద్యోగులకు లేఖ రాశారు. 'మీరే నా కుటుంబం మీకు అన్యాయం చెయ్యను నన్ను నమ్మండి' అంటూ.. పెద్ద పెద్ద ఔట్ లెట్స్ ని కొత్తదనానికి అనుకూలంగా స్మాల్ రెస్టారెంట్లగా మార్చారు. నష్టాల్లో ఉన్న ఔట్లెట్స్ తీసేసారు. మూడు నెలలకు ఉద్యోగుల జీతాలు అన్నీ సమకూర్చారు. ఆస్తులన్నీ అమ్మేశారు, కాఫీ డే పెట్టుబడులన్నీ వెనక్కి తీసుకున్నారు. నిజానికి ఆమె వాటా 4.5% మాత్రమే కానీ అది సిద్ధార్థ కలల నిలయం, దాన్ని కూల్చకుండా నిలబెట్టడమే ఆమె లక్ష్యం.

ఎక్కడా తొణకలేదు, ధైర్యం వీడలేదు, భయాన్ని దరిచేరనీయలేదు, ప్రణాళిక, స్పష్టత, పట్టుదల, నమ్మకం మించి భర్తపై ప్రేమ ఇవన్నీ కలిసి మాళవిక హెగ్డే ఒక ప్రభంజనం సృష్టించారు. కరోనా విజృంభణ కూడా తట్టుకుని ఒకటిన్నర సంవత్సరంలో మూడున్నర వేల కోట్ల అప్పు తీర్చారు. తన భర్త కలలను నిజం చేస్తూ, కాఫీ డే ను లాభాల బాటలో కూడా నడిపిస్తానంటూ ఆమె స్థిరంగా వున్నారు.

మాళవిక కానీ సిద్ధార్థ కానీ ఎక్కడా ఇతర కార్పొరేట్ మాయగాళ్ల లాగా ఎగనామం పెట్టి పారిపోవాలి అనుకోలేదు. ఏదొక రాజకీయ పార్టీలో చేరి మెప్పు కోసం ప్రయత్నం చేయలేదు. బ్యాంకులను, స్నేహితులను, ఉద్యోగులను మోసం చేసి చేతులు ఎత్తేయనూ వచ్చు, నిజానికి వారు అలా చెయ్యాలి అనుకుంటే సిద్ధార్థ్ మరణం కానీ మాళవిక ఇంత కష్టం కానీ పడాల్సిన అవసరం లేదు. కానీ ధర్మాన్ని నమ్మారు. ఈరోజు మాళవిక అంటే బ్యాంకులకు నమ్మకం, ఉద్యోగులకు ధైర్యం. పెద్ద పెద్ద సంస్థలు పెట్టుబడులు పెట్టేలాగా ప్రణాళికలు చేస్తున్నారు. భారతదేశంలోని కొన్ని సంస్థలు ముందుకు వచ్చినట్టు కూడా సమాచారం. అంతా బాగుంటే త్వరలో కాఫీ డే లాభాల బాట పట్టొచ్చు. జీవితం అంటే ముందే నువ్వనుకున్నట్లు జరిగేది కాదు, ప్రణాళికలు అన్నీ విధికి తలవంచుతాయి. కానీ మనోధైర్యం మాత్రం కొనసాగుతుంది అదే మాళవికని నిలబెట్టింది. కాస్త తడబడితే కబ్జా చేసే కార్పోరేట్ రాజకీయం ఓ వైపు, బాధలో స్వార్థం వెతుక్కునే రాబందుల గుంపు ఒకవైపు, ఆడదే అనే అలుసు మరో వైపు వీటన్నింటిని ఎదిరించి నిలబడి విధివిధానాలను రాసి శాసిస్తున్నారు మన మాళవిక హెగ్డే. నూటికి తొంభైతొమ్మిది మంది సిద్ధార్థ గెలిచాడు అంటే సరిపోదు నూరు మంది అనాలి, "నేనుండగా సిద్ధార్థ్ ని ఓడిపోనివ్వను" అనే మాట బ్రతుకు భారమని కృంగిన అనేక జీవితాల్లో కాఫీ పరిమళాలు నింపుతుంది. *

16

శక్తివంతమైన మహిళ (ఫోర్బ్స్)

మటిల్డా కులు (ఆశా వర్కర్)

"చేసే పనిలో నిబద్ధత, పని చేసే వ్యక్తిలో బాధ్యత,
అంకితభావం ఉంటే ఉద్యోగమేదైనా సరే కొత్త చరిత్రని లిఖిస్తుంది"

మూఢత్వం, కుల హేళనల నడుమ అవమానాలను ఎదిరించి తన విధిని నిర్వర్తించి ఊరినే మార్చే ఓ ఆశాజ్యోతి. సూరీడు వెలుగు రేఖలు గుమ్మం తాకక మునుపే తన విధి నిర్వహణలో మునిగే ఆశాదీదీ, పొద్దెక్కే సూరీడుకి పోటీగా రెండు చక్రాల సైకిలుపై సవారీ చేస్తూ గ్రామ అజ్ఞానపు చీకట్లు పారద్రోలే ఆరోగ్య కార్యకర్త, ఆశావర్కర్ శ్రీమతి మటిల్డా కులు. ఫోర్బ్స్ పత్రిక ప్రకటించిన శక్తివంతమైన మహిళా జాబితాలో స్థానం సాధించి యావత్తు దేశాన్ని ఆమె సేవాభావంతో, విధి నిర్వహణతో అబ్బురపరిచిందామె. కార్పొరేట్ సిఈఓలు, రాజకీయ నాయకులు, సినీనటులు, క్రీడాకారిణులు స్థానం సంపాదించే శక్తివంతమైన మహిళల స్థానంలో ఒక సామాన్య మహిళ అందునా ఆశావర్కర్ స్థానం సాధించడం సామాన్య విషయం కాదు. ఫోర్బ్స్ ప్రకటించిన ఇరవై మంది మహిళల్లో మూడవ స్థానం మటిల్డా సాధించారు. ఈ ప్రతిష్టాత్మక స్థానం పొందడంలో తన 15 ఏళ్ళ నిర్విరామ నిస్వార్థ కృషి ఉంది.

ఒరిస్సా రాష్ట్రంలోని సుందర్ గడ్ జిల్లాలోని గర్గద్ బహల్ గ్రామానికి ఉన్న ఏకైక ఆశావర్కర్ మటిల్డా కులు. ఆమె నెల జీతం 4500/– రూపాయలు. చేసే ఉద్యోగాన్ని బాధ్యతగా చేస్తే ఎటువంటి పురోగతి సాధించవచ్చో కనులారా నిరూపించిన ప్రతిభావంతురాలు. సాంకేతికత, చదువు, జ్ఞానం పెరుగుతున్నా సరే మనిషి బుద్ధి చాలా చోట్ల కులం, మతం అనే మూఢత్వం దగ్గరే ఆగిపోయింది. దానికి తోడు మూఢనమ్మకాలు నమ్ముతూ చేతులారా అయినోళ్ళ ప్రాణాలు గాల్లో కలుపుతున్న సాంప్రదాయాల నిలయం ఆమె గ్రామం. జ్వరం వస్తే ఆసుపత్రి కన్నా బాణామతి వంటి మూఢ విధానాల దగ్గరకు చేరే జనం. ప్రాణాన్ని నిలబెట్టే ఔషధానికి కులం ఉందా అంటే

దాన్ని వేసే చేతికి ఉందంటూ షెడ్యూలు తెగకి చెందిన మటిల్దాని అనేక అవమానాలకు గురి చేసే మూర్ఖులు ఉన్న ఊరు. ఎన్నో మూర్ఖత్వపు విధానాల, అవమానాల నడుమ ఆమె తన విధులను మాత్రం వీడలేదు.

షుమారు వెయ్యి మంది వుండే ఊరికి ఆమె ఆరోగ్య రక్షణ కంచెలాగా మారారు. గర్భిణులు, బాలింతలు, పసికందుల ఆరోగ్యం, టీకాలు, మందులు అందిస్తూ అలాగే బహిష్టు సమయంలో పాటించాల్సిన శుభ్రత, జాగ్రత్తలను తెలుపుతూ గిరిజన తెగల్లో ప్రభలే గర్భసంచి ఇన్ఫెక్షన్స్ , లైంగిక వ్యాధుల గురించి చెప్పి వాటికి మందులు ఇచ్చేవారు. కోవిడ్ సమయంలో ప్రబలిన మహమ్మారి నుండి తన ఊరిని కాపాడుకుంది. ఆశా వర్కర్లకు సరిగా పిపిఈ కిట్లు లేకున్నా వ్యాధి లక్షణాలు కనిపించిన వారి దగ్గరకు వెళ్ళి మందులు ఇచ్చి జాగ్రత్తలు చెప్పారు. ఇంటింటికీ అదే సైకిలు మీద తిరిగి కోవిడ్ నివారణ చర్యలు తెలియచేశారు. ఏ ప్రజలైతే జ్వరానికి, కాన్పులకు ఆసుపత్రి దగ్గరకు కాకుండా మంత్రగత్తెలను నమ్మేవారో ఆ ఊరిలో గడప గడప తిరిగి మూఢ నమ్మకాలకు వ్యతిరేకంగా ప్రజల్లో చైతన్యం తెచ్చి, తనని కులం పేరుతో అవమానించినా వారి ఆరోగ్యాన్ని కాపాడటం తన బాధ్యతంటూ ఇల్లిల్లు తిరిగి అందరికీ వ్యాక్సిన్ వేయించారు. కోవిడ్ పై టీకాతో ఎదురు తిరిగి తన గ్రామాన్ని కాపాడుకొన్న కోవిడ్ వారియర్.

కులం ఏదని కాదు, జీతం ఎంతని కాదు, ఉద్యోగం ఎంత గొప్పదని కాదు చేసే ఉద్యోగాన్ని సక్రమంగా, క్రమశిక్షణతో అంకితభావంతో నిర్వహిస్తే తక్కువ జీతం వచ్చే చిన్నపాటి ఆశా వర్కర్ చేసిన విధి నిర్వహణకు అలాగే మూఢ విశ్వాసాలకు వ్యతిరేకంగా చేసిన 15 సంవత్సరాల సేవకి గాను పవర్ఫుల్ విమెన్ గా స్థానం పొందారు. సమాజం కోసం స్పందించి బాధ్యతగా పని చేసే శక్తిసామర్థ్యాలు అందరికీ ఉండవు. అవి ఉన్న వారిని ప్రశంసించి గుర్తించడం కూడా యోగ్యమైన వారి లక్షణమే. ఒక ఆశావర్కర్ తన ఉద్యోగాన్ని సక్రమంగా నిర్వహిస్తే జరిగే మహత్తర ప్రతిఫలం చూశాం. దేశవ్యాప్తంగా ఆశా వర్కర్లు చేయగల సామర్థ్యాన్ని చాటారు. ఇంత సేవకి గాను మన ఆశా దీదీకి ప్రభుత్వం నుండి లభించింది రెండువేల ఇన్సెంటివ్ మాత్రమే. ఒరిస్సా ముఖ్యమంత్రి మరియు ఆరోగ్య శాఖా మంత్రి గారు ఆశా దీదీ సేవలను కొనియాడారు. *

17

చెత్తలో విరిసిన చైతన్యం

మాయా ఖోద్వే

"ప్రశ్నించే గొంతుక ఎక్కడున్నా తన ఉనికిని చాటుతుంది"

ఆత్మాభిమానం అనునిత్యం సమాజశ్రేయస్సు కోసం పోరాడితే ప్రయత్నం ఎప్పుడూ వృధాకాదు. మొదట మన ఆలోచనల్లో తిరుగుబాటు జరగాలి అప్పుడే లోకానికి ఇక్కడి సమస్యని చాటిచెప్పగలం. చెత్త ఏరుకోవడమే తక్కువ చూపుకు కారణమైతే ఆ చెత్తని శుభ్రం చేయకుంటే ఇండ్లు, వీధులు, రోడ్లు, ఈ నగరాలు ఆఖరికి భూ గ్రహమే కుళ్ళుకంపు కొడుతూ పర్యావరణం ఒక్కసారిగా అల్లకల్లోలమవుతుంది. కానీ, చెత్త ఏరే వాళ్లంటే మాత్రం ఓ ఏవగింపు, చిన్నచూపు చూసే మనుషుల బుర్రల్లోని అసలైన చెత్తని ఈ లోకానికి తన కెమెరా కన్నుతో చూపిందో మహిళ. పర్యావరణ సమస్యలపై ఐక్యరాజ్య సమితి చర్చలలో ఈ ప్రపంచం వినేలాగా పారిశుధ్య కార్మికులు, చెత్త ఏరుకునే వారు చేస్తున్న సేవని వినిపించారు. ఆమె మహారాష్ట్రలోని నాసిక్ దగ్గర్లోని మురికివాడకు చెందిన మాయా ఖోద్వే.

మాయా ఖోద్వే చదవడం, రాయడం రాని ఓ మామూలు మహిళ. చిన్నతనంలోనే పెళ్ళవడం, ఒక బిడ్డ పుట్టడం దురదృష్టవశాత్తు సిలిండర్ కంపెనీలో పనిచేసే భర్తకి ప్రమాదం జరగడం, కుటుంబ భారం మోయాల్సి రావడం అలా ఒక్కొక్కటి కళ్ళముందు జరిగిపోయాయి. కుటుంబ పోషణ కోసం ఆసుపత్రిలో ఆయాగా, సినిమా థియేటర్లలో సెక్యూరిటీగా ఆఖరికి కాగితాలు ఏరుకుని అమ్మి వచ్చిన డబ్బుతో కుటుంబ అవసరాలు తీర్చేది. ఇన్ని కష్టాలు తనకి చదువు రాక పోవడం వల్లే కదా అని తన కొడుకుని బాగా చదివించాలనుకున్నారు.

కాగితాలు ఏరుకునే వారికి కూడా ప్రభుత్వ అనుమతి కావాలక్కడ. వారికో సంఘం కూడా ఉంది. అందులో తప్పనిసరిగా సభ్యత్వం ఉండాలి. మాయా కూడా సభ్యులుగా చేరారు. అప్పుడే సభ్యులయిన వృద్ధులకు ప్రభుత్వ పింఛను ఆగిపోవడంతో మాయా పోరాటం చేపట్టారు. అందరితో కలిసి చేసిన పోరాటానికి ముంబయి న్యాయస్థానం స్పందించి తక్షణమే పింఛను ఇవ్వాలని ఉత్తర్వులు జారీ చేశారు. అక్కడ డంపింగ్ యార్డ్‌లో డాక్యుమెంటరీ కోసం వచ్చిన ఒక స్వచ్ఛంద సేవా బృందం అక్కడి వారికి వీడియో తీయడంలో ఆసక్తి ఉంటే అటువంటి వారికి శిక్షణ ఇస్తామని చెప్పడంతో మాయా అందులో చేరారు. మొదట ఏమీ అర్థం అయ్యేది కాదు, అన్నీ ఇంగ్లీష్ లో ఉండేవి కానీ ఏదో సాధించాలనే తపన ఆమెను అలా ముందుకు నడిపించింది. తన కొడుకు సాయంతో కాస్త రాయడం, చదవడం నేర్చుకున్నారు, అందరూ విశ్రాంతి తీసుకున్నా సరే తాను మాత్రం ఆ కెమెరాతో ఏదో ఒకటి రికార్డ్ చేస్తూ వుండేవారు. అలా మొదటగా తమ వాడలో రోడ్డుపై పారే మురికి నీరుని కెమెరాలో బంధించారు. ఆడోళ్లకు ఈ కెమెరాలు దేనికి అని చుట్టూ ఉన్నవాళ్లు తనని చూసి విచిత్రంగా నవ్వేవారు కొందరు, చెత్త ఏరుకునేది కెమెరాతో షూటింగులు చేసిద్దా..! అని ఎద్దేవా చేసేవారు. ఇవన్నీ తన మనసులో బిగబట్టుకుని భరిస్తూ అలా ముందుకు సాగిపోయేది. మురికి నీరు పారే వీడియోని మున్సిపల్ అధికారులకు చేర్చాక వెంటనే స్పందించి ఆ డ్రైనేజీని బాగుచేశారు. వీడియో వాలంటీర్ గా ఇది మాయా మొదటి విజయం. నవ్వినోళ్ళు ముక్కున వేలేసుకున్నారు. తనకొచ్చిన పనితో పెళ్ళిళ్లకు వీడియోలు తీయడం మొదలుపెట్టారు. తను నేర్చుకున్నది తన కుటుంబానికి పోషణగా మార్చుకుని అంతటితో ఆగలేదు.

మురికివాడల్లో నివసించే వారన్నా, చెత్తని సేకరించే వాళ్లన్నా సరే కనీసం మనుషులుగా కూడా చూడరు. ఎవరింట్లో వాళ్ళు వాడిన చెత్తని పట్టుకోవడానికి కూడా చీదరించుకుంటూ, వాళ్ళ ఇంటి చెత్తని సేకరించే వారిని కూడా అలాగే అసహ్యంగా చూస్తారు. రోడ్డుపక్కన నడుస్తుంటే ముక్కు మూసుకుంటారు. కొందరైతే చెత్త ఏరే వాళ్ళను అసభ్యకరంగా మాట్లాడి ప్రవర్తించే వాళ్ళు. ఇలాంటి అనేక మానసిక శారీరక అవమానాలు మాయా ఖోద్వేకి ఎదురైనవే. ప్రభుత్వం పట్టించుకునేది అంతంతే, సరైన అవగాహన లేదు, జాగ్రత్తలు లేవు, వారి జీవితాలకు భరోసా కూడా లేదు అటువంటి జీవితం రాగ్ పికెర్స్ గడుపుతున్నారు. పారిశుధ్య కార్మికులు, చెత్త ఏరుకునే వారి జీవితాలు లోకానికి తెలియాలి వారి కష్టం గుర్తించబడాలి, ఈ సమాజంలో వీరు కూడా మనుషులుగా గుర్తించబడాలి. "ఏం మేము మనుషులం కాదా మాకంటూ ఓ జీవితం లేదా" అనే ఆలోచనతో ఒక షార్ట్ ఫిల్మ్ తీయాలనుకున్నారు. దానికోసం ఒక ఖరీదైన కెమెరాను కొనుగోలు చేశారు. కష్టపడి సాధించే క్రమంలో కష్టాలు తప్పవు మురికివాడల్లో వుండేవారు పోరాటం చెయ్యడమే పాపం అందునా మా హక్కులు, మేము అంటే ఊరుకుంటారా. స్లమ్ లో వుండేదానికి ఇంత ఖరీదయిన కెమెరా

ఎక్కడిదంటూ దొంగతన నెపంతో పోలీస్ వారు కొట్టారు. అయినా సరే సంకల్పాన్ని మాత్రం మాయా వీడలేదు.

డంపింగ్ యార్డులో పనిచేసే కార్మికులు, చెత్త ఏరే వారు అక్కడి పొగతో అనారోగ్యం పాలవుతున్నారనే విషయాన్ని ప్రభుత్వానికి తెలియచేయాలనుకున్నారు. స్థానిక సంఘంతో కేస్ ఫైల్ చేయించారు, వీడియో తీసి కార్మికుల తరపున స్థానిక కోర్టులో సమర్పించారు. కార్పొరేషన్ కార్మికుల వేతనాలు, మురికివాడల్లో రేషన్, త్రాగునీరు, స్వయం ఉపాధి, చెత్త రీసైక్లింగ్ యూనిట్స్, ప్రభుత్వ సాయం ఇలా అనేక సామాజిక సమస్యలపై తన కెమెరా కన్నుతో బంధించి, ప్రశ్నించి లోకానికి చూయించారు. ప్రస్తుతం 80 ఉపాధి సంఘాలకు ఇన్చార్జ్‌గా వ్యవహరిస్తూ వారి బాగోగులు చూస్తున్నారు.

పర్యావరణ రక్షణ, వాతావరణ సమస్యలపై చైనాలో జరిగిన ఐక్యరాజ్య సమితి చర్చల్లో పాల్గొని తన గళం విప్పారు. "మా పని మురికిది, కష్టతరమైనది, అసహ్యమైనది కానీ మా పనితో పర్యావరణాన్ని కాపాడే సైనికులం మేము. మాకు ప్రభుత్వాలు సహకరిస్తే వ్యర్థాల రీసైక్లింగ్ తో బయోగ్యాస్, సేంద్రీయ ఎరువులు తయారు చేస్తాం. చెత్తలోనుండి కూడా ఉపయోగపడే అనేక ఆవిష్కరణలు చేస్తాం. ప్రకృతికి హాని చేసే వ్యర్థాల నుండి కాపాడుతాం. రీసైక్లింగ్ తో అడవుల నిర్మూలన, మైనింగ్, తయారీ, రవాణా ఇలా అనేకరకాల నుండి నష్టం తగ్గి ఆదా కలుగుతుంది."అని ప్రపంచానికి రాగ్ పికర్స్ గొప్పదనాన్ని చాటి చెప్పారు.

సమస్యపై పోరాడాలి అంటే పుంఖాను పుంఖాల పుస్తకాలు చదవాలి, రాయాలి, డిగ్రీలు చెయ్యాలి, మీటింగులు చెప్పాలి, రాజకీయ పరపతి, కులం, ధనం కావాలి అనే మూర్ఖపు వాదన నుండి ఆలోచన ఉండాలి, సమస్య తీవ్రతని తెలియచేసే ధైర్యం ఉండాలన్న చైతన్యం వైపు నడవాలి. చదువురాని మాయా ఖోద్వే అంతర్జాతీయ వేదికపై తన గళాన్ని విప్పి అందరినీ అబ్బురపరిచారు. ఒకసారి నమ్మి అడుగేస్తే అసాధ్యం ఏమి లేదు ఎన్నో అద్భుతాలు సృష్టిస్తూ పది మంది మంచి కోసం బ్రతకొచ్చు. చెత్తలో విరిసిన చైతన్యం మన మాయా ఖోద్వే. తన ఆలోచనతో మురికివాడల్లో కూడా వెలుగులు నింపుతూ సుగంధాలు పరిమళింప చేశారు. ఇలాగే సాగిపోండి మాయా ఖోద్వే. *

"

మొదట మన ఆలోచనల్లో తిరుగుబాటు జరగాలి
అప్పుడే లోకానికి సమస్యని చాటిచెప్పగలం.

"

మన హీరోలు – *untold stories*

18

మదర్

మీరా మస్తాని

"ఒకరికొకరు సాయమందించుకోలేని కులమతాలు
మనుషుల మధ్య అడ్డుగోడగా నిలుస్తాయి"

అనంత విశ్వంలో అందరూ అయినవాళ్లే. అందరికీ ఆకలి, నిద్ర, శ్వాస ఒక్కటే. దేహం పంచభూతాల మిళితమే. పుట్టుక, చావు అందరినీ ఏకం చేస్తున్నాయి. ప్రేమతో సాగే ప్రయాణంలో ఈశ్వరల్లాయేసు సద్గుణ సమ్మేళనమే మానవ జీవితం. భగవంతుని స్మరించడమంటే ప్రేమించడం, ప్రేమను పంచుతూ నలుగురికి సాయపడటమే దైవసేవ. మానవరూపం ఎత్తిన దేవుడు మన చుట్టూనే వున్నాడు. ప్రకృతిలో మమేకమవుతూ అది గ్రహించడమే భక్తి అంటూ సేవామార్గమే దైవమార్గమని ప్రేమించడమే భగవంతుని సేవని నిరంతర సేవాకార్యక్రమంలో దైవాన్ని దర్శిస్తూ ఎందరికో అమ్మగా మారి లాలనా పాలనలో లోకాన్ని చూస్తున్న మహాతల్లి మీరా మస్తాని.

ఆకలిని తీర్చే ధాన్యానికి, ఆపదలో సాయమందించే స్నేహానికి, సహాయానికి ఫలానా అంటూ అవసరం లేదీ విశ్వంలో. సాయమెప్పుడు అపాత్రదానం కాకూడదు. ఆకలితో ఉన్న వారికి అన్నం, నీడలేని వారికి ఆశ్రయం, బాధలో ఉన్నవారికి భరోసా, ఇలా ఎవరికి ఏది అవసరమో అది మాత్రమే అందించాలి. అవసరం లేని చోట అందించే సాయం బూడిదలో పోసిన పన్నీరవుతుంది. పదుగురి మెప్పు కోసం గొప్పల కోసం సాయాన్ని, సేవని స్వార్థానికి వినియోగించడం అనేది మోసం చేయడమే. మనకు మనకున్న దానిలో లేదా మనం తినగా మిగిలిన దానిలో మూడు పూటలా తిండి దొరకని వారికి నాలుగు మెతుకులు పంచుతాం. కానీ ఒకరి బాధ్యత పూర్తిగా తీసుకుని వారికి కావాల్సిన విద్య, వైద్యం, పోషణనిచ్చి సంపూర్ణంగా చూసుకోవడమంటే సాధారణ విషయం కాదు. అలాంటి ఎందరో పిల్లల బాధ్యత తీసుకుని అది నిక్కచ్చిగా నిర్వహించడమంటే మహత్కార్యమనే చెప్పాలి.

బలహీనబడుతూ, అక్రమ సంబంధాల మోజులోపడి కొట్టుమిట్టాడుతున్న నేటి వివాహ వ్యవస్థ ఫలితం అనాధలుగా మారుతున్న పసిబిడ్డలు. బాల్యం గడిచే దాన్ని బట్టే పిల్లల ఆలోచనలు, సమాజంపై వారి ప్రభావం ఆధారపడి ఉంటుంది. ఇలా ఒంటరయిన పిల్లలు, చెత్తకుప్ప పొత్తిళ్లలో విరిసిన పసి మొగ్గలు, అత్యాచారానికి గురయిన అబలలు, తప్పిపోయి వచ్చిన బిడ్డలకు ఆశ్రయంగా మారి వారికి చదువు చెప్పించి, మంచి భోజనం, బట్టలు, నీడ ఇచ్చి వృద్ధిలోకి తెచ్చే బాధ్యత తీసుకున్నారు. మదరస ఎ ఖతిజతుల్ కుబ్రా నిస్వాన్ ఆర్ఫన్ స్కూల్ లేదా మోడరన్ స్కూల్ గా స్థాపించిన పాఠశాల ఎందరికో అండగా మారింది. స్కూల్ స్థల విషయంలో మత విషాన్ని కక్కినా దాన్ని అధిగమించి నేడు సర్వమత సమ్మేళనంగా విద్యార్థులందరికీ పూర్తిగా ఉచిత విద్య అందిస్తున్నారు. ఈ పాఠశాలలో చదివే విద్యార్థులకు ఖురాన్, బైబిల్, భగవద్గీతలపై అవగాహన , ఉర్దూ, హిందీ, ఇంగ్లీష్, తెలుగు భాషలపై పట్టు ఏర్పడుతుంది.

స్వశక్తితో నిలబడేందుకు మహిళలకు టైలరింగ్, ఎంబ్రాయిడరీ, బ్యూటీషియన్, కంప్యూటర్ శిక్షణ ఇచ్చి మద్దతు కల్పిస్తున్నారు. సేవాభావం, సర్వమత సమ్మేళనమే ధ్యేయంగా సాగే ఈ సంస్థ మూలం మీరా మస్తాని గారు. చదువుకోక పోయినా పురాణాలపై వారికి గల జ్ఞానం, సమయానుకూలంగా స్పందించే వారి నేర్పరితనం , ప్రశాంతంగా పలకరించే పిలుపు మీరా మస్తాని గారు ధ్యానంతో సాధించినవే.

వనాలు ఔషధ నిలయాలు, ఆదివాసీలు మహా వైద్యులు, ప్రకృతిని అర్థం చేసుకోవడంలో అడవి బిడ్డలకు సాటి ఎవరూ రారంటూ వనాల్లో వారితో పాటు కొంతకాలం జీవించారు. ఇలా వారు మూలికా వైద్యం పై పట్టు సాధించారు. కుటుంబ ఆరోగ్యమంతా వంటగది శుభ్రతపైనే ఆధారపడి ఉంటుంది. ఇంటిని పరిశుభ్రంగా ఉంచే శ్రీమతి ఇంటి మొత్తానికి ఉత్తమ డాక్టర్. ఎంతో విలువైన మానవ జన్మనెత్తి పరోపకారాన్ని మరచి స్వార్థం, ఆవేశం, అజ్ఞానంతో తమకు తామే ముప్పుని కొనితెచ్చుకుంటున్నారు. అందుకే నియంత్రణ కేవలం ధ్యానంతోనే సాధ్యం. తమపై తమకు నియంత్రణ గల వారు యోగులు. ఆపదలో అర్థించే వారికి చేసే సేవే భగవత్ సేవ. అకారణంగా ఎవరికీ ఆశలు కల్పించకూడదు. ఒక్కసారి ఒకరికి మాట ఇస్తే దాన్ని తప్పనిసరిగా నెరవేర్చుకోవాలి, ఒక్కోసారి సాయం చేయకుండా ఉండటం కన్నా సాయం పేరుతో చేసే మోసానికి కాలంలో తప్పక శిక్ష ఉంటుంది. కాబట్టి ఆలోచనలను పరిశుభ్రంగా ఉంచుకుంటే చాలు అంతా సంతోషమే నంటూ నిత్య అన్నదానం, కొండల్లో వందల కోతులకు ఆహారం, మూగజీవాలకు మేత, పసిబిడ్డల బాధ్యత, గ్రామస్థులకు కావాల్సిన సాయమందిస్తూ దైవసేవంటే ఇదే అనే బాటలో నడుస్తున్న మీరా మస్తాని గారికి ఊరిజనం అమ్మస్థానమిచ్చారు. అమ్మకే కదా బిడ్డలకు ఏం కావాలో తెలిసేది. వీరు నడిచిన మార్గములోనే వీరి కుటుంబ సభ్యులు కూడా నడుస్తూ పరోపకారమే పరమాత్ముడి సేవంటూ సాగుతున్నారు. *

19

మైక్రోఆర్టిస్ట్

నళిని మనసాని

టైం టు టైం ఉద్యోగం చేయడం ఒక జీవితం, సరైన టైంలో నిర్దిష్టమైన ప్రణాళికతో నిరంతర కృషితో ఏకాగ్రతతో ప్రత్యేకమైన నైపుణ్యత సాధించడం ఒక జీవితం. నీకోసం నీకు నచ్చినట్టు నీకు ఇష్టమైన పనిలో కష్టాన్ని ఆనందంగా అనుభవిస్తూ పొందే గౌరవం, కీర్తి ఈ ప్రపంచాన్ని గెలిచినంత హాయిగా వుంటుంది. ఇదే ఆలోచనలో, ఆచరణలో ముందుకు సాగుతుందో యువ కళాకారిణి. చేయగలమనే నమ్మకం ఉంటే అద్భుతాలు సాధిస్తామంటూ యువతకు కొత్త అర్థాన్ని చెప్తున్నారు మంత్రాలయానికి చెందిన నళిని.

అవును! తన గ్రాడ్యుయేషన్ తరువాత అందరిలాగే ఉద్యోగం చెయ్యాలని, ఉదయం 9 నుండి సాయంత్రం 6 వరకు ఒక రోబోలాగా ఉండాలని కోరుకోలేదు అసలలా ఆలోచించనేలేదు. తనలోని ప్రత్యేకత చాటాలని తనకు చిన్నప్పటి నుండి ఇష్టం ఉన్న ఆర్ట్స్ అండ్ క్రాఫ్ట్స్ ని ఎంచుకున్నారు. జీతానికి పని చేసే ఆరు లేక ఎనిమిది గంటలు ఆర్ట్స్ తయారు చేయడంలో ప్రయత్నానికి ఉపయోగించారు. గంటల గంటల సమయం, రోజుకి రోజులు ఏ రోజూ పట్టు విడువలేదు. ఈ ఆర్ట్స్ మీద అనవసరంగా సమయం వృధా చేస్తున్నావ్ అని చాలా మంది అంటుండేవారు. ఈ పని ఏదో ఖాళీగా వున్నప్పుడు చేసుకోవాలి కానీ ఇదే పనిగా పెట్టుకోవడం వల్ల నువ్వేం సాధించలేవు అని ఎద్దేవా చేసేవారు. కానీ నళినీ ఎప్పుడూ నిరుత్సాహపడలేదు. ఈ మాటలకు, అవమానాలకు త్వరలోనే సమాధానం చెప్పాలి కానీ అది నోటితో కాదు, నా ప్రతిభ మాట్లాడాలని సాగిన ఆమె ప్రయత్నం తనని ఓ మైక్రో ఆర్టిస్ట్ గా మార్చేసింది.

సూక్ష్మంలో కళాత్మకత గ్రహించి సూక్ష్మ కళాకృతులు ఆవిష్కరించారు. కరోనా లాక్డౌన్ సమయం తనలో గొప్ప మార్పు తెచ్చింది, మరింతగా ఆమె శిక్షణకు దోహదమయ్యింది. చాక్పీస్, పెన్సిల్, టూత్పిక్, బియ్యపు గింజలే తన కళకు నిలయాలు. బియ్యపు గింజలపై ఆంగ్లమాల, పెన్సిల్ మొనపై సున్నా నుండి తొమ్మిది వరకు అంకెలు, రైతు దినోత్సవం

సందర్భంగా సుద్దముక్కతో ఎడ్లబండి చేయడం, 75వ స్వాతంత్ర్య దినోత్సవం సందర్భంగా పెన్సిల్ మొనపై భారతదేశ చిత్రం ఇలా ఒకటేమిటి అనేక రకాల సూక్ష్మ కళాఖండాలు ఆమె చేతుల్లో ప్రాణం పోసుకున్నాయి.

ఆమె సూక్ష్మ కళాకృతులు ఛాంపియన్ బుక్ ఆఫ్ రికార్డ్స్, సుప్రీం బుక్ ఆఫ్ రికార్డ్స్ అలాగే పెన్సిల్ ముక్కుతో సూక్ష్మ చెస్ కాయిన్స్, అతి చిన్న చెస్ బోర్డ్ రూపొందించిన మొదటి మహిళగా 'ది ట్రిబ్యూట్ ఇంటర్నేషనల్ వరల్డ్ రికార్డ్' సాధించారు. 28mm×28mm అతి చిన్న చెస్ సెట్ తయారు చేసినందుకుగాను DCB వరల్డ్ రికార్డ్స్ లో స్థానం సాధించి తనదైన శైలిలో ముందుకు సాగుతున్నారు. చాలా మంది తమ ప్రేమకి గుర్తుగా తమ పేర్లని ఇలా మైక్రో ఆర్ట్ రూపంలో మార్చుకుని నచ్చిన వ్యక్తులకు కానుకగా ఇచ్చేందుకు నళినీని సంప్రదిస్తున్నారు. చక్కని కార్డ్స్, కీ చైన్స్ తో ఆమె మైక్రో కళాకృతులు ఆమెకి ఆదాయమార్గంగా మారాయి.

"అనవసరంగా సమయం వృధా అని హేళన చేసిన వారు ఇప్పుడు వారి పిల్లలకు కూడా ఈ కళ నేర్పమని నన్ను అడుగుతున్నారు. ఆర్ట్ అనేది సహజమైన భావం. అది మన ఆలోచనలను మన ముందుంచుతుంది. ఇందులో ఎటువంటి రూల్స్ ఉండవు అది మనకు స్వేచ్ఛని ఇస్తుంది" అని నళిని ఇప్పుడు ఇదే పట్టుదలతో గిన్నిస్ వరల్డ్ రికార్డ్ సాధించే దిశగా ప్రయత్నం చేస్తున్నారు. ప్రయత్నంలో హేళనలు, అవమానాలు, నిరుత్సాహం అన్నీ ఎదురవుతాయి వీటన్నింటినీ తన మెట్లుగా మలుచుకుని ఎదిగిన మన యువ కళాకారిణి నళిని తప్పకుండా గిన్నిస్ రికార్డ్స్ లో స్థానం సాధించాలని మనస్ఫూర్తిగా మనహీరోలు కోరుకుంటుంది. ఆల్ ద బెస్ట్ మైక్రో ఆర్టిస్ట్.. *

20

కలెక్టరమ్మ

ఆకురాతి పల్లవి

"నీ బాధ్యతను నువ్వు నిర్వహించడం కన్నా గొప్ప కర్తవ్యం ఏదీ లేదు"

చేరాల్సిన గమ్యంపై పూర్తి అవగాహన ఉండి విజయం పొంది గెలుపుతో వచ్చే బరువైన బాధ్యతను మోయగలగాలి. ఆ భారాన్ని సంతోషంగా కర్తవ్యంగా నిర్వహించడమే ప్రభుత్వ ఉద్యోగం. తోటి వారికి సహాయం చెయ్యాలని అందరికీ ఉంటుంది. కానీ ఆర్థికంగా బలంగా ఉండకపోవచ్చు. ప్రభుత్వ ఉద్యోగం సాధిస్తే ప్రభుత్వ ధనంతో అందరికీ సహాయం చేసే మహావకాశం కలుగుతుంది. ఒక బాధ్యత గల ప్రభుత్వ ఉద్యోగి వ్యవస్థలో ఏటువంటి మార్పులు తీసుకురావొచ్చు అధికారాన్ని దుర్వినియోగం చేసే నాయకులకు ఎలా బుద్ధి చెప్పొచ్చని నిరూపిస్తున్న డేరింగ్ మరియు డైనమిక్ కలెక్టర్ మన తెలుగమ్మాయి ఆకురాతి పల్లవి.

ఒక అధికారి నిజాయితీ, నిబద్ధత మెడల్స్ లో కన్నా బదిలీల్లోనే బాగా తెలుస్తుంది. వారి పనితీరు అక్కడ బాధితులకు అందిన భరోసా వల్ల తెలుస్తుంది. సినిమాల్లో, నవలల్లో మాత్రమే ప్రజల్ని ఇబ్బంది పెట్టే నాయకులకు, అవినీతి పరులకు, మాఫియాకు వ్యతిరేకంగా నిజాయితీ, నిబద్ధత , అంకితభావంతో పనిచేసే అధికారులు కనిపిస్తుంటారు. కర్ణాటకలోని అవినీతి నాయకులకు, కబ్జాదారులకు ఆమె పేరు వింటే హడల్. అటువంటి ఓ నిప్పుకణిక గుంటూరు జిల్లాకు చెందిన తెలుగింటి మేలిమి బంగారం. ఉభయ తెలుగు రాష్ట్రాల్లో ఆమె విద్యాభ్యాసం అనేక చోట్ల మారుతూ సాగింది. తెలుగు మీడియంలో ఐఏఎస్ పరీక్ష పాస్ అయిన తొలి మహిళ. సివిల్స్ లో 101 వ ర్యాంక్ సాధించి, ట్రైనింగ్ తరువాత కర్ణాటక క్యాడర్ (2009) లో వున్నారు. మూడు సార్లు సివిల్స్ పాస్ అయినా IAS మాత్రమే అవ్వాలని మరలా ప్రయత్నం చేశారు.

ఎక్కడా రాజీపడని ఆమె ఉద్యోగశైలి వల్ల సర్వీస్ కన్నా బదిలీలే ఎక్కువ. ఆమె ఇంటర్మీడియట్ బోర్డు డైరెక్టర్‌గా ఉన్నప్పుడు పేపర్ లీక్ కారణంగా పరీక్ష రద్దు చేశారు.

రీ-ఎగ్జామ్ పేపర్ కూడా లీక్ అయింది. అక్కడ ఎగ్జామ్ మాఫియా ఎంత బలంగా ఉందో, ఇంటర్ బోర్డు వాళ్లు ఆ మాఫియాకు ఏ రేంజ్‌లో సహకరిస్తున్నారో అప్పుడు అర్థమైంది పల్లవిగారికి. మళ్లీ రెండో ఎగ్జామ్ కూడా రద్దు చేసి సిఐడి కి అప్పగించి, వందల కోట్ల టర్నోవర్ గల ఎగ్జామ్ మాఫియాకి చెక్ పెట్టారు. ఎండోమెంట్ కమీషనర్ గా విధులు నిర్వహిస్తున్నప్పుడు కార్యాలయ భవనాన్ని, దేవాలయ భూముల్ని తక్కువకి లీజుకు తీసుకుని, కబ్జా చేసుకుని ఉన్న అన్నింటిపై కోర్టుని ఆశ్రయించి పోరాడి 600 కోట్ల రూపాయల ఆస్తులను రాజకీయ నాయకులు, కబ్జాదారుల నుండి కాపాడారు. ఈరోజు ఫంక్షన్ హాల్స్, కమర్షియల్ కాంప్లెక్స్ రూపంలో ప్రభుత్వానికి ఆదాయాన్ని ఇస్తున్నాయి. ఓ ముస్లిం మహిళ పొలానికి వెళ్ళే దారిని మాయం చేసి, వేధించిన బడా భూస్వాముల భరతం పట్టారు. ఎక్కడా రాజీలేని తీరుతో ఉద్యోగానికే వన్నె తెచ్చారు.

తన పని తాను నిర్వహిస్తున్నా అవకాశవాదులు, అవినీతిపరులు అనేక రూపాల్లో ఒత్తిడి తెచ్చే పనులు చేసేవారు. దేవాలయ ఆహ్వాన పత్రికలో కుల ప్రాధాన్యతనిస్తూ ఇచ్చిన ఆహ్వానం చట్టవ్యతిరేకమైనదని జీవో జారీ చేస్తే కులప్రేమికులు ఆమెకు వ్యతిరేకంగా అల్లర్లకు దిగారు. పై అధికారులు సైతం జీవోని ఉపసంహరించుకొమ్మని ఆమెపై ఒత్తిడి తెచ్చారు. ఆ సమయంలో స్వాతంత్ర్య పోరాటయోధుడు దొరస్వామి గారు ఈ నీచచర్య గురించి దుయ్యబట్టారు. దెబ్బకి అంతా నిశ్శబ్దమైపోయారు. పై అధికారులంతా అవాక్కై ప్రశంసలు కురిపించారు. ఒకసారి తెలుగు పాటల సీడీ కారులో కనిపించినందుకు కన్నడను తక్కువ చేస్తున్నారని, అక్కడ తెలుగువారికి ఎక్కువ ప్రాధాన్యత ఇస్తున్నారని ఆరోపించి గొడవలు చేసి ఆమెను చుట్టుముట్టారు. అప్పుడు పల్లవి గారు నా కార్యాలయంలో ఎక్కడైనా సరే కన్నడను అగౌరవపరచిన సందర్భం వున్నా లేదా నా కన్నా గొప్పగా కన్నడ రాయగలిగినా మాట్లాడగలిగినా ఇప్పుడే నిశ్శబ్దంగా ఇక్కడనుండి తప్పుకుంటాను అని బహిరంగ ఛాలెంజ్ చేశారు. కన్నడలో పుస్తకం రాయగలిగే ప్రావీణ్యం వారికి ఉంది. ఇలా ఇవన్నీ కొన్ని మచ్చు తునకలు మాత్రమే.

కలెక్టరమ్మ అధికారి మాత్రమే కాదు కూచిపూడి నృత్యకారిణి, రచయిత, చిత్రకారిణి కూడా. శ్లోకాలను రాగ యుక్తంగా పాడతారు. ఆమె రాసిన లాలిపాట ఎంత గొప్పగా ఉంటుందో. ఉద్యోగంలో ఒత్తిడికి గురైన ప్రతిసారీ శ్రీశ్రీ మహాప్రస్థానం చదువుతారు. ఇంటి ముందు ముగ్గు, అరచేతిలో గోరింట, బట్టలపై ఎంబ్రాయిడరీ వారి అదనపు నైపుణ్యాలు. ఒక గుడిలో చాలా సామాన్యంగా వివాహం చేసుకుని ఆ డబ్బుతో పేద పిల్లలను చదివిస్తున్నారు. సివిల్స్ ప్రిపేర్ అయ్యే విద్యార్థులకు వారి ఇంట్లో ఆతిథ్యమిచ్చి ఉచితంగా శిక్షణ ఇస్తున్నారు. ఇలా ఉద్యోగం, సేవారంగాల్లో సాగిపోతున్న కాంతిరేఖ మన కలెక్టర్. ఒకవేళ మీరు కలెక్టర్ అవ్వకుంటే ఏమవుతారనంటే వెంటనే జర్నలిస్ట్ అయ్యేదాన్ని అని సమాధానమిస్తారు. అవినీతి, అక్రమాలు లోతుగా పాతుకుపోయిన మన వ్యవస్థలో రాత్రికి రాత్రి మార్పు రాకపోవచ్చు కానీ ఇలాంటి అధికారులు ఉంటే తప్పక వస్తుంది. *

21

మనోవికాసి

నాయుడు ప్రతాపరెడ్డి

"కష్టాన్ని నమ్ముకుని సాగే ప్రయాణాలే స్ఫూర్తి"

సముద్రం ఎగసిపడుతున్నా పొట్టకూటి కోసం పడవెక్కే జాలరి, వయసు పైబడ్డా కష్టాన్ని తప్ప యాచన కోరని జాండ్రపేట కార్మికుడు, వొంటినిండా మురుగుతో పరిశుభ్రత కోసం శ్రమిస్తున్న పారిశుధ్య కార్మికుడు, ఎండయిన వానైన పార పలుగు చేతబట్టి సాగే మట్టిపని కార్మికుడు, దోచుకునే అవకాశం వున్నా ఇంకా పూరిగుడిసెలో బ్రతికి చచ్చిన ఓ చిరిగిన చొక్కా నాయకుడు, అవినీతితో వచ్చే సొమ్ము వద్దని ప్రభుత్వబడిలో ఓ మూలన బిడ్డల్ని చదివించే ఉద్యోగి, దోచుకుతిన్న దొరలంతా ఒక్కటే. ఖద్దరు చాటు మాటలన్నీ ఒక్కటే. అవసరాన్ని బట్టి మారే పార్టీ రంగులు తప్ప వేసిన ఖద్దరొకటే. ఇలా అలనాటి విప్లవాల ఉనికి పోరుగడ్డ చీరాలలో ఇంకా ఓ మంచి కోసం వేచిచూస్తూ గమ్మున ఉండక ప్రయత్నిస్తూ ఆచరిస్తున్న సామాన్యుడి ప్రయాణం ఈ కథనం..

సైకిల్ సవారీ, పర్యావరణ ప్రేమ, దేహం ఆరోగ్య అవగాహన అనివార్యమంటూ ఎక్కడికైనా సరే తన శ్రమబంధమైన సైకిల్ పైనే వందల కిలోమీటర్లు చక్కర్లు కొడుతూ పల్లెని, పట్నాన్ని కలుపుతూ.. పచ్చదనాన్ని పొగచూరిన రోడ్లను కలియదిరుగుతూ శ్రమైక జీవనంలో వెలిసిన ఓ ఆణిముత్యం నాయుడు ప్రతాప రెడ్డి గారు. వేటపాలెం అంటే ప్రపంచ ప్రఖ్యాత జీడిపప్పు గుర్తుకొస్తుంది కానీ అక్కడ అంతకన్నా కమ్మనైన వడ్రంగి వృత్తి చేస్తూ ఇంకో విలువైన అరుదైన నేటికీ కల్తీ కానీ ఓ మనిషితత్వం ఉంది. శ్రమని నమ్మే జీవితాలను, చెమట కారే దేహాలను, పసి ప్రాయపు నవ్వులను హాయిగా ఆస్వాదిస్తున్న ఓ వ్యక్తి వున్నాడంటే ఎలా నమ్మగలం? కమర్షియల్ అయిన నేటి పార్లమెంటరీ కమ్యూనిజపు ఛాయలలో కల్తీ కాకుండా.., కులానికి, ఊరి చివరలకు, ఓట్లకు మాత్రమే కట్టివేసిన అంబేద్కర్ ఆశయ ఆచరణలకు ప్రాణం పోస్తూ, విజ్ఞత నేర్పే విద్య వ్యాపారంగా మారి స్వయంగా ఆలోచించే స్థితి కోల్పోయిన నేటి విద్యారంగంలో

సంస్కరణలు కోరుతూ, కనుమరుగవుతున్న చేతివృత్తుల మూలాలను కాపాడుతూ వాటి కోసం తన వంతు కృషి చేసే ఓ ఆదర్శప్రాయుడు గుంపులో కలిసిపోయి ఉన్నాడని ఎప్పుడైనా ఊహించామా..?

పంచవృత్తిదారుల సంఘం: ప్రతాపరెడ్డి గారి తమ్ముడు ప్రశాంతరెడ్డి గారి గుర్తుగా పంచ వృత్తుల భావప్రకటనా వేదిక ఏర్పాటు చేసి ప్రకాశం జిల్లాలోని ఛిద్రమవుతున్న చేతి వృత్తిదారుల సమస్యలపై సైకిల్ యాత్ర చేశారు. కమ్మరం, వడ్రంగం, కంచరి, శిల్పి, స్వర్ణకార పంచవృత్తిదారుల సంఘంగా వారి సమస్యలపై క్రమేపీ కనుమరుగవుతున్న చేతివృత్తుల కార్మికుల కోసం పోరాటం చేశారు. నేటి డిజిటల్ యుగానికి ముందే ఎన్నో అద్భుత కళాఖండాలు చేతి వృత్తిదారులతోనే సాధ్యమయ్యాయి.

మనోవికాసం: శ్రమ, వృత్తి, కళ, విధి నిర్వహణల అంతరంగ ఆవిష్కారమే 'మనో వికాసం'. నేటి విద్యార్థుల్లో నిజం చెప్పాలంటే విద్యా బోధనలోనే అత్యవసర సంస్కరణలు అవసరమని భావించి మనోవికాసం పేరుతో మండల, జిల్లా స్థాయిలో పద్యపఠనం, వక్తృత్వం, నృత్యం, ఏకపాత్రాభినయం, వ్యాసరచన, చిత్రలేఖనం, పాటల పోటీలను 2011 వ సంవత్సరం నుండి నిర్వహిస్తూ వందల మంది విద్యార్థులకు ప్రోత్సాహక బహుమతుల ప్రధానం చేస్తున్నారు. ప్రతీ సంవత్సరంలో రెండు నెలలు పూర్తిగా ఈ కార్యక్రమం కొరకే కేటాయిస్తారు. సైకిల్ పైనే వందకు పైగా పాఠశాలలకు తిరుగుతారు. బహుమతుల ప్రధానానికే నేడు ఆరువందల పైబడి విద్యార్థులు ఉన్నారంటే దానిలో భాగస్వామ్యం అయ్యే విద్యార్థుల సంఖ్యను మీరే ఊహించండి. దానికి కావాల్సిన షీల్డ్స్ కూడా వీరే స్వయంగా తయారు చేయడం జరుగుతుంది. మొదట్లో ఆర్థికంగా వారి సొంత డబ్బుని హెచ్చించేవారు. నేడు కొందరు మిత్రులు సాయం అందించినప్పటికి అధిక భాగం వారి కష్టార్జితమే. వారి సంకల్ప బలం ముందు, పెడలుపై బలంగా తొక్కే వారి పిక్క బలం ముందు ఎన్నో విమర్శలు కొట్టుకునిపోయాయి. నేటికి దేదివ్యమానంగా మనోవికాస కార్యక్రమాలు చేస్తూనే ఉన్నారు. టీ తప్ప వేరే ఏ అలవాటు లేని ప్రతాపరెడ్డి గారికి ఉన్న అతిపెద్ద వ్యసనం ఇదొక్కటే. రోజుకి వంద కిలోమీటర్లు పైన సైకిల్ తొక్కే ప్రతాపరెడ్డి గారి శక్తి రహస్యం ముడి బియ్యం, రాగి జావ. శ్రమ జీవుల జీవితాలు ఛిద్రమయ్యే మద్యాన్ని కూడా పూర్తిగా నిర్మూలించే మద్యపాన నిషేధానికి మొదటి ఓటు వేస్తారు.

నిజమైన కీర్తి పుస్తకాల్లో, మైకుల్లో మోసే మాటల్లో కనిపించదు. ఊరికి దూరంగా వెలుగుదామా వద్దా అని ఆలోచించే వీధి లైటు కింద మౌనంగా ప్రపంచాన్ని చూస్తూ తనపని తాను చేసుకుంటుంది. పర్యావరణాన్ని ప్రేమించే ఈ మనిషికి కాలుష్యరహిత సైకిల్ మాత్రమే వాహనం. మానవతా విలువలు మాత్రమే ఆహారం. "ఎంతో విలువైన సంపద ఇచ్చిన ఈ ప్రకృతిని మనిషి తన స్వార్థం కోసం కలుషితం చేస్తూ అభివృద్ధి అని మభ్యపడుతున్నాడు. అవసరానికి మించి ఆశ కలిగిన నేటి మనుషులు రాబోయే తరాలకు ఇచ్చేది విధ్వంసపూరిత జీవనం అనేది నిజం" అనే నాయుడు ప్రతాపరెడ్డి గారి జీవన విధానం ఆమోదయోగ్యం ఆచరణ సాధ్యం. *

22

క్వీన్ ఆఫ్ క్రాఫ్ట్స్

మేడా రజని

"తమలోని నైపుణ్యాన్ని తాము గుర్తించడమే తొలి విజయం"

చూసే కన్నులుంటే చెత్తకుప్ప కూడా అద్భుతాలకు నెలవు కాగలదు. ఓ కాగితపు ముక్క ఇంకెన్ని అద్భుతాలు చేయగలదు. ఒక కాగితం పై సిరా చుక్కలు లిఖిస్తే రచనం, నాలుగు రంగులు విదిల్చి రెండు గీతలు గీస్తే చిత్రం మరి వద్దని నలిపి పడేస్తే, ముక్కలు ముక్కలుగా చింపేస్తే చూసే కనులకు ఓ కళాఖండం. చిత్తు కాగితాల్లో చిత్రాలు సూడరా అంటూ తనలోని సృజనాత్మకతకు కళను జోడించి రంగులు మేళవించి పేపరు ప్రేరణతో కాగితాన్ని తన నేస్తంగా మరల్చుకుని తనలోని ఆలోచనలకు పదును పెట్టిన ఆర్టిస్ట్ మేడా రజని.

వాడిపోని పూలను తాకారా, కాగితపు కుసుమాలు సువాసనలు వెదజల్లడం చూశారా, నిత్యం నవ్వుతో మీకు స్వాగతం పలికే పేపరు తోరణాలు ఎదురయ్యాయా. ఈ అనుభవాలు ఒక్కసారి మన పేపర్ క్విల్లింగ్ ఆర్టిస్ట్ రజని గారి గురించి తెలుసుకుంటే అనుభూతి చెందుతారు. మచిలీపట్నంలోని గిలకలదిండి గ్రామంలో జన్మించిన రజని గారు చదివింది పదో తరగతే అయినా చిత్రకళ మీద, బొమ్మల మీద ఇష్టంతో ఆకులతో, పూలతో, కాగితాలతో, రాళ్ళతో పలురకాల ఆకారాలు చేయడం అలవాటుగా మార్చుకున్నారు. గమ్ కూడా వాడటం తెలియని నాడు వార్తాపేపర్లను అన్నం మెతుకులతో అంటిస్తూ తొలి ప్రయోగాలు చేశారు.

భర్తగా బంధం కలిసిన సతీష్ గారి నుండి క్రియేటివిటీ సపోర్ట్ దొరికింది. గృహిణిగా ఉన్న రజనీ గారు జాతీయ స్థాయిలో బహుమతుల ప్రశంసలు పేపర్ తో పిచ్చిపనులంటూ విమర్శలు పొందుతూ ఎందరికో స్ఫూర్తిగా సాగింది వారి ప్రయాణం. రజని గారి బంధువుకి ఇచ్చిన ఫ్రేమ్ ఒకటి వారి ప్రయాణాన్ని మార్చేసింది.

వారి బంధువులకు సహాయం చేసిన వ్యక్తికి కృతజ్ఞతలు తెలపడంలో చెప్పిన మాట "ఇప్పటిదాక నేను చూడని కొత్తది ఏదైనా బహుమతిగా ఇవ్వండి"అని. ఏమీ వద్దు అనే తిరస్కరణ ఎంత ముద్దుగా చెప్పారు. ఆ మాటకు అక్కడ రజని గారు కాగితాలతో చేసి ఇచ్చిన క్రాఫ్ట్ ఫ్రేమ్ తీసి వారికి బహుమతిగా అందించారు. అది చూసిన ఆయన చాలా ఆశ్చర్యానికి గురయి వెంటనే దాని సృష్టికర్తని కలవాలని ఆశించారు. స్వతహాగా స్వయంగా ఎదగాలి, తనభర్తకు చేదోడు వాదోడుగా నిలబడాలనే ఆలోచనలకు మచిలీపట్నంలోని పట్టాభి ఇన్స్టిట్యూట్ బలమైన వేదికయ్యింది. చాలా బాగున్నాయి మీ వర్క్స్ ఎక్కడ నేర్చుకున్నారు, ఎలా నేర్చుకున్నారు అనే ప్రశ్నలకు సమాధానం మౌనం, ఎందుకంటే ఆమెకు ప్రత్యేకంగా ఏ గురువు లేరు, ఎవరూ నేర్పనూ లేదు. ఇలాంటి ఒక కోర్స్ ఉంటుందని కూడా తెలియదు. అందుకే ప్రకృతిలో వికసించే అందాలే ఆమెకు స్ఫూర్తిదాయకాలు. వాటికి ప్రత్యక్ష సాక్ష్యం వారి చేతినుండి జాలువారిన కళాకృతులు.

చదువే అన్నిటికీ ప్రామాణికం కాదు, చేతి పనులతో చరిత్రను సృష్టించవచ్చనే విషయానికి నిరూపణ మన రజనీ ఎదిగిన తీరు. పట్టాభి ఇనిస్టిట్యూట్లో మొదలైన ప్రస్థానం పరుగు లంఘించింది. ఆర్ట్ అండ్ క్రాఫ్ట్స్ నేర్పేందుకు ప్రకృతి ఒడిలో పాఠాలు నేర్చిన ఈ గృహిణి కన్నా మిన్న ఎవరు..? 'శ్రీ క్రియేషన్స్' స్థాపించి విద్యార్థులకు ఆన్లైన్ మరియు ఆఫ్లైన్ క్లాసెస్ తీసుకుంటున్నారు. ఎదిగే కొద్దీ నైపుణ్యం గల వ్యక్తులను బుట్టలో వేసుకుని వాడుకునే ముసుగు మంచోళ్ళు దగ్గరవుతారు. అలాంటిదే రజనీ గారి జీవితంలో జరిగింది. రజనీ గారు చేస్తున్న పేపర్ క్విల్లింగ్ ఆర్ట్స్ ని వేరొకరు తాము చేసినదిగా చెప్పుకుంటూ రజనీ గారికి ఏదో భవిష్యత్తు ఇచ్చినట్లు తెరవెనుక ఆపేశారు. ప్రతిభకు గడ్డిపరక అడ్డమా అన్నట్లు ఆ క్రాఫ్ట్స్ వెనుక ఉన్న రజనీ గారి ప్రతిభకు స్వయంగా అవకాశం వచ్చి ఆ ముసుగు తొలగింది. ఇద్దరు పిల్లలను చూసుకుంటూ భర్తకు సాయంగా వుంటూ మరోవైపు పేపర్ క్విల్లింగ్ లో దూసుకుపోతూ అనతి కాలంలోనే పేపర్ క్వీన్ గా పేరు గణించారు.

నలందా విద్యానికేతన్, స్ఫూర్తి క్రియేటివ్ ఆర్ట్స్ స్కూల్లో క్రాఫ్ట్ టీచర్గా పనిచేసి వేల సంఖ్యలో చిన్నారులకు పేపర్ క్విల్లింగ్ ఆర్ట్ నేర్పారు. ప్రస్తుతం గత సంవత్సర కాలంగా ప్రముఖ మల్టీ మీడియా అండ్ ఎలక్ట్రానిక్స్ పబ్లిషర్ 'ఆస్ట్రాజెన్' లో ఆర్ట్స్ అండ్ క్రాఫ్ట్స్ టీచర్గా, సపోర్టివ్ ఎగ్జిక్యూటివ్ గా పనిచేస్తూ నర్సరీ నుండి పదవ తరగతి విద్యార్థులకు వీడియో పాఠాలను ప్రిపేర్ చేస్తూ సంస్థ మన్ననలు పొందుతున్నారు. పిడిలైట్ సంస్థ హాబీ ఐడియాస్ క్రియేటివ్ టీంలో మెంబర్గా, నా బార్డు, మెప్మా, హ్యాండీ క్రాఫ్ట్స్, VMC వారి ప్రోత్సాహంతో పలు స్టాల్స్ ఏర్పాటు చేయడం, ప్రపంచ తెలుగు చిత్రకారుల అసోసియేషన్ వారు నిర్వహించే చిత్రకళా సంతలో పాల్గొనడం, నేషనల్ అకాడమీ ద్వారా RSETI సర్టిఫై అయ్యి ప్రత్యేక శిక్షణా తరగతులు తీసుకుంటూ వివిధ నగరాల్లో నిర్వహించే ఎస్సెస్మెంట్స్ కి ఇంచార్జ్ గా వ్యవహరిస్తూ 'సింధు డిజైన్స్' పేరుతో కుటీర

పరిశ్రమ స్థాపించి తనతో పాటు మరికొంతమంది మహిళలకు నేర్పి ఉపాధి, ఆర్థిక ఆసరా కల్పిస్తూ ముున్ముందుకు సాగుతున్నారు. పలు గ్రామీణ ప్రాంతాల్లో చదువుతున్న పేద విద్యార్థులకు ఉచితంగా శిక్షణ ఇస్తూ, కళపట్ల అవగాహన కల్పిస్తూ తన కళను నలుగురికీ పంచుతున్నారు. కాట్రేనికోనకి చెందిన క్రియేటివ్ హార్ట్స్ - ఆర్ట్స్ అండ్ క్రాఫ్ట్స్ అకాడమీ వారు జాతీయ స్థాయిలో నిర్వహించిన పోటీల్లో అత్యుత్తమ పురస్కారం 'గోల్డెన్ బ్రష్ అవార్డు' వారిని వెతుక్కుంటూ వచ్చింది.

సాధారణ గృహిణి తన అలవాటుతో, పాలుపోక పొద్దుపోక చేసే చిన్న చిన్న పనులే ఎన్నో కళాత్మకతలకు మూలం. పోపు పెట్టడం నుండి పెరడు వరకు, కుట్లు అల్లికల నుండి మెలికల ముగ్గులు దాకా కాస్త మద్దతు ఇస్తే చాలు మహిళలు మహాద్భుతాలు సృష్టిస్తారు. ఓర్పు, శ్రద్ధ, ఏకాగ్రత, సృజనాత్మకతలో మంచి నాణ్యత వల్ల ఉభయ రాష్ట్రాల్లో పేరు మోసిన వారి ఇళ్లలో, ఈవెంట్లలో ఫోటోఫ్రేములు, జ్ఞాపికలు, ఇరవై పైచిలుకు క్రాఫ్ట్స్‌తో తనతో పాటు గృహిణులకు నేర్పుతూ తానే కాదు స్వతహాగా ఆర్థికంగా నిలబడాలనుకునే ఎందరో వనితలకు అండగా సాగుతున్నారు. అలవాటుని ఉపాధిగా మార్చుకుని తనతోపాటు మరెందరికో భరోసా అయిన నేటి మేటి తరుణి మన మేడా రజని. *

"

అధికారి నిజాయితీ, నిబద్ధత మెడల్స్ లో కన్నా
బదిలీల్లోనే బాగా తెలుస్తుంది

"

మన హీరోలు – *untold stories*

23

పోస్ట్ మ్యాన్

రామచంద్రరావు

"ఆచరణకు మాటలవసరం లేదు"

తన పండ్లను తాను ఆశించని చెట్టు, వేరు నుండి చిటారు కొమ్మ వరకు అవసరమని చాచే ప్రతి చేయికి ఆసరా అవుతుంది. చెట్టుకు ఇసుమంత స్వార్థమున్నా కథ వేరేగుణ్ణు. దాహం తీర్చే నీరు మాటలు చెప్తూ నిలబడితే ఎన్ని గొంతులు ఎండి పోవునో, వీచే గాలి క్షణకాలం తన గొప్పను తాను చెప్పుకోవాలనుకుంటే ఎన్ని శ్వాసలు ఆగునో కదా. కల్మషం లేని సూరీడు ప్రతీ ఉదయం తన పని తాను చేసుకుంటూ వెళ్తాడు. ఎవరి కోసం ఆగడు , ఎవరి మెప్పు ఆశించడు. సూరీడి ఏడు గుర్రాల రథంతో పాటుగా ఓ ఎర్రటి సైకిలు ఎక్కి నీలం రంగు చొక్కాతో సమాజానికి, సామాన్యుడికి సహాయం అనే చేయి అందించే ఓ రాయబారి బయల్దేరుతాడు. అతడే రిటైర్డ్ పోస్ట్ మ్యాన్ రామచంద్ర రావు.

సమాచారాన్ని లోకానికి చేరవేసే ఓ సారథి. కౌరవులు పాండవుల మధ్య రాయబారిగా వెళ్ళిన శ్రీకృష్ణభగవానుడు, గాలికి సమానంగా వార్తలు మోసిన పావురం నేటికాలపు పోస్ట్ మ్యాన్. సా..ర్ పోస్ట్, మే..డం పోస్ట్ అంటూ కవరులోని సమాచారం రహస్యంగా, సమానంగా ప్రతిఒక్కరికీ గౌరవంగా చేరవేసే రాయబారి పోస్ట్ మ్యాన్. ఉత్తరాలు అందించే ఓ సాధారణ పోస్ట్ మ్యాన్ సమాజానికి ఓ సందేశంగా జీవిస్తున్నారు. ఎర్రటి సూరీడు ఎగబాకుతూ వెలుగులు చిమ్ముతుంటే ఆ వెలుతురిని తన రెండు చక్రాల సైకిలుకు ఎర్రటి రంగుగా చేర్చి నీలాకాశాన్ని తన చొక్కాగా మార్చి విశాలమైన విశ్వాన్ని సేవకు నిదర్శనంగా సాగుతున్న ఓ నిస్వార్థ సేవా సచ్ఛీలుడు ఈ రామచంద్రుడు.

ఏమాత్రం స్వార్థం లేదు, కల్మషం లేకుండా లోనా బయటా అంతా ఒకేలా చిన్న పిల్లవాడి నవ్వులా, పెద్ద సమస్యల్లో సైతం ధీరుడిగా నిలబడి తోడుండే తత్వం. ఈ పోస్ట్ మ్యాన్ సేవలు, ఆచరణ తెలియాలంటే విజయవాడలోని ఇందిరానాయక్ నగర్ కాలనీలోకి అడుగుపెట్టాలి. ఓ వీధి మొదట్లో రామచంద్రరావు వీధి అని బోర్డ్ కనిపిస్తుంది. దారికి ఇరువైపులా చక్కని కాలువలు, సీసీ రోడ్లు, పచ్చని చెట్లు, చెట్ల మధ్యలో ఎర్రటి బోర్డ్

పై స్వచ్ఛ అమరావతి, స్వచ్ఛ ఇందిరా నాయక్ నగర్, స్వచ్ఛ భారత్ అంటూ 'మన అజ్ఞానాన్ని తెలుసుకోవడమే నిజమైన విజ్ఞానం', 'ప్రజల్ని ప్రేమించలేని వాడు ఎన్నటికీ దేశభక్తుడు కాలేడు' వంటి చక్కని సూక్తులు రాసి ఉంటాయి. పెద్ద ఫ్లెక్స్ రూపంలో త్రివిధ దళాల్లో అమరులైన జవానులు, పోలీస్ వారు, స్వాతంత్ర్య సమరయోధుల చిత్రాలతో నివాళి కనిపిస్తుంది.

ఇరవయ్యేళ్ళ క్రితం ఓ పిల్లవాడు బడి నుండి ఏడ్చుకుంటూ వెళ్తుంటే ఏమయ్యిందని దగ్గరకు తీసుకొని అడిగాడో తపాలా సేవకుడు. "నోట్ బుక్స్ లేవని మాష్టారు కొట్టాడు. అందుకే బడిలో నుండి బయటకు వచ్చా" అని ఏడుస్తుంటే ఆ పిల్లవాడిని దగ్గరకు తీసుకుని అప్పుడే జేబులో ఉన్న మనియార్డర్ తాలూకు వంద రూపాయలు పెట్టి నోట్ బుక్స్, పెన్స్ మొత్తం కావాల్సినవన్నీ కొనిపించి బడిలో వదిలిపెట్టారు. చదువు విలువ రామచంద్ర రావుకు బాగా తెలుసు ఎందుకంటే ఇంట్లో నుండి పారిపోవడం, పది ఫెయిలవ్వడం, కష్టపడి పోస్టల్ లో ఉద్యోగం సాధించడం వల్ల. ఎందుకో ఆరోజు అతనికి చాలా సంతోషంగా అనిపించింది. అదే తరువాత పది మంది పిల్లలతో మొదలై నేడు రెండు వేల మంది పిల్లలకు ప్రతీ సంవత్సరం నోట్ బుక్స్, ప్లేట్, గ్లాస్, పెన్స్ లాంటివి గత ఇరవై సంవత్సరాల నుండి నిరాఘాటంగా సేవా కార్యక్రమం సాగుతూనే ఉంది. ఏ ఉద్యోగం, ఎంత సంపాదిస్తావు అనేవి సేవకు అడ్డంకులు కావు. ఒక సాధారణ పోస్ట్ మ్యాన్ నేడు వేల మంది పిల్లలకు ఆసరాగా మారి, ఒక రెండు ఎస్సీ పాఠశాలలు దత్తతకు తీసుకుని అందులో బల్లలు, బోర్డులు ఇతరత్రా అవసరాలు తీరుస్తున్నారు. బెస్ట్ పోస్ట్ మ్యాన్ గా తపాలా శాఖ నుండి **ధాక్ సేవా అవార్డు** పొందిన రామచంద్ర రావు గారు తపాలా సేవలకు అయితే పదవీ విరమణ చేశారు కానీ సామాజిక సేవ మాత్రం నిరంతర యజ్ఞంలా కొనసాగిస్తున్నారు. పదవీ విరమణ రోజు వచ్చిన ప్రతిఫలాల్లో ఎక్కువ భాగం పేదలకు పంచారు.

వర్షం వస్తే గుంతలు, కాలువలు, వాటర్ పైపులు లేని పేటలో రామచంద్రరావు గారు అధికారులతో పోరాడి చక్కని సుందరమైన వీధులుగా మార్చారు. రోడ్డుకు ఇరువైపులా 250 మొక్కలు స్వయంగా నాటి, వాటికి రోజూ నీరు పోసి పెంచి పెద్దవిగా చేశారు. ఆ ఏరియాలో ఏదైనా సమస్య వస్తే ముందుగా గుర్తొచ్చే పేరు మన పోస్ట్ మ్యాన్ గారే. వీరి మంచితనం, సేవలు గుర్తించి కార్పొరేషన్ వారు ఆ వీధికి పోస్ట్ మ్యాన్ రామచంద్రరావు వీధి అని పేరు పెట్టారు. ఆ వీధిలో నేడు IAS, IPS, IRS అధికారులను అతిథులుగా పిలిచి ప్రతీ సంవత్సరం పాతిక ప్రభుత్వ పాఠశాలల నుండి పిల్లలను పిలిచి వారికి అవసరమైనవి పంచుతారు. అదే రోజు అధికారులతో మొక్కలు నాటించి చక్కగా వాటిని పెంచి పెద్ద చేస్తారు. వారు అలా పెంచిన మొక్కలు ఈరోజు ఎందరికో నీడగా మారాయి. జిల్లా కలెక్టర్ గారే స్వయంగా వీరికి సన్మానం చేయదలిచినప్పుడు ఆ సన్మానానికి ఖర్చయ్యే సొమ్మును పేద పిల్లల చదువుకు ఉపయోగించమని సున్నితంగా తిరస్కరించిన ఉన్నతమైన వ్యక్తిత్వం వీరి సొంతం.

ప్లాస్టిక్ నిషేధించండి, మొక్కలు నాటండి అనే స్లోగన్స్ ఆ ఎర్రటి సైకిల్ పై జెండాగా ఎగురుతుంటే పోస్ట్‌మ్యాన్‌గా సందేశాలు చేరవేయడమే కాక నేడు సమాజానికి తానే ఓ సందేశమై జీవిస్తున్న స్వచ్ఛ మనస్కుడు మన రామచంద్రరావుగారు. *

24

ఆపద్బాంధవుడు

రమణ మలిశెట్టి

"పరహితమే జన్మ పరమార్థం, ప్రభుత్వ ఉద్యోగం సేవకు రాజమార్గం"

మరణం అనేది మరో లోకపు మార్గం. పుట్టుకతో ఈ లోకంలోకి వచ్చి చావుతో మరలా తన యథాస్థానానికి చేరే ప్రక్రియలో పుట్టినప్పుడు సంతోషం, చనిపోయినప్పుడు బాధ పంచుకుంటారు. మరణం అనేది సొంత ఊరికి పోవడమే అలాంటి ప్రయాణం ఒక్కొక్కరికి ఒక్కోలాగా వస్తుంది. అది సంతోషంగా స్వీకరించే విషయం, ఈ క్షణంలో మరణం సంభవించినా సంతోషంగా స్వాగతిస్తానని కరుకు ఖాకీ చాటున వెన్నలాంటి ప్రేమను పంచుతున్న ఓ పోలీసాయన. రాయలోరి సీమలో, రాళ్ళల్లో వజ్రంలాగా గొప్ప వ్యక్తిత్వంతో చేతులెత్తి మొక్కాల్సిన రక్షకభటుడు మలిశెట్టి రమణ గారు.

పోలీస్ ఆయన అనగానే కటువైన మనసు, గంభీరమైన రూపం, పరుష పదజాలం గుర్తొస్తాయి. ఇవన్నీ అన్నిటా కాదు, అందరూ కాదంటూ పోలీస్ వారంటే సేవకు ముందుండే వారంటూ రక్షకుడు సేవకుడిగా ఎందరో అనాథలకు, అభాగ్యులకు ఆశ్రయమిస్తున్న ఆత్మబంధువు. వృద్ధాప్యం మనిషికి శాపగ్రస్త సమయంలా మారుతుంది. ASI గా పోలీస్ ఉద్యోగం చేస్తూ తనకున్న భూమిని(ఆస్తిని) అమ్మి కడపకు దగ్గర్లో నాలుగు ఎకరాలు కొని వృద్ధులు, అనాథలకు "పరమాత్మ తపోవన ఆశ్రమం" నిర్మించారు. ఆశ్రమాన్ని నిర్మించడమే కాకుండా వారి తదనంతరం ఆశ్రమ భూమిపై తన వారసులకు హక్కు లేకుండా కేవలం ధర్మ, దైవ కార్యక్రమాలకు మాత్రమే ఆ స్థలాన్ని వినియోగించుకునేలాగా వీలునామాని శిలాఫలకంగా వేశారు.

1993 లో ఎవరూ లేని ఓ వృద్ధురాలి మృతితో చలించి ఆమెకు దహన సంస్కారాలు చేశారు. ఆనాడు మొదలైన వారి సేవానిరతి ముప్పైఐదు సంవత్సరాలుగా కొనసాగుతూ ఆరువందల అనాథ శవాలకు అంతిమ సంస్కారాలు వారి సొంత ధనంతో నిర్వహించారు. అనాథ అని అంటే రమణ గారికి నచ్చదు, వారిని నిరాదరణకు

గురయిన వారిగా చెప్పాలి. అలాంటి ఎందరో నిరాశ్రయులకు వారే ఆశ్రయం.

మొదట్లో శవాల రమణ అంటూ సొంతవారే హేళన చేయడం, అంతిమ సంస్కారం జరిగిన ప్రతిసారీ ఇంట్లో ఓ యుద్ధం, అయినా ఈ సేవ చేయడం ఆపనని నిక్కచ్చిగా చెప్పి మరీ ముందుకు సాగిన మహనీయులు. నాడు శవాల రమణను నేడు అంతా పరమాత్మ రమణ అంటూ పిలుస్తున్నారు. నాడు గౌరవం పోలేదు, నేడు గర్వం రాలేదు, రమణ గారిలో ఏమార్పు లేదు కానీ కాలం మాత్రం మారింది. ఉద్యోగం, కుటుంబం, వ్యక్తిగత సమయంలో ఒక్క ముప్పావుగంట కేటాయిస్తే రోజూ సేవ చేసి సంతోషాన్ని పొందవచ్చు. సమయం కానీ, ధనం కానీ వృధా చేయరాదంటూ సాగే రమణ గారి ఆచరణ మాటల్లో చెప్పలేము.

ఆశ్రమమంటే ఓ శాంతినికేతనం. ఎలాంటి వారినైనా సరే చేరదీసే ఆపన్నహస్తం. ఆశ్రమంలో గోశాల, ఐదు వందల రకాల పూలు, పండ్లు, ఔషధ గుణాల మొక్కలున్నాయి. ఎన్నో రకాల పక్షులకు కూడా నిలయం. అక్కడ పూచే పువ్వు, కాచే కాయ, రాలే ఆకు ఆశ్రమాన్ని విడిచిపోలేని బంధాలు. పశువుకు గ్రాసం, పక్షికింత ధాన్యం, చెట్టుకు తోయం, మనిషికి ఆహారం. ఇదే కదా జన్మ సార్థకమనే రమణ గారి ఆశ్రమాచరణ. విద్యార్థులు తమ పాకెట్ మనీతో ఆశ్రమానికి సహాయం చేస్తుంటారు. వారికి తల్లిదండ్రుల విలువలను తెలుపుతూ వారి చేత వృద్ధులకు భోజనం తినిపిస్తారు. పెద్ద పెద్ద చదువులు చదివినా, గొప్ప ఉద్యోగాలు చేస్తున్నా వారి తల్లిదండ్రులను ఆశ్రమాల్లో విడిచారు అంటే వారెన్నడు మనఃశాంతిని పొందలేరు. వృద్ధాశ్రమాల సంఖ్య పెరగడం అంటే కోల్పోతున్న ప్రేమానురాగాలకు గుర్తు. ఏ తల్లి కడుపున పుట్టారో, ఎంత అల్లారు ముద్దుగా పెరిగారో, వారి బిడ్డల్ని ఎంత ప్రేమగా పెంచారో చివరి దశలో నన్ను బిడ్డగా చేసుకున్నారు. కొడుకుగా కడ సేవలో నాకు అవకాశం కల్పించారనంటూ అలుపెరుగని ఈ బాటసారి సాగిపోతున్నాడు.

సేవ కాదు, ధర్మం కాదు, బాధ్యత కూడా కాదు. ఋణం తీర్చుకుంటున్నారు. సకల జీవరాసులకు ఋణానుబంధకాలం ఉంటుంది. ఒకానొక సమయంలో ఋణం తీరిపోతుంది. జీవం వదిలిపోతుంది. ఆత్మ వెళ్ళిపోతుంది. కాలం మాత్రం సాగిపోతుంది. నలుగురికి అయినా చేయాలని అనుకున్నారు నాడు. నేడు అంతకుమించి పరమాత్మునిగా ప్రశంసలు అందుకుంటూ సాగుతున్న ఈ పోలీసాయన అటు ఉద్యోగానికి ఇటు సామాజిక బాధ్యతకి నిదర్శనం. *

25

సామాన్యశాస్త్రం

కందుకూరి రమేష్ బాబు

"ఒడిసిపట్టే ఏకాగ్రత ఉంటే ప్రతీ చిత్రం ఓ సందేశం"

చూసే కనులుండాలే కానీ అద్భుతాలు చుట్టూరా తచ్చాడతాయి. రాసే ఓపిక ఉండాలే కానీ ఆశ్చర్యాలు అబ్బురపరుస్తాయి. కవి అద్భుతంగా స్త్రీ ని, ప్రకృతిని వర్ణించినా, రచయిత కనులు చెమ్మగిల్లే వ్యాసం రాసినా, శిల్పి తన ఉలితో కళ్లార్పలేని శిల్ప సౌందర్యాన్ని చెక్కినా, చిత్రకారుడు ఔరా అనిపించే పడుచు చిత్రానికి రంగులద్దినా, ఆమె ప్రేమని, బంధాన్ని ఆరాధిస్తూ పాట పాడినా.. ఆలోచన కలిగించే సాహిత్యం, కవిత్వం, రగిలే విప్లవం, పిడికిలెత్తిన పోరాటం, అందం ,ఆలోచన, వర్ణన, వివక్ష అన్నీ సామాన్యశాస్త్రంలో నువ్వు రోజూ చూసే అధ్యాయాలే.

సామాన్య శాస్త్రం : అసామాన్య ప్రతిభగల వ్యక్తులు తమ గొప్పదనాన్ని జీవనోపాధికి వినియోగిస్తూ తమలోని ప్రతిభను, వృత్తిని నిస్వార్థంగా భావితరాలకు అందిస్తూ ఏ మాత్రం ప్రశంస, పొగడ్త కోసం ఆరాటపడని పాత్రల సమూహారమే సామాన్యశాస్త్రం. శ్రమైక జీవన సౌందర్యాన్ని ఒకచోట చేర్చి సామాన్యునికి దేవాలయాన్ని నిర్మించి హీరోలుగా, సెలెబ్రిటీలుగా చెప్పుకుంటూ చెలామణి అవుతున్న వారిచేత నిజ జీవిత కథానాయికీ నాయకులకు మొక్కించిన అసామాన్యుడు మా మీసాల కెమెరా కర్ణుడు కందుకూరి రమేష్ బాబు. ప్రతిభ ప్రతీ ఒక్కరిలోనూ ఉంటుంది మరి ఆ ప్రతిభను దేనికి వినియోగిస్తావు అనేదే నీ వ్యక్తిత్వం.

జర్నలిస్టుగా, రైటర్ గా, ఫోటోగ్రాఫర్ గా ఎందరికో సుపరిచితమే అయినా వారి కళాత్మకత తెలియాలి అంటే సామాన్యశాస్త్రం సందర్శించాల్సిందే. అక్కడ జరిగే పండుగ సామాన్యుడిది. సామాన్యుని జీవితాన్ని ప్రతిబింబించే భిన్నకోణాల సమూహారం రమేష్ గారి జీవితం. బాల్యం నుండే కెమెరాతో విడదీయని బంధం

ఉన్నప్పటికీ పత్రికా రంగాల్లో, రచనల్లో సామాన్యునికి పెద్దపీట వేయాలని జర్నలిస్టుగా, రచయితగా మారారు. రియాల్టీ షోలు, వ్యాసాల్లో సామాన్యుడిని సెలెబ్రిటీగా నిలబెట్టారు. సాక్షి సలాం, మీ జయసుధ-N టీవీ, సామాన్యుడి ఆటోగ్రాఫ్-తేజ టీవీ, సుప్రభాతం, సామాన్యశాస్త్రం- సండే ఆంధ్రజ్యోతి, నమస్తే తెలంగాణ సండే ఎడిటర్ గా ప్రింటింగ్, ఎలక్ట్రానిక్ మీడియాలో తనదైన ముద్ర వేసి నేడు ఫ్రీలాన్స్ జర్నలిస్టుగా చేస్తున్నారు. జర్నలిస్టుగా ,రచయితగా సాగుతున్న రోజుల్లో ప్రఖ్యాత ఫోటోగ్రాఫర్ రఘురాయ్ గారిని కలిసి వారితో ప్రయాణించిన తరుణంలో వారిలో పుట్టుకతో ఉన్న కెమెరా మరలా వారి జీవనంలో చేరింది. అప్పటి నుండి తెల్ల కాగితం నల్లక్షరం ఎలా చూపుతిప్పుకోనివ్వదో, తన విధానం దానికి అనుగుణంగా సామాన్యుడి బాధ్యత తీసుకుని నడిచే అంబాసిడర్గా నల్లచొక్కా, క్రీం కలర్ ప్యాంట్ , పైన ఒక టోపి(నార్మల్ ది కాదు), మెడలో తేలియా రుమాల్ , ఎప్పుడూ భుజంపై వేలాడుతూ వుండే కెమెరా తో గుబురైన మీసాలతో సహజత్వం ఎక్కడున్నా కనిపించే తీరుతో సామాన్యుడి శ్రేయస్సుకి ఓ రూపంగా మారారు. తలపై చేరిన టోపీ నుండి నల్ల చొక్కా, క్రీమ్ ప్యాంట్, తేలియా రుమాల్ ప్రతీదానికి ఒక ప్రత్యేక కారణం దాని వెనుక ఓ కథనం దాగి ఉన్నాయి.

రోజువారీ జీవనంలో కనిపించే అనేక అద్భుతాలను బంధించి సహజత్వంలోని విశిష్టతను అందరికి దర్శించే అవకాశం కోసం సామాన్య శాస్త్రం గ్యాలరీని తెరిచారు. సామాన్యుడిని దేశంలోనే అత్యుత్తమమైన జహంగీర్ ఆర్ట్ గ్యాలరీకి చేర్చి ప్రదర్శన నిర్వహించిన ఘనత మన రమేష్ బాబు గారిది. సామాన్యుడు తనకి అన్నీ తెలిసే గుప్తంగా వున్నాడు. అసలైన సెలబ్రిటీ సామాన్యుడేనంటూ.., సామాన్యం, సహజం, ఆచరణా దృక్పథంతో పేరులేని పెద్దమనుషులే పాత్రలుగా సామాన్యుల పరిచయ వ్యాసాలు 12 పుస్తకాలుగా రాశారు. కోళ్లమంగారం, లేపెన్స్యూర్, గణితం అతడి వేళ్ళమీద సంగీతం, బాలుడి శిల్పం, తొమ్మండుగురు, బతికిన కోడి, గడ్డిపరకలు, కల్లెపాటలో, నామవాచకం మొదలైనవి వారి పుస్తకాలు.

తను రాసిన ఏభై ఒక్కమంది సామాన్యుల పరిచయ వ్యాసాల్లోని కథానాయకులను ఒక చోట చేర్చాలనే క్రమంలో ఒక తత్వాన్ని గ్రహించారు. ఆ వెతుకులాటలో తెలిసింది ఏంటంటే అందులో కొందరు మరణించివున్నారు. అప్పుడు రమేష్ గారు రాసిన ఒకమాట "పాత్రలుగా సదరు వ్యక్తులు, వాటిని రాసిన రచయితా, ముందుమాట రాసిన వ్యక్తి, పుస్తక ప్రూఫ్ రీడర్లతో సహా అచ్చువేసిన వారెవరూ కూడా ఒకానొకరోజు ఉండరని అవగతమైంది. ఆ అవగాహనకు నవ్వు కూడా వచ్చింది." ఆ తత్వమే తరువాత 'మీరు సామాన్యులు కావడం ఎలా..? అనే (ఫిలాసఫీ) పుస్తకం రాయడానికి కారణం అయ్యిందని కూడా అనుకోవచ్చు. ఒక్క మాటలో చెప్పాలి అంటే ఈ జగత్తులో బ్రతికిన మనుషులందరి గురించి ఓ లైబ్రరీ తెరవాలి అందులో మీ పరిచయ వ్యాసం తప్పక ఉండాలి. Celebrating the ordinary. ఇదే సామాన్య శాస్త్రానికి మూలం. *

26

రికార్డుల రారాజు

డాక్టర్ నామని రవికుమార్

కళాకారునిలో కనిపించని ఉద్యమకారుడు కూడా ఉంటాడు. కళాకారుడు దేన్నైనా తట్టుకుంటాడు కానీ తన కళను అవమానించినా, హేళనచేసినా అసలు సహించడు. ఒక కళాకారుడి అవార్డులు రివార్డులు గొప్పని జనాలు భావిస్తారు కానీ వాటి వెనకున్న కృషిని గ్రహించడం అంత సామాన్యమైనది కాదు. అటువంటి కళకు పుట్టిన రికార్డ్స్ రారాజు, నటరాజు నిండు ఆశీస్సులతో సాంప్రదాయ నృత్యంలో నూతన భంగిమల నిత్య నృత్యకారుడు డాక్టర్ నామని రవికుమార్.

డాన్స్ మీద ఇష్టంతో మొదలైన జీవితం కుప్పిగంతులతో ప్రయోజనం ఏంటనే హేళనతో, నువ్వు డాన్సర్‌వా అనే అవమానాలతో, అవకాశం కోసం రాత్రింబవళ్లు పనిచేయించుకుని మోసం చేసిన వ్యక్తులతో మొదలైన రోజులు, వాటన్నిటినీ అధిగమించిన ఆత్మస్థైర్యం దానికి సజీవ సాక్ష్యంగా నిలబడ్డ నేటి వెస్ట్రన్, జుంబా, జానపద, కూచిపూడి నృత్యకారుడు మన డాక్టర్ నామని రవి కుమార్. ఒకటా రెండా అక్షరాల ఎనభై రికార్డులు. ఒక్క రికార్డు, అవార్డుకే కాలర్ ఎగరేస్తూ, అక్కడిదాక దేనికి ఫేస్బుక్ లో వచ్చే లైకులు, కామెంట్లతో తమని తాము సెలెబ్రిటీలుగా చెప్పుకునే స్వయం ప్రకటిత సెలెబ్రిటీలున్న రోజుల్లో గిన్నీస్ వరల్డ్ రికార్డ్ నుండి గల్లీ రికార్డ్ వరకు మొత్తంగా 80 ప్రపంచ రికార్డులు, 30 పైన అవార్డులు, బిరుదులు సాధించి సామాన్యుడిగా కళను పంచుతూ సాధారణ జీవితం గడుపుతున్నారు మన అసాధారణ కళాకారుడు.

రవి గారిని కలిసినప్పుడు 'స్టూడియో గోడలు ఖాళీ లేవుగా తరువాతెలా.? ' అని అంటే "ఈ ప్రపంచ రికార్డులు చెప్పుకోడానికే కానీ మరేమీ లేదు. నా అవమానాలకు, నన్ను చేసిన మోసాలకు నేను ఏమి చేయగలనో, నా కళతో నేను ఏది సాధించగలనో చూయిస్తూ నన్ను నడిపిన నా గురువులకు గుర్తుగా ఉన్నవే ఈ గోడలకు వేలాడే రివార్డులు, అవార్డులు" అనే కించిత్ గర్వం లేని నమ్మకంతో కళాపుత్రుడిగా ఓ ధీటైన సమాధానం వినొచ్చు.

మొదటగా వెస్ట్రన్ డాన్స్ ఎక్కువగా చేస్తూ డాన్స్ బేబీ డాన్స్, ఢం రే ఢం, ABCD, మగధీర లాంటి టీవీ ప్రోగ్రామ్స్ కి చేశారు. అటు నుండి సంప్రదాయ కూచిపూడి నృత్యకారుడిగా మారారు. బాగా డాన్స్ చేస్తున్నావ్ అని గ్రహించి వెంబడించి ఒప్పించి తనకు కూచిపూడి నేర్పిన గురువు జక్కా కృష్ణ గారు, అలాగే హైదరాబాద్ వచ్చాక ఒక మార్గదర్శిగా సపోర్టర్ గా నిలిచిన మరో గురువు శ్రీకాంత్ గౌడ్ గారు, అలాగే ఎదిగినా ఒదిగుండే తీరు నేర్పిన ఆజాద్ గారు, అన్నిటికన్నా అన్నింటిలో తనని తనకన్నా ఎక్కువ నమ్మిన తన శ్రీమతి వైష్ణవి గారే ఈ ప్రపంచ రికార్డులకు మూలం అని క్రెడిట్ మొత్తం వారికిచ్చేస్తాడు ఈ అర్ధనారీశ్వరుడు. కూచిపూడి నృత్యంలో బెంగుళూరు యూనివర్సిటీ నుండి డాక్టరేట్ సాధించారు. 67వ స్వాతంత్ర్య దినోత్సవ వేడుకల్లో 50 మంది విద్యార్థులతో నెమలి వేషంతో నృత్యం చేసినప్పుడు మొదట ప్రపంచ రికార్డ్ మొదలుకొని 474 మందితో ఫోక్ డాన్స్ చేసినందుకు 'గిన్నీస్ వరల్డ్ రికార్డ్', డాక్టర్ రవి గారి అవని నృత్యాలయం ఆధ్వర్యంలో తెలంగాణ ప్రభుత్వ 75వ స్వాతంత్ర్య దినోత్సవ వేడుకల్లో 75 మందితో 75 పాటలకు 75 నిమిషాలు ఆపకుండా జుంబా చేసినందుకు ఒకేసారి 10 ప్రపంచ రికార్డులు కైవసం చేసుకున్నారు.

భామాకలాపంలో స్త్రీ వేషం, శివతాండవంలో శివుని వేషం, శ్రీనివాస కళ్యాణంలో వెంకటేశుడి వేషం రవి గారికి కొట్టిన పిండి. శ్రీనివాస కళ్యాణంలో అయితే శ్రీనివాసుడిగా 75 సార్లు చేసినందుకు వేరు వేరు సార్లుగా ప్రపంచ రికార్డ్స్ సాధించారు. అలాగే 250 మంది పిల్లలతో బంగారు తెలంగాణ నేపథ్యంలో నృత్యహారతి పేరుతో చేసిన డాన్స్ ప్రోగ్రాంకు కొన్ని రికార్డులు, అత్యధిక స్టేజ్ ప్రదర్శనలు, అత్యధిక విద్యార్థులకు నేర్పిన గురువుగా మరికొన్ని రికార్డులు ఇలా షుమారు 80 పైగా రికార్డ్స్ సాధించారు. అలాగే నృత్యరత్న, నాట్య శిరోమణి, నృత్య సామ్రాట్, కళా ప్రవీణ, భారత్ యువ కళారత్న, విశిష్ట ప్రతిభా అవార్డు, దసరా పురస్కారం, ఉగాది పురస్కారం వంటి 30కి పైగా అవార్డులు సాధించారు. కూచిపూడి నేపథ్యంలో 100 మందితో 5K రన్ ని చెయ్యాలని, భరతనాట్యంలో కూడా డాక్టరేట్ పొందాలని ప్రణాళికలో వున్నారు. ఎందరో విద్యార్థులు కూచిపూడిలో ప్రపంచ రికార్డు సాధించేందుకు శిక్షణ పొందుతున్నారు.

సాధించాలి అనుకుంటే ఏదైనా సాధించవచ్చు. మనకు జీవితంలో ఎదురయ్యే సమస్యలు మనల్ని చాలా సాన బడతాయి. అవమానం జరిగిందని, మోసం జరిగిందని అలా ఉండిపోలేదు. ఈరోజు ఎన్నో రాతి దెబ్బలు తిన్న అందమైన శిల్పంలా కూచిపూడి నృత్యకారుడిగా అనేక అవార్డులు సాధించి నిరూపించాడు. కూచిపూడి మాత్రమే కాదు భరతనాట్యంలో కూడా డాక్టరేట్ చేసి నాట్యంలో కొత్త ముద్రలు కనుగొనాలి అలాగే అందరికీ సంప్రదాయ నృత్యాన్ని దగ్గర చెయ్యాలి. కొందరు సంప్రదాయ నృత్య కళాకారులు ఆర్థికంగా ఇబ్బందిపడుతున్నారు వారికి సాయం చెయ్యాలనే సంకల్పంతో ముందుకు సాగుతున్నారు. *

27

చదువులమ్మ

ప్రొఫెసర్ చిలుకూరి శాంతమ్మ

"ప్రశ్న ఎక్కడైనా, ఎప్పుడైనా మొదలవ్వొచ్చు
కానీ ప్రయాణమేంటనేదే అసలు ప్రశ్న"

వయసు దేనికి అడ్డంకి నేర్చుకోడానికా లేక నేర్పడానికా..? నిరంతరం శోధించి బోధించే ఆలోచనా రూపానికి వృద్ధాప్యం ఉండదు. ఈ భౌతిక ప్రపంచంలో తొమ్మిది పదుల వయసులో భౌతికశాస్త్ర పాఠాలు చెప్తూ ఏ మాత్రం అలసట చూపని చదువులమ్మ ప్రొఫెసర్ శాంతమ్మ. అరవై ఏళ్ళకు పదవీ విరమణ చేసి ఏవో నాలుగు ముచ్చట్లు చెప్తూ కృష్ణారామా అంటూ సాగిపోయే బ్రతుకులెన్నో. కానీ ఈ పంతులమ్మ తొంభై ఏళ్ళ వయసులో అవిశ్రాంతంగా రోజుకు 120 కిలోమీటర్లు ప్రయాణించి, ఒకరోజుకి ఆరు తరగతులు వరకు ఫిజిక్స్ పాఠాలు నేర్పుతూ, భౌతికశాస్త్ర పరిశోధనలు చేస్తూ వయస్సుని, వయస్సుతో వచ్చే అలసట బడలికలను వెనక్కి నెట్టి మొక్కవోని దీక్షతో సాగిపోతుంటే ఈ లోకం చేతులెత్తి మొక్కడం కన్నా ఇంకేమి చెయ్యగలదు.

మద్రాసులో ఇంటర్మీడియట్ చదివే రోజుల్లో మహారాజా విక్రమ్ దేవ్ వర్మ నుండి భౌతికశాస్త్రంలో బంగారు పతకంతో మొదలైన ఆంధ్రా యూనివర్సిటీ నుండి మైక్రోవేవ్ స్పెక్ట్రోస్కోపిలో పీహెచ్డీకి సమానమైన డిఎస్సి పూర్తి చేసి, 1956 లో ఆంధ్రా యూనివర్సిటీలో కాలేజ్ ఆఫ్ సైన్స్ లో ఫిజిక్స్ లెక్చరర్ గా చేరారు. భారతదేశంలో ఫిజిక్స్‌లో డాక్టర్ ఆఫ్ సైన్స్ చేసిన మొదటి మహిళ శాంతమ్మ గారే. కౌన్సెల్ ఆఫ్ సైంటిఫిక్ అండ్ ఇండస్ట్రియల్ రీసెర్చ్, యూనివర్సిటీ గ్రాంట్ కమీషన్, డిపార్ట్మెంట్ ఆఫ్ సైన్స్ అండ్ టెక్నాలజీ వంటి వివిధ కేంద్ర ప్రభుత్వ విభాగాల్లో పరిశోధనాత్మక ఇంఛార్జిగా కూడా పనిచేశారు. పాఠాలు బోధిస్తూ వృత్తిలో భాగంగా యుఎస్, బ్రిటన్, కెనడా, స్పెయిన్ తదితర దేశాల్లో జరిగిన సమావేశాలకు హాజరయ్యారు. 1989 లో వారు పదవీ విరమణ చేశారు. కానీ బోధనపట్ల, పరిశోధనపట్ల, భౌతికశాస్త్రం

పట్ల ఉన్న మక్కువ మరలా గౌరవ అధ్యాపకురాలిగా కొనసాగేలా చేసింది. అటామిక్ స్పెక్ట్రోస్కోపి, మాలిక్యులర్ స్పెక్ట్రోస్కోపీకి సంబంధించిన అంశాలపై విశ్లేషణ, 2016వ సంవత్సరంలో వెటరన్ సైంటిస్ట్ క్లాస్‌లో అనేక అవార్డులతో పాటుగా బంగారు పతకాన్ని వారి చెంతకు చేర్చింది. నేటి వరకు 17 మంది విద్యార్థులు వీరి పర్యవేక్షణలో పిహెచ్ డి పూర్తిచేశారు.

శాంతమ్మ గారి భర్త చిలుకూరు సుబ్రహ్మణ్యశాస్త్రి గారు తెలుగు ప్రొఫెసర్ కావడంతో శాంతమ్మ గారికి కూడా ఉపనిషత్తుల మీద పట్టు ఏర్పడింది. వారు భగవద్గీత శ్లోకాలను 'భగవద్గీత ది డివైన్ డైరెక్టివ్' అనే పేరుతో ఆంగ్లంలోకి అనువదించారు. చిలుకూరి సుబ్రహ్మణ్య శాస్త్రి గారు కొన్నేళ్ల క్రితం చనిపోయారు. యువతరానికి ఉపయోగపడే అంశాలపై త్వరలో పుస్తకాన్ని విడుదల చేసేందుకు వాటిని అధ్యయనం చేస్తున్నట్లు శాంతమ్మ చెప్తున్నారు. నేడు తొంభై ఐదేళ్ళ వయసులో విజయనగరం సెంచూరియన్ యూనివర్సిటీలో రెండు మోకాళ్ళకు శస్త్ర చికిత్స జరిగినా రెండు కర్రల సాయంతో నేటికీ అదే హుషారుతో బోధన చేస్తున్నారు. నేటికీ ఒక్కరోజు కూడా తరగతి గదికి ఆలస్యం అవ్వలేదంటే వారికి వృత్తి పట్ల ఉన్న నిబద్ధత, సమయపాలన ఏ పాటిదో అర్థమవుతుంది. క్రమశిక్షణ, అంకితభావం, నిబద్ధతలో ఆమె తమకు రోల్ మోడల్ అని, ఆమె ఓ వాకింగ్ అండ్ టాకింగ్ ఎన్‌సైక్లోపీడియా అని కూడా విద్యార్థులు గర్వంగా చెప్పుకుంటారు. బోధన ఒక్కటే కాదు ఆమె పరోపకారి కూడా. తన ఇంటిని వివేకానంద మెడికల్ ట్రస్ట్‌కు విరాళంగా ఇచ్చి ప్రస్తుతం ఆమె అద్దె ఇంట్లో జీవనం కొనసాగిస్తున్నారు. పేరు ప్రఖ్యాతులు సంపాదించినా డబ్బు పోగేసుకోవడం అలవాటు కాలేదు. చేరదీసిన ఓ బిడ్డతో ఉన్న ఇంటిని విరాళంగా ఇచ్చి అద్దె ఇంట్లో ఉండే గొప్ప మనసు ఎందరికుంటుంది.

ఆంధ్రా యూనివర్శిటీ మాజీ వీసీ, విజయనగరంలోని సెంచూరియన్ విశ్వవిద్యాలయం ప్రస్తుత వీసీ ప్రొఫెసర్ జీఎస్ఎన్ రాజు గారు శాంతమ్మ గారి విద్యార్థినని గర్వంగా చెప్తారు. ప్రపంచంలోనే అతిపెద్ద వయసు ప్రొఫెసర్‌గా త్వరలో గిన్నిస్ బుక్ ఆఫ్ రికార్డ్స్‌లో చోటు సంపాదించుకోబోతున్నారు. సమయం, శక్తి వృధా చేయకుండా ఎప్పటికప్పుడు వ్యక్తి పునరావృతం అవుతూ ఉండాలి. ఈ ఆచరణే శాంతమ్మ గారిని వేదిక్ మ్యాథమేటిక్స్, యాంటీ క్యాన్సర్ డ్రగ్స్ మీద పరిశోధనలు చేయిస్తుంది. లెక్చరర్ నుండి ప్రొఫెసర్, ఇన్వెస్టిగేటర్, రీడర్, రైటర్, సైంటిస్ట్ గా సేవలందిస్తానంటూ వయసుతో సంబంధం లేని నిత్యనూతన రూపాంతరం చెందుతున్న పంతులమ్మ మన శాంతమ్మ అందరికీ ఆదర్శప్రాయం. *

28

యువకుడు

సంతోష్ ఇస్రం

"సామాజిక అసమానతలకు కారణం ఆలోచనలే"

ప్రపంచ సాంకేతికత దూసుకుపోతుంది. ఎక్కడ ఏం జరిగినా క్షణాల్లో చేతిలో ఠంగుమని మ్రోగుతూ మన ముందుంటుంది. బుల్లెట్ ట్రైన్, ఇంటర్నెట్, అంతరిక్షం ఇలా అనుభూతులు అందరి వశమయ్యాయి. డిజిటల్ అంటూ దేశం వెలుగుతున్నప్పటికీ ప్రజల జీవితాల్లో వెలుతురు, విద్య, వైద్యం చేరని ప్రాంతాలున్నాయి. అభివృద్ధి మాటున ఆకలి కేకలు, వినబడని నిరక్షరాస్య వినతులు. కరతాళ ధ్వనుల్లో కన్నీటి చారలను, బొంగురు పోయిన గొంతుల వేదనను వినే యువతరం అవసరమిప్పుడు. ఆ బాధలు తెలిసినవాడు మాత్రమే ఆ ఆవేదన చూడగలడు, వినగలడు. అలా విని చూసి మార్చేందుకు ముందుకొచ్చిన ఓ యువకుడు సంతోష్ ఇస్రం.

చదవడం అంటే ప్రతి వ్యక్తికి కొంత మేర ఇష్టం ఉంటుంది. చదువంటే ఎంత ఇష్టమంటే ఏం చెప్తారు..? పల్లీలు చుట్టిన పేపర్ నుండి ప్రశ్నాపత్రాలు దాకా, రాజ్యాంగం నుండి దారిలోని చిత్తుపేపర్ దాకా, కోర్సుతో సంబంధం లేకుండా A టు Z పుస్తకాలన్నీ చదివేయడం ఇష్టమనే సంతోష్ లాంటి వ్యక్తులు చాలా అరుదు. తెలంగాణలోని ఏజెన్సీ ప్రాంతానికి చెందిన సంతోష్ చదువుకోవడానికి ఎన్నో ఇబ్బందులు పడ్డాడు. రెండువేల సంవత్సరం వరదల్లో పూర్తిగా ఇంటిని కోల్పోయి కొత్త జీవితాన్ని ప్రారంభించిన సంతోష్ కుటుంబం చూడని బాధలు లేవు. చదువు మాత్రమే అన్నింటికీ సమాధానమని గ్రహించారు. పదో తరగతి దాకా చదివిన తీరొకటి. తరువాత పాలిటెక్నిక్ తీసుకోవడంతో కాస్త మందగించింది. కాలేజ్ కి వెళ్ళి చదవడం కన్నా ప్రపంచంలో నేర్చుకోవాల్సిందే ఎక్కువ ఉంది. సామాజిక అంశాల మీద అవగాహన, ప్రపంచంలోని పెత్తనం, సమాజంలోని అసమానతలు, పోరాటాల గురించి బడిలో కన్నా బయటున్నదే ఎక్కువ. రామాయణం, బైబిల్, రాజ్యాంగం మొత్తం పుస్తకాలు చిన్నవయసులోనే చదివేశాడు.

చిన్నప్పటి నుండి ఫోటోగ్రఫీ మీద పెంచుకున్న ఇష్టం, ఫోటోగ్రాఫర్ అవ్వాలనే లక్ష్యంతోనే పాలిటెక్నిక్ లో ఎలక్ట్రానిక్స్ అండ్ కమ్యూనికేషన్ ఎంచుకున్నాడు. తనతో పాటు మిత్రులంతా చదువుతున్నారు కాబట్టి అతను కూడా బ్యాంక్ ఎగ్జాంకి (ఏదొకటి చదవాలని మాత్రమే) ప్రిపేర్ అవడం మొదలుపెట్టాడు. ఒకరోజు కరెంట్ అఫైర్స్ లో మహాబలిపురం గురించి చదివి, రాత్రికి రాత్రి అక్కడకు వెళ్ళి, ఫోటోగ్రాఫర్ కూడా కాబట్టి చక్కని చిత్రాలు తీస్తూ అక్కడున్న వ్యక్తులతో సంభాషిస్తూ మంచి పరిచయం పెంచుకున్నారు. కల్చరల్ డిపార్ట్మెంట్ వారితో పరిచయమవడం, రవీంద్రభారతిలో మామిడి హరికృష్ణ గారు చెప్పిన మాటలు "మనచుట్టూ మన ఊరిలో మన జీవితంలోనే వందల కథలు ఉంటాయి. వాటిని వెతికి తీసుకోవాలి". ఈ మాటలకు స్ఫూర్తి చెంది చారిత్రక విషయాల చుట్టూ వున్న అందాన్ని చూస్తారు కానీ దాని పక్కనే పేరుకున్న మురికిలోని జీవితాలను ఎవరూ చూడరు. అటువంటి చోటి నుండే నేనూ వచ్చాను అందుకే పేదరికంలో ఉన్న, అభివృద్ధి చేరని, చెందని అడవి ప్రాంతాలను చూడాలని కంకణం కట్టుకున్నారు. ఆసరా కోసం ఆశగా చేయి చాచి ఆకాశం వైపు చూస్తున్న ఎన్నో జీవితాలు లెక్కల్లో లేవు. దేశ వ్యాప్తంగా ఉన్న ట్రైబల్ ఏరియాలు, దళితవాడలు, తండాలను 2016 మొదలు 2019 వరకు మొత్తంగా కలియదిరిగారు. తన స్నేహితులు పుస్తకాల చదువుల్లో మునిగితే సంతోష్ మాత్రం పుస్తకంలో రాయని చరిత్రని వెతుక్కుంటూ ప్రయాణించాడు. పుస్తకం, ప్రయాణం వ్యక్తిని నిర్దేశిస్తాయి. ఈ ప్రయాణం సంతోష్ జీవితాన్ని మార్చేసింది.

ట్రైబల్ ఏరియాలో స్కూల్ ఉన్న చోట, లేని చోట చాలా వ్యత్యాసాలు కనిపిస్తాయి. స్కూల్ అనేది సోషల్ కాపిటల్ లాంటిది. ఒక చోట ఉన్న జ్ఞానాన్ని మరొక చోటికి చేర్చే కేంద్రాలు పాఠశాలలు. టీచర్ ఆ జ్ఞానాన్ని చేర్చే సాధనం. ఉపాధ్యాయులను అక్కడ పిల్లలు అనేక విషయాల్లో అనుకరిస్తూ వుంటారు. కాబట్టి పాఠశాలనేది చాలా ముఖ్యమైన అంశం. ఇటువంటి వెనకబాటు ప్రాంతాల్లో తెలివిగల పిల్లలున్నా సరే బడి లేకపోవడం వల్ల ప్రపంచ జ్ఞానం పొందలేక పోయారు.

ఒంటరి తనం అలుముకున్న సంతోష్‌కి తన జీవితం ఓ వైవిధ్యమైన కోణంలో సాగుతుందని అప్పుడు తెలియలేదు. ఆ ప్రయాణంలో, నడిచే దారుల్లో, చేరే అడవుల్లో, పొందే నీడల్లో, తగిలే రాళ్ళల్లో తనని తాను వెతుక్కుంటున్నాడు. మూలాలను వెతుకుతూ మరో ప్రస్థానాన్ని లిఖించబోతున్నాడు. 2019లో డిపార్ట్మెంట్ ఆఫ్ కల్చర్ వారి సాయంతో జాతీయ స్థాయిలో ఫోటో ఎగ్జిబిషన్ పెట్టారు. తరువాత కరోనా లాక్డౌన్ వల్ల అనేక ఆలోచనలు అలుముకున్నాయి. సొంత ఊరి పరిస్థితులను చూసిన సంతోష్ ప్రయాణానికి మూలం గుత్తికోయ తెగ వారు. లాక్డౌన్‌లో నీలంతొవ్వ అనే ఊరికెళ్ళారు. అక్కడ చూసిన పరిస్థితి మనసుని కలచివేసింది. అక్కడ చదువు లేదు, ఏ సంస్థ నుంచి సాయం లేదు, రోడ్డు లేదు, కరెంట్ లేదు. అటువంటి ఊరుని మార్చాలి, ఇక్కడ మనం

చదువు చెప్పాలని సంతోష్ స్నేహితులతో కలిసి అక్కడ ఒక గుడిసె ఏర్పాటు చేసి బడిని మొదలుపెట్టారు. అపుడే **భీం చిల్డ్రన్ హ్యాపీనెస్ సెంటర్** మొదలయ్యింది. దానికి మొదట టీచర్ ఒక 12 ఏళ్ళ పిల్లాడు. కరోనా కారణంగా బయట నుండి ఆ పిల్లవాడి సాయంతో ఊరి పిల్లలకు చదువు నేర్పడం మొదలుపెట్టారు. RS ప్రవీణ్ కుమార్ గారు ఆ బడిని సందర్శించడం, ట్వీట్ వేయడం వల్ల ఊహించని స్పందన వచ్చి కొందరు దాతలు ముందుకు రావడంతో నీలంతొవ్వలో ఊరి ప్రజల సాయంతో అందరూ చక్కని బడిని నిర్మించుకున్నారు.

"నేర్చుకున్న దానిని నేర్పుతూ సాగితే అజ్ఞానం తొలుగుతుంది" అదే మహనీయుడు అంబేద్కర్ ఆశించింది. శేషిందర్ రెడ్డి, నరేష్, గుమ్మంతరావు గార్ల సాయంతో మొదలైన ఈ కార్యక్రమం క్రమంగా విస్తృతమైంది. సారాలమ్మ గంప, తక్కెళ్ల గూడెం, ఐలపురం, కాల్వల పల్లి, బండ్ల పహాడ్, ముసలమ్మ పెంట మొదలగు ఎనిమిది గ్రామాల్లో ఈరోజు భీం చిల్డ్రన్ హ్యాపీనెస్ సెంటర్ మూడు వందల మంది పిల్లలతో బడి సాగుతుంది. ఇక్కడ అక్షరాల బట్టీ ఉండదు, ఆటలతో పాటలతో అడవి తల్లి ఇచ్చే పూలతో పండ్లతో పిల్లలకు ఇష్టంగా చదువు సాగుతుంది. మన్యంలో పోషకాహార లోపాలు కూడా జయించేలాగా బడిపిల్లలకు గుడ్డు, పాలు అందిస్తూ రేపటి తరాన్ని అటు శారీరకంగా, మానసికంగా దృఢంగా తయారుచేస్తున్నారు. నిత్యం వన్య మృగాలతో వుండే దారుల్లో ప్రయాణిస్తూ, బురదలో, నీటిలో, చెమటతో తడుస్తూ కూడా ఆ అడవి బిడ్డలకు అక్షరాలు నేర్పుతున్న ఈ ఉపాధ్యాయులకు హృదయపూర్వక ధన్యవాదాలు. పంతొమ్మిదేళ్లకు దేశాటనకు నడుంగట్టి మార్పు చదువుతోనే సాధ్యమంటూ బడిలేని తండాల్లో అక్షర దీపాలు వెలిగిస్తూ నేడు జర్నలిజం కోర్స్ చేస్తున్న ఈ మన్యం కుర్రాడు మరెందరికో స్ఫూర్తి. *

> నిజమైన కీర్తి పుస్తకాల్లో, మైకుల్లో మోసే మాటల్లో కనిపించదు. ఊరికి దూరంగా వెలుగుదామా వద్దా అని ఆలోచించే వీధి లైటు కింద మౌనంగా ప్రపంచాన్ని చూస్తూ తనపని తాను చేసుకుంటుంది.

29

మహిమలూరు మిస్సైల్

డాక్టర్ సతీష్ రెడ్డి

"ప్రతిభ మౌనంతో సంభాషిస్తుంది"

యుద్ధం చేయాలన్నా, యుద్ధం ఆపాలన్నా నువ్వు బలవంతుడివయ్యుండాలి. బుద్ధే నీ బలం, నీ చేతిలోని ఆయుధం. అమ్ములపొదిలో దాగిన అస్త్రాలు ప్రత్యర్థిని ఆలోచనకు గురి చేస్తాయి, తికమక పెడతాయి. పోరుకు ముందే సందేశాన్ని పంపుతాయి. సమరంలో సైతం వెనకడుగు లేదని శాసిస్తాయి. రక్షణ వలయం ఎంత పటిష్టంగా ఉంటే ఆ దేశ భవిష్యత్తు అంత గొప్పగా ఉంటుందనడంలో సందేహమే లేదు. భారతదేశ శాస్త్ర సాంకేతిక తూణీరంలో ఓ అరుదైన అస్త్రం డాక్టర్ G సతీష్ రెడ్డి గారు.

ఒక నిర్దిష్టమైన గమ్యం, ఆలోచన వున్నప్పుడు ప్రయాణమంతా ఆ దిశగానే సాగుతుంది. నెల్లూరు జిల్లాలోని కుగ్రామం మహిమలూరు లో పుట్టి, అక్కడే ప్రభుత్వ పాఠశాలలో పదవ తరగతి వరకు చదివి, చిన్నతనం నుండే తన తల్లి పదే పదే ఉగ్గుపాలతో నూరి పోసిన మాట 'నా కొడుకు ఇంజినీర్' ని నిజం చేస్తూ 22 ఏళ్ళకే DRDO లో ఉద్యోగం సాధించారు. రైతు కుటుంబం నుండి వచ్చిన సతీష్ రెడ్డి గారు రాకెట్లు సంధిస్తూ దేశ రక్షణ శాఖకు వెన్నెముకగా మారారు. స్వదేశం విడిచి వెళ్ళకూడదనే ఆలోచనే సతీష్ రెడ్డి గారిని ఈ మార్గం వైపు మరల్చింది. అబ్దుల్ కలాం వ్యక్తిత్వం, ఆశయాలతో అడుగిడిన ల్యాబ్లో ఈరోజు శాస్త్ర సాంకేతికత రంగంలో ప్రపంచ దేశాల్లో భారతదేశం మొదటి ఐదు స్థానాల్లో ఉంది. ఒకప్పుడు ఇంధనానికి, ముడి సరుకు కోసం వేరే దేశాలపై ఆధారపడాల్సిన పరిస్థితి ఉండేది. భారతరత్న డాక్టర్ అబ్దుల్ కలాం, పద్మభూషణ్ నంబి నారాయణ్ గార్ల జీవిత కథనాల్లో నాటి పరిస్థితులు స్పష్టంగా తెలుస్తాయి. ఎన్నో దేశాలు సహాయం చేసేందుకు నిరాకరించాయి. ఎప్పుడైతే స్వదేశంలో అన్నీ తయారు చేసుకోగలమో అప్పుడు మాత్రమే మనం అనుకున్నది సాధించగలం. అబ్దుల్ కలాం

గారు రాక మునుపు మనకు క్షిపణి లేదు. అలాంటిది కలాం గారు వచ్చాక క్షిపణి కార్యక్రమం మొదలైంది. పృథ్వీతో మొదలై నేడు అగ్ని-5 వరకు ఐదు వేల కిలోమీటర్ల దూరం ప్రయాణించగల శక్తివంతమైన క్షిపణులు నేడున్నాయి.

అనంతపురంలో బీటెక్, జేఎన్‌టీయూహెచ్‌లో ఎంఎస్ పూర్తి చేసిన సతీష్ రెడ్డి గారు 1985లో డీఆర్‌డీవోలో చేరారు. క్షిపణి తయారు ఎంత ముఖ్యమో చేరాల్సిన గమ్యానికి మార్గం కూడా అంతే ముఖ్యం. సతీష్ రెడ్డి గారు నావిగేషన్, ఏవియానిక్స్ టెక్నాలజీ రంగాల్లో విశేషమైన పరిశోధనలు చేశారు. మనోహర్ పారికర్ రక్షణ మంత్రిగా వ్యవహరిస్తున్న సమయంలో సలహాదారుగా నియమితులయ్యారు. ఇండియన్ సైన్స్ కాంగ్రెస్ నుంచి హోమీ జహంగీర్ బాబా స్మారక అవార్డు, స్వావలంబన పరిశోధనకు ప్రధాని నుంచి అవార్డు తదితర సత్కారాలను అందుకుంటూ 2018 జూన్‌లో సతీష్‌రెడ్డి గారు డీఆర్డీఓ ఛైర్మన్ గా బాధ్యతలు స్వీకరించారు. బాధ్యతలు చేపట్టడమే తరువాయి అన్నట్లు ఎన్నడూ లేనంత పురోగతి **DRDO** లో మొదలయ్యింది. పరిశోధనలు ఊపందుకున్నాయి, పాదరసం లాంటి ఆలోచనలు ఉన్న వ్యక్తి నాయకత్వ బాధ్యతలు నిర్వహిస్తుంటే ఎన్నడూ లేని కొత్త ఉత్తేజం కూడా శాస్త్రవేత్తలలో నిండిందని చెప్పడంలో అతిశయోక్తి లేనే లేదు. ఆయన సారథ్యంలో డీఆర్డీఓ ఓ వెలుగు వెలిగింది. అనేక కీలకమైన మిస్సైళ్లను అభివృద్ధి చేసి వాటిని అంతే విజయవంతంగా ప్రయోగించింది. డిఫెన్స్ సిస్టమ్స్ అండ్ టెక్నాలజీలో అత్యుత్తమంగా డీఆర్డీఓను తీర్చిదిద్దారాయన.

బలహీనంగా ఉంటే నవ్వుతారు. అదే బలంగా మారితే అభినందిస్తారు. ఏ దేశాలు అయితే నవ్వి, హేళనగా చూసి, శాస్త్ర సాంకేతికతలో ఎదగకూడదని అనుకున్నాయో వాటిని తలదన్నే కార్యం భారతరత్న డాక్టర్ అబ్దుల్ కలాం మొదలుపెడితే ఆ ఆశయ సాధనల పగ్గాలను తన భుజస్కంధాలపై వేసుకుని సాధించిన రాకెట్ భగీరథుడు సతీష్ రెడ్డి గారు. మిస్సైల్స్, స్ట్రాటజిక్ సిస్టమ్స్, ఫైటర్ ఎయిర్ క్రాఫ్ట్స్, అన్ మ్యాన్డ్ ఏరియల్ డిఫెన్స్ సిస్టమ్స్, అండర్ వాటర్, రాడార్, స్ట్రాటజిక్ మెటీరియల్స్, ఫ్యూచరిస్టిక్స్ టెక్నాలజీ అభివృద్ధిలో.. అగ్ని, పృథ్వీ, ఎల్‌ఎల్‌హెచ్, ఐఎన్‌ఎస్ షిప్స్, సబ్ మెరైన్ల కోసం నేవిగేషన్ టెక్నాలజీ అభివృద్ధిలో అత్యాధునిక సాంకేతిక పరిజ్ఞానాన్ని తీసుకొచ్చారు. బాల్లిస్టిక్ మిస్సైల్ డిఫెన్స్, యాంటీ-ట్యాంక్ గైడెడ్ మిస్సైల్స్, సర్ఫేస్ టు ఎయిర్, ఎయిర్ టు గ్రౌండ్, ఎయిర్ టు ఎయిర్ లక్ష్యాలను ఛేదించగల మిస్సైళ్లను ఆయన హయాంలోనే డీఆర్డీఓ డెవెలప్ చేసింది. ఈ మధ్యే యాంటీ శాటిలైట్ మిస్సైల్ మిషన్ శక్తిని కూడా డీఆర్డీఓ విజయవంతంగా ప్రయోగించింది. బేస్ టెక్నాలజీ మొత్తం ఏ దేశానికి తీసిపోని స్థానంలో మనం ఉన్నాము. క్షిపణిలో, షిప్ తయారీలో, ఏరో క్రాఫ్ట్, ట్యాంకర్లు ఇలా అన్నీ మనం సొంతంగా తయారు చేసుకోగలుగుతున్నాం. మన దగ్గర శక్తివంతమైన ఆయుధం లేకుంటే మన సంపద కొల్లగొడతారు. ప్రయోగాలు దేశాన్ని ముందుకు నడిపిస్తాయి. ప్రపంచ దేశాల్లో ప్రత్యేక స్థానాన్ని పొందేలాగా

చేస్తాయి. అందుకే DRDO చైర్మన్ గా పదవి చేపట్టినప్పటి నుండి సతీష్ రెడ్డి గారు స్వయం సమృద్ధి దిశగా అడుగులు వేసి సాధించారు. డిఫెన్స్ టెక్నాలజీ మీద ఆయనకు గట్టి పట్టు ఉండటాన్ని దృష్టిలో ఉంచుకుని రక్షణ మంత్రి రాజ్‌నాథ్ సింగ్ ఆయనను తన సైంటిఫిక్ అడ్వైజర్‌గా నియమించుకున్నారు. రక్షణ రంగానికి సంబంధించి ప్రయోగాల మీద, రక్షణ అభివృద్ధి కార్యక్రమాల మీద వీరికున్న అవగాహన మరొకరికి లేదు.

ది రాయల్ ఏరోనాటికల్ సొసైటీలో (RAeS) 'ఫెలో ఆఫ్ రాయల్ ఇన్‌స్టిట్యూట్ ఆఫ్ నావిగేషన్' గా ఆయన అరుదైన గౌరవాన్ని సొంతం చేసుకున్నారు. గత వందేళ్ళలో ఈ గౌరవాన్ని పొందిన తొలి భారతీయుడు సతీష్ రెడ్డి గారే. ది అమెరికన్ ఇన్స్టిట్యూట్ ఆఫ్ ఏరోనాటికల్ అండ్ ఆస్ట్రోనోటిక్స్ (AIAA) నుండి 'మిస్సైల్ సిస్టమ్స్ అవార్డు' ఇండియన్ మిస్సైల్ ప్రోగ్రాంలో వారి నాయకత్వానికి లభించింది. రష్యాలోని ఎకాడమీ ఆఫ్ నావిగేషన్, మోషన్ కంట్రోల్ సంస్థలో శాశ్వతకాల విదేశీ సభ్యునిగా మరో అరుదైన గౌరవం పొందారు. భారత్‌లోని అనేక ఇంజినీరింగ్ సంస్థలలో సైతం గౌరవసభ్యునిగా వున్నారు.

రక్షణ వ్యవస్థను బలపరచడమే కాదు అత్యవసర పరిస్థితుల్లో ప్రజలకు అండగా ఉండేందుకు కూడా DRDO సిద్ధంగా ఉంటుంది. మంచు ప్రదేశాల్లో సైతం కూరగాయలు పండేలాగా వంగడాలు తయారు చేయడం, తక్కువ ఖర్చుతో వినికిడి మిషన్ తయారీ, బయో టాయిలెట్స్ తయారీ, కరోనా సమయంలో ఎన్నో రకాల మందుల తయారీ ఇలా వారి ఆలోచన ప్రజల అవసరాల వైపు కూడా ఉంటుంది. హలాన్ని పట్టిన చేతులు సాంకేతికత మేళవించి క్షిపణులు విసిరినా ప్రజల ఆకలి తీర్చే గుణం పోలేదు. అదే రైతుకు వుండే గొప్ప గుణం.

రాబోయే తరానికి నిర్దేశకుడిగా కలాం గారి ఆశయాలతో అవినాష్ చంద్ర, సరస్వతి గార్ల స్ఫూర్తితో నడిచే సతీష్ రెడ్డి గారు మన తెలుగువాడిగా గర్వించదగ్గ విషయం. విజయంలో సమర్థించడం కన్నా ఓటమిలో బాధ్యత తీసుకుని భరోసా ఇవ్వడమే నాయకుడి లక్షణం. ఇన్ని అద్భుతాలు DRDOలో నాలుగేళ్ళలో జరిగాయంటే అది వారి నాయకత్వ పటిమకు నిదర్శనం. పాఠశాల విద్యార్థులతో చక్కని ప్రసంగ కార్యక్రమాల్లో పాల్గొనడం, తన విజయాన్ని బృంద విజయంగా చెప్పడం, పదవితో సంబంధం లేకుండా సామాన్యులను సైతం హత్తుకునే సుగుణాలతో వీరిని అందరూ ముద్దుగా 'జూనియర్ కలాం' అంటూ పిలుచుకుంటారు.

ఇష్టమైన వ్యక్తులను గౌరవించడం అంటే వారి మాటలను ఆచరించడమే అనే ఒక ఆచరణా సూక్తి వారి వ్యక్తిగత జీవితం గురించి కాస్త తెలిసినా చెప్పొచ్చు. సైంటిస్ట్, లీడర్, మోటివేటర్‌గా మల్టీ పాత్రలతో దేశానికి ఓ బలంగా నిలబడి 'దేశం నీకేమి చేసిందని కాదు దేశానికి నువ్వేమి చెయ్యగలవు' అనే దిశగా ఆలోచించాలంటూ తన

సొంత గ్రామాన్ని దత్తత తీసుకుని గ్రామంలోని సమస్యలన్నీ తీరుస్తున్నారు. సీసీ రోడ్లు, తాగునీటి ప్లాంట్, దేవాలయం, ఆరోగ్య శిబిరాల ఏర్పాటు, అలాగే తాను చదివిన బడికి పూర్తిగా మరమ్మత్తులు చేయించి కంప్యూటర్, ఎల్సిడి స్క్రీన్ లు ఏర్పాటు చేసి పురోగతికి మద్దతుగా నిలిచారు. ఎంత ఎదిగినా ఒదిగుండె మనస్తత్వంతో దేశం గర్వించే స్థాయికి ఎదిగినా నేటికీ తన ఊరికి, కుటుంబానికి, తన మిత్రులకు మాత్రం అతను ఎప్పటికీ అప్పటివాడే...అణ్వస్త్రాలు, అన్నవస్త్రాలు అనే రెండు దేశానికి మూలావసరాలు అని గ్రహించిన ఓ మారుమూల మనిషే మనందరి సతీష్ రెడ్డి గారు. *

30

అతడు అడవిని సృష్టించాడు

దుశ్చర్ల సత్యనారాయణ

"అడవులు కొండలు చెరువులే ప్రకృతి సమతుల్యాలు"

మనిషి తన అత్యాశ, స్వార్థప్రయోజనాల కోసం, అవసరాల కోసం క్రమేపీ అడవులను, కొండలను, చెరువులను ఆక్రమించడం మొదలుపెట్టాడు. ప్రకృతిలో భాగంగా సహజసిద్ధంగా ఏర్పడ్డ అనేక అందాలను వినాశనం దిశగా నడిపిస్తున్నాడు ఆధునిక మనిషి. అభివృద్ధి పేరుతో మహా వృక్షాలను తొలగిస్తూ మరో పక్క పర్యావరణం పరిరక్షణ పేరుతో ఒక మొక్క నాటుతూ సాగుతున్న మన సమాజ తీరుతో ప్రకృతిలో అనేక అసమతుల్యాలు, మార్పులు సంభవించాయి. తీవ్రమైన ఎండ, వాన, చలితో ఋతుకాలం మారుతూ ఉంది. ఇటువంటి సమాజంలో ఓ వ్యక్తి అడవిని సృష్టించాడు అవును నిజమే అతడు అడవిని సృష్టించాడు. ఆ సృష్టికర్త పేరే నవయుగ భగీరథ శ్రీ దుశ్చర్ల సత్యనారాయణ గారు.

సామాజిక, నీటిహక్కుల, పర్యావరణ కార్యకర్తగా చాలా మందికి సుపరిచితమైన దుశ్చర్ల సత్యనారాయణ గారు వారసత్వంగా ఆయనకు వచ్చిన డెబ్బై ఎకరాల భూమిలో దశాబ్దాల కృషితో ఒక చక్కని ప్రణాళికతో ఆ భూమిని అడవిగా మార్చారు. రోడ్డుకి అడ్డం, ఇంటికి అడ్డం, గోడకు అడ్డం, గట్టుకు అడ్డం అని ఎదిగిన చెట్లను కొట్టేస్తున్న కాలంలో, అభివృద్ధిని అడ్డం పెట్టుకుని అడవులనే మాయం చేస్తూ ఒక మొక్క నాటి సెల్ఫీ దిగి గొప్పగా ఫీల్ అవుతున్న కాలంలో తన జీవితాన్ని కేటాయించి తన డెబ్బై ఎకరాల భూమిని అడవిగా మార్చారు. వ్యవసాయ యూనివర్సిటీలో చదివి, బ్యాంకు ఉద్యోగాన్ని విడిచి, నల్గొండ జిల్లా ఫ్లోరిన్ సమస్యపై పోరాడి, 'జలసాధన సమితి' ఏర్పాటు చేసి నీటి సమస్యపై పట్టువదలని పోరాటం చేశారు. ఇప్పుడు వారు పూర్తిగా అడవిపై దృష్టిని కేంద్రీకరించారు. ఈ అడవి తెలంగాణ రాష్ట్రంలోని సూర్యాపేట జిల్లాలో కలదు.

దశాబ్దాలుగా దేశమంతా తిరిగి అనేక రకాల వృక్ష జాతుల విత్తనాలను సేకరించి చల్లారు. కనుమరుగవుతున్న అనేక వృక్ష జాతులు ఈ అడవిలో కనిపిస్తాయి. వందల రకాల జంతువులు, వేల రకాల పక్షులు ఇక్కడ ఉన్నాయి. జొన్న, సజ్జ, కొన్ని దుంపల పంటలు కూడా వాటికోసమే. ఇక్కడ పండే పంట, కాసే కాయ, పండు అన్నీ కూడా ఇక్కడ జంతువులకే. ఈ అడవిలోని జంతువులే ఈ అడవికి యజమానులు. పక్షులు, జంతువులకు నీటి సమస్య లేకుండా ఏడు చెరువులను తవ్వించారు. వాటిలో అనేక నీటి జాతులు నివసిస్తున్నాయి. ఎండా కాలంలో కూడా నీరు తగ్గకుండా ట్యాంకర్లతో పోయిస్తారు. ఈ అడవిలో పడిపోయిన మొక్క చెద పట్టి మరలా భూమిలో కలవడం తప్ప ఏ ఒక్కటీ ఇక్కడ నుండి బయటకుపోదు. ఇక్కడున్న పక్షులు, జంతువుల జాబితా చెబితే వాటి మనుగడకే ముప్పు, ఇప్పటికే చాలామంది వేటగాళ్ళు అడవి పందులను, కుందేళ్ళను, నెమళ్ళను, నక్కలను, కోతులను, పక్షులను వేటాడుతున్నారు. వాటి నుండి వీటిని కాపాడటమే వారి కర్తవ్యం.

అడవి కోసం తనని తాను త్యజించుకున్న త్యాగశీలి. వయసును, సంపదను, కుటుంబం ఇలా అన్నింటికన్నా ప్రకృతి సమతుల్యతే ముఖ్యమని తన జీవితాన్ని సంతోషంగా అడవికి ధారాదత్తం చేశారు. కాపలా కాసేవాడు లేకుంటే దోచుకుపోయే దొంగలు తెల్లచొక్కా దొరల్లా వస్తారు. రాత్రికి రాత్రి రికార్డ్సులో నుండి మాయం చేసే భూబకాసురుల నుండి ఈ అడవిని, జంతువులను, పక్షులను వారి తదనంతరం కొనసాగించే ఆలోచన వారిని కలచివేస్తుంది. కానీ ప్రకృతి తనని తానెప్పుడూ అనేక విధానాల్లో కాపాడుకోగలదు. నేల ఒళ్ళు విరిస్తే, యేరు పారాలని తలిస్తే, విత్తు మహావృక్షంగా ఎదగాలని సంకల్పిస్తే ఈ కాంక్రీట్ జంగిల్ గతేమి కాను. ఆక్రమించే ఆధునికత కాలంలో కలిసిపోతుంది. ప్రకృతి పునరావృతం అయ్యేందుకు మరో దుశ్చర్ల దారి చూయిస్తారు.

ఈ అడవి ఏర్పాటులో తన స్నేహితులు అనేక విధాలుగా సాయం చేశారని, తన స్నేహితుల విషయంలో ఈ భూమ్మీద తనంత అదృష్టవంతుడు మరొకరు లేరని గర్వంగా చెప్తారు. ఈ అడవే తన కుటుంబం, ఈ చెట్లే తన బంధువులు, ఇక్కడ జీవరాసులే తన బిడ్డలంటూ ఆ అడవిని తన గుండెల్లో దాచుకుని చేతిలో కర్ర పట్టుకుని అడవి తల్లికి కాల భైరవుడిలా కాపలా కాస్తున్నారు. హ్యాట్సాఫ్ దుశ్చర్ల సత్యనారాయణ గారు. మీలాంటి వారు మరొకరు వెతికినా దొరకరు లేరేమో కానీ భవిష్యత్తు తరాలకు మీరొక మార్గదర్శి, మీ బాటలో నడవాలనుకునే వారికి మీరొక వెలుగు కాగడా. *

31

చిత్రకళాబ్రహ్మ

శేషబ్రహ్మం

"నలుపు తెలుపుల జీవితాన్ని రంగులద్దే ప్రతీ క్షణపు అభ్యసనే కళ"

అతనొక పాత్రధారి, నవగ్రహ సంచారి, నడిచే కాలంలో కళా సూత్రధారి. ఎవరినైనా ఎందుకు ఇష్టపడతారు? ఎందుకు అభిమానిస్తారు? ఒక పరిచయం కోసం, ఆశీస్సుల కోసం, పలకరింపుల కోసం వేచిచూసే కుంచె కదలికలు చుట్టూ దేనికి సంకేతం. బొమ్మ గీసే చేతికి, బొమ్మను చెక్కే ఉలికి, బొమ్మకు రంగులద్దే కుంచెకు, బొమ్మకి ప్రాణం పోసే కళకు అతను ఆరాధ్యుడు. కళకు నెలవైన జీవితంలో అటు నిన్నటికి, రేపటికి కళాసంధి ది గ్రేట్ శేషబ్రహ్మం.

అచేతనంగా పడి ఉన్న జీవితానికి సంపూర్ణత, చైతన్యం కలిగించేదే వారి ప్రయాణం. మహామహులు మెచ్చగా విరాజిల్లిన వారి కళాతోరణాన్ని ఓ మారు నాటి, నేటి గుర్తుల సాక్షిగా రాయడం సాహసమే. ఖ్యాతి గణించిన మౌనంగా సాగే ప్రస్థానాలు తక్కువ. తన ఊరిని, తన పనిని, తన వారసత్వాన్ని గర్వంగా ఇరానీ ఛాయ్ కేఫ్ దగ్గర చాటగల వ్యక్తులెందరున్నారు. జీవితంలో ఒక్క క్షణం కూడా బోర్ కొట్టకూడదని నిత్యం కొత్తదనం వైపు పరుగులు తీసే మనిషి. క్షణకాలం ఆగింది, అలసింది, ఆగ్రహించింది ఎంతెతికినా కనిపించదు. కళను ప్రేమించడం వేరు, కళను ఆధారంగా చేసుకున్న కథనాల్లో స్ఫూర్తి రగిలించడం వేరు. ఒకప్పుడు చిత్రకళలోని మెళకువలు నేర్చుకోవాలంటే గురువే ఏకైక మార్గంగా వుండే రోజులు, ఏదైనా నేర్చుకోవాలంటే గురువు దగ్గర ఎన్నో రోజులు ఉండాల్సిన పరిస్థితి. కానీ ఈరోజు పరిస్థితి వేరు గూగుల్ అని పిలిస్తే బోలెడు కబుర్లతో ముందుకొస్తుంది. కళను దాచుకోవడం కన్నా కళను పంచడంలోనే కళాకారుని ప్రతిభ దాగి ఉంది. ఎన్నో ఏళ్ళు పడిగాపులు గాస్తే కాని నేర్పని కళా మెళకువలు బ్రహ్మం గారు అలా అలవోకగా కొత్త తరానికి పరిచయం చేసేస్తారు. పెద్ద ఆర్టిస్టు, చిన్న ఆర్టిస్టు అనే భేదాలుండవు. బొమ్మ గీసిన ప్రతి ఒక్కరూ బ్రహ్మం గారి కుటుంబంలో భాగమే. వసుధైక కుటుంబం ఈ కళాబ్రహ్మ సిద్ధాంతం.

బొమ్మలేయ్యడమే ఇష్టం, తాత ముత్తాతల నుండి కళకు పుట్టిల్లు వారి వంశ వృక్షం. శిల్పిగా ముత్తాత, స్వర్ణకారిగా తాత, వడ్రంగిగా నాన్న, నేడు బహుముఖ ప్రతిభావంతునిగా శేషబ్రహ్మం గారు. సాదాసీదాగా, కుదురుగా లేనిది వారి కళాప్రయాణం. చిన్నతనంలోనే సైన్ బోర్డ్ ఆర్టిస్టులతో సెలవుల్లో కలిసి నేర్చుకోవడంతో మొదలయి మద్రాసులో ఆర్ట్స్ లోయర్ ఎగ్జామ్ రాసి తరువాత ఫైన్ ఆర్ట్స్ కాలేజీలో చేరారు. ఫైన్ ఆర్ట్స్ కాలేజీలో చేరినా ఎంతోమంది గ్రేట్ ఆర్టిస్టుల పుస్తకాలను వాటిలోని ఆర్ట్స్ ను చూసి నిరుత్సాహం ఎదురైంది. లైబ్రరీలో ఉన్న పుస్తకాలు, వర్క్స్ అన్నీ తక్కువ కాలంలోనే పూర్తి చేసి అక్కడ నేర్చుకోడానికి ఆసక్తికర అంశాలు లేవనిపించి నచ్చక తిరిగి ఊరొచ్చారు. బొమ్మలు గీయడమే ఇష్టంగా సాగినా ఇంట్లో వారి గోలతో మళ్ళీ కాలేజ్ కి వెళ్ళడం, మరలా నచ్చక మానేయడం, తిరుపతి చేరి అక్కడ బొమ్మలు వేస్తూ వచ్చే డబ్బులతో రోజు గడపడం బస్టాండ్, రైల్వే స్టేషన్, తిరుపతి వీధుల్లో కోర్సుకు మించిన ప్రాక్టీస్ చేసి తిరిగి కాలేజీకే చేరారు. అలా గ్యాప్ తోటి ఐదేళ్ళలో పూర్తి అవ్వాల్సిన కోర్స్ కాస్త తొమ్మిదేళ్లు పట్టింది. నిజానికి కోర్స్ మొత్తం మొదటి ఏడాదిలోనే పూర్తి చేశారు, ఇంక అక్కడ చదవాల్సింది సర్టిఫికేట్ కోసం మాత్రమే.

మోడరన్ ఆర్ట్స్ ప్రదర్శనల్లో ఎక్కువ సమయం గడపడం, మిత్రులతో కలిసి తిరగడం, అనేక రకాల స్కెచ్ ప్రాక్టీస్ లు చెట్లు, పుట్టలు, నాంపల్లి రైల్వే స్టేషన్ సిరీస్ లు, గేదెల బొమ్మల సిరీస్, దండెం మీద ఆరే తుండు, కిటికీలు, ఇనుప సువ్వలు ఇలా అనేక బొమ్మలు అచ్చుగుద్దినట్టు ఉండేవి. అప్పటి నుండి ఇప్పటికీ స్కెచింగ్ ఆపనే లేదు. 1997–98 లో ఎన్నో గ్రూప్ ప్రదర్శనలు, బహుమతులు అందుకున్నారు. ఆర్ట్ స్టూడెంట్స్ అందరూ బ్రహ్మం గారి ఆర్ట్ చుట్టూ మూగి పొగడ్తల్లో ముంచేసేవారు. చాలా మంది వారికున్న అనుమానాలు అడిగి తెలుసుకునేవారు. ఉన్నది ఉన్నట్టుగా అచ్చం ఫోటోలాగే కనిపించేలాగా గీసే ఆర్టిస్టులు యూరప్ దేశాల్లో ఎక్కువ ఉండేవారు. అటువంటి ఏ ఆర్టిస్టుకు తీసిపోని ఆర్టిస్ట్ మన మధ్యలోనే వున్నారు. హిందూ పత్రికకు ఫోటోలు తీసే ప్రఖ్యాత కెమెరామెన్ రాజేష్ ఎన్ జైన్, తెలుపు నలుపు కిటికీల చిత్రాన్ని ఫోటో అనుకుని ఇలా స్పష్టంగా ఎలా ఫోటో తీశారు కెమెరా టెక్నిక్స్ చెప్పమని అడగగా అది ఫోటో కాదు చేత్తో గీసిన చిత్రం అంటే నమ్మడం ఆయన వల్ల కాలేదు. ప్రఖ్యాత చిత్రకారులు మోహన్ గారితో కలిసి పనిచేస్తున్నప్పుడు బొంబాయి యానిమేషన్ కంపెనీ వారు గొప్ప జీతానికి అడిగితే తన ఆర్ట్ కి గుర్తింపు ఉండదని సున్నితంగా వద్దన్నారు. ఆర్ట్ లోని అన్నిరకాల చిత్రాలు నాటి పెన్సిల్ మొదలు నేటి డిజిటల్ వరకు వారికో విశిష్టత కలదు.

ప్రపంచమంతా ఆరాధించే డ్యాన్సర్ మైఖేల్ జాక్సన్ గారి లాబీలో శేష బ్రహ్మం గారు గీసిన పోర్ట్రైట్ ఉంది. విదేశాల్లో వీరు గీసిన చిత్రాలెన్నో వారికే తెలియదు కూడా. మరొక విషయాన్ని తప్పక చెప్పాలి. కలియుగ భగవానుడు తిరుమలేశుని నేత్ర దర్శన చిత్రానికో ప్రత్యేక కథనం ఉంది. శేషబ్రహ్మం గారి ముత్తాత గారు తిరుమలేశుని

మకర తోరణం చెక్కిన శిల్పి. తరువాత తిరుమలేశుని గర్భ గుడిలో కూర్చుని వెంకన్న నేత్ర దర్శన చిత్రపటాన్ని గీసిన ఘనత దక్కిన చిత్రకారులు వీరు. ఆ చిత్రాన్ని చూసిన వారు, గోవిందుడే అలా ప్రాణంతో వచ్చాడా అన్నట్లు అవాక్కయ్యారు. నేడు ఈ చిత్రం పద్మావతి అమ్మవారి దేవాలయంలో ఉంది. నేడు నేత్ర దర్శనంగా దర్శన మిస్తున్న ఫోటో శేషబ్రహ్మం గారు యుక్త వయసులోనే గీశారు.

చిత్రకళలో తారా స్థాయికి చేరినా ఎక్కడా కుదురుగా వుండే తత్వం కాక ఒంగోలు కేంద్రంగా ప్లాస్టిక్ నిషేధం పై జిల్లా స్థాయి అధికారులను నిద్రపోనివ్వని ఓ ఉద్యమం చేపట్టి పోరాడారు. అటు పిదప ఒక రియల్ ఎస్టేట్ వెంచర్ కి డిజైనింగ్, రిసార్ట్ లకు డిజైనింగ్, సినిమాలకు ఆర్ట్ డైరెక్టర్‌గా కొన్ని పెద్ద చిత్రాలకు ఘోస్ట్ ఆర్ట్ డైరెక్టర్ గా నేడు పెద్ద సినిమాలకు డిజైనింగ్ చేస్తూ, అప్పుడప్పుడూ నటనతో వివిధ రంగాల్లో వారి స్థానాన్ని వారు పదిలం చేస్తున్నారు.

రకరకాల పనులు నేర్చుకుని చెయ్యడం ఇష్టమై పూర్వీకుల రాతి శిల్పం పై దృష్టి పెట్టారు. ప్రస్తుతం పూర్తి స్థాయిలో కాకపోయిప్పటికి అప్పుడప్పుడు రాతి నిర్మాణాలు చేస్తున్నారు. ఆ ఆసక్తితోనే వారి మిత్రుడు బాలుతో కలిసి హొయసల స్టోన్ క్రాఫ్ట్స్ అని ఒక వర్క్ షాప్ పెట్టి, అలా వర్క్ షాప్ లో ఓ మహా మండపం తయారు చేసి బాపట్ల సమీపంలోని సూర్యలంక బీచ్ లోని త్రికూట దేవాలయానికి వారి మిత్రులు గోపాలకృష్ణ స్థపతి ఆధ్వర్యంలో నిర్మాణం చేస్తున్నారు. ఈ రాతి నిర్మాణాలు బేరింగు అంటే తెలియని స్థాయి నుండి ఒక యంత్రాన్ని తయారుచేసి ఈ స్థాయికి తెచ్చారు. ప్రయాణమంటే ఇష్టమైన వీరు చరిత్రను, చారిత్రక ఆధారాలను, శిల్ప సంపదను వెతుకుతూ అడవులు, పాడుబడ్డ మండపాలు, భవనాలు, భూగర్భంలో కలిసిన ఆనవాళ్లను వెతుకుతూ టీం ఆఫ్ రీసెర్చ్ ఆన్ కల్చర్ అండ్ హెరిటేజ్ (TORCH) బృందంలో సభ్యునిగా సాగుతున్నారు. వారి జీవితంలోని అనేక అనుభవాలను కథల రూపంలో మార్చి సీతమ్మోరి బొమ్మ, స్ప్రింగు బూట్లు, ఆదివారపు కథ, బిటీషోడు అంటూ వారిలోని రచయితను పరిచయం చేసి అప్పుడప్పుడు సామాజిక ఆలోచనను పెంచే కవిత్వంను రాస్తున్నారు.

కలగలిసిన చోట కళ విరియునని కొత్తతరపు యువ చిత్రకారులకు ఆత్మీయునిగా నిత్యం ప్రోత్సహిస్తూ కళాయజ్ఞ పేరుతో 21 రోజులు, 21 అంశాలతో సింగిల్ కలర్ ఎజెండాగా సరికొత్త చిత్రకళా పోటీని ప్రారంభించారు. ఈ పోటీలో ఐదు వందల మంది ఆర్టిస్టులు పాల్గొంటున్నారంటే మాటలా చెప్పండి. భవిష్యత్తులో కళాయజ్ఞ పేరుతో ఆర్ట్ స్టూడియో ఏర్పాటు చేసి నేర్చుకునే వారిని నేర్పే వారితో అనుసంధానం చేసే వేదిక ఏర్పాటుకు ప్రణాళికలో వున్నారు. బొమ్మలేస్తారు, సరదాగా వాయిద్యాలు వాయిస్తారు, వంట చేస్తారు, చరిత్రను శోధిస్తారు, అందాలను అన్వేషిస్తూ ప్రయాణిస్తారు, ప్రకృతి విపత్తుపై ఉద్యమిస్తారు, నిత్యకృషీవలునిగా వెన్నెముకగా యువతరాన్ని నడిపిస్తారు, అందుకే అతను నేటి విశ్వకర్మ , చిత్రకళాబ్రహ్మ ది గ్రేట్ శేషబ్రహ్మం అయ్యారు. *

"

ప్రతిభ ప్రతీ ఒక్క రిలోనూ ఉంటుంది మరి ఆ ప్రతిభను
దేనికి వినియోగిస్తావు అనేదే వ్యక్తిత్వం.

"

32

ఐదురూపాయల డాక్టర్

డాక్టర్ శంకరగౌడ

"అంకితభావం ఉంటే అసాధ్యమేమీ లేదు"

ఆర్థిక భారంతో, అనేక జీవన సమస్యలతో పేదవారికి ముఖ్యంగా గ్రామీణులకు సరైన వైద్యం అందడం లేదనేది జనమెరిగిన సత్యం. కొందరు అధికారులు, నాయకులలో పేరుకుపోయిన అవినీతి, స్వార్థం వల్ల ఎందరో పేదలు కనీస సదుపాయాలు కూడా అందుకోలేకపోతున్నారు. ప్రాథమికావసరాలలో ఉన్న వైద్యం కొండెక్కి కూర్చుంది. వైద్యం వేల కోట్ల వ్యాపారంగా, కార్పొరేట్ భూతంగా మారి లాభార్జనే ధ్యేయంగా పేద వాడి ప్రాణాలను కబలిస్తుంది. సేవాభావంతో మెలగాల్సిన వృత్తులు వాణిజ్యీకరణ కావడంతో పవిత్రమైన వృత్తులు కూడా భ్రష్టుపట్టిపోయాయి. మందుల కంపెనీలతో చేతులు కలిపి వైద్య వృత్తిని కమీషన్ వ్యాపారంగా మార్చారు. జనాలు అనారోగ్యంతో ప్రాణాలు వదిలి శవాలుగా మారుతుంటే ఆ శవాలపై కూడా నిర్లజ్జగా, నిర్దయగా కాసుల వ్యాపారం చేసిన తెల్లకోటు మరకలెన్నో.. కోవిడ్ కాలంలో కాసులున్నా కాపాడలేని ప్రాణాలెన్నో, అదే అవకాశంగా ప్రాణభయాన్ని అడ్డుపెట్టి దోచుకున్న ఆసుపత్రులు అనేకం. వృత్తిని గౌరవిస్తూ, సేవాభావంతో, నీతి నియమ సూత్రాలను పాటిస్తూ సేవలందించే మానవతామూర్తులు అతి అరుదుగా తారసపడతారు. అటువంటి వారు వారి వృత్తికే కాదు సమస్త మానవాళికి ఆదర్శంగా నిలుస్తారు. అటువంటి అరుదైన వైద్య సేవకులు మన ఐదురూపాయల డాక్టర్ ఎస్సి శంకర గౌడ గారు.

ఐదు రూపాయలకు డాక్టర్ సేవలేంటి అనిపించవచ్చు, కానీ ఇది ముమ్మాటికీ నిజం గత నలభై ఏళ్ళ నుండి కర్ణాటక లోని మాండ్య ప్రజలు పొందుతున్న వైద్య సేవలు. ఒక డాక్టర్ని సంప్రదించాలంటేనే మూడు నుండి నాలుగొందలు ఫీజు, ఇంక రోగ నిర్ధారణకు అనేక టెస్టులు వాటి ఫీజు వేరు, ఇంజక్షన్, మందులు ఇలా సరదాగా ఒక్కసారి ఆసుపత్రి గడప తొక్కితే ఐదు నుండి పదివేలు అవ్వందే అది గొప్ప ఆసుపత్రి,

ఆ డాక్టర్ గారు మంచి స్పెషలిస్ట్ అనిపించుకోరు. కానీ ఇక్కడ సంప్రదింపులు, చికిత్స, చెకప్, ఇంజక్షన్ కూడా మొత్తం ఐదు రూపాయల ఫీజుకే. కార్పొరేట్ హంగులు, హడావిడి ఉండవు. ఖరీదయిన దుస్తుల్లో ప్రత్యేక గదిలో డాక్టర్ వంటి సదుపాయాలు లేవు. కానీ ఒక రోజుకి మూడు నుండి ఐదొందల మంది వరకు పురుషులు, మహిళలు, చిన్నారులు కలిపి వైద్యసేవలు పొందుతారు.

మణిపాల్ లోని కస్తూర్బా మెడికల్ కాలెజి నుండి వైద్య పట్టా పొంది, వెనిరియాలజీ మరియు డెర్మటాలజీ (DVD) లో డిప్లమో చేసి తన గురువు డాక్టర్ గోవింద స్ఫూర్తితో తన గ్రామంలోని వారికి అతి తక్కువ ధరకే వైద్య సేవలు అందించాలనే సంకల్పంతో చర్మ మరియు సుఖవ్యాధుల డాక్టరుగా చిన్న క్లినిక్ మొదలుపెట్టారు. ప్రాక్టీస్ మొదట్లో రోజుకి పది మంది మాత్రమే వచ్చేవారు, క్రమేపీ ఆ సంఖ్య రోజుకి మూడు వందల దాకా పెరిగింది. ఈ డాక్టర్ గారి హస్తవాసి మంచిదని అక్కడి వారి నమ్మకం, చాలా రోగాలు ఈయన దగ్గర నయమవుతాయి, అలాగే సహృదయునిగా ప్రజల మనసుల్లో నిలిచారు. వీరిని సంప్రదించాలంటే వచ్చి లైనులో నిలుచోవాలి తప్ప ఎటువంటి సిఫార్సు, ప్రైవేట్ అపాయింట్మెంట్లు ఉండవు, పనిచేయవు కూడా. మహిళలకు, పిల్లలకు ప్రత్యేకంగా క్యూ లైన్ ఉంటుంది. గ్రామాలకు వెళ్ళినప్పుడు పొలాల్లో, టీ కొట్టు దగ్గర, బేకరీ పక్కన, రోడ్డుపక్కన సేవలందిస్తారు. ఆయన ఎక్కడుంటే అక్కడే క్లినిక్ , వైద్య సేవల నిమిత్తం అక్కడ ఓ లైన్ ప్రత్యక్షమవుతుంది. ఆయన ఎప్పుడూ తన రూపు రేఖల గురించి, దుస్తుల గురించి, క్లినిక్ రూపం గురించి ఆలోచించరు. వారి క్లినిక్ లో ఎటువంటి అదనపు సహాయకులుండరు. పని మొత్తం వారొక్కరే చేసుకుంటారు. అరవై ఏళ్ళ పైబడిన అనుభవంలో ఒక కాంపౌండర్ మాత్రమే కాదు, ఫోన్, కంప్యూటర్, ఇంటర్నెట్ యాక్సిస్ కూడా లేదు. నేటికీ ల్యాండ్ ఫోన్ ఒక్కటి మాత్రమే ఉంది. అయినా వారి అధునాతన పరిజ్ఞానం అపారమైనది.

ప్రైవేట్ ఆసుపత్రులు, సంస్థలు లక్షల్లో ఇస్తామని ఆఫర్స్ ఇచ్చినా వాటిని తిరస్కరించారు ఈ ఐదు రూపాయల డాక్టర్. ఐదు రూపాయలకు ఇన్ని సేవలు అందిస్తున్న డాక్టర్ గారితో పోలిస్తే అవసరాన్ని బట్టి, రోగాన్ని బట్టి ఫీజులు వసూలు చేసే వైద్య సంస్థల్లో జరుగుతున్న దోపిడీని ఊహకే వదిలెయ్యాలి. డాక్టర్ గారికి వ్యవసాయమంటే మక్కువ, ప్రకృతి ప్రేమికుడు, భూమిని, చెట్లని, కొండలను ప్రేమించే ఓ ప్రేమ పిపాసి. శంకర గౌడ గారు గత కర్ణాటక ఎన్నికల్లో మాండ్య నియోజకవర్గ అసెంబ్లీ అభ్యర్థిగా ఇండిపెండెంట్ గా పోటీ చేశారు. పోటీ సమయంలో డిపాజిట్ చేసిన పదివేల రూపాయలు కూడా అన్నీ ఐదు రూపాయల బిళ్ళలే. కానీ రాజకీయం వేరు సేవ చేయడం వేరు కదా. గ్రామంలో ప్రతీ ఒక్కరు నమస్తే డాక్టర్ అని మొక్కని వారుండరు. మానవసేవయే మాధవసేవని అదే మార్గంలో నడుస్తున్న శంకర గౌడ గారు 'కల్పవృక్ష' అవార్డుతో సత్కరింపబడి వైద్యసేవకే ప్రతిరూపంగా నిలిచారు. CNN News 18 వారు Indian of the year -2022 గా సత్కరించారు *

108 మన హీరోలు – *untold stories*

33

యంగ్ డిఫెన్స్ సైంటిస్ట్
డాక్టర్ శివప్రసాద్

"ఆశయాలకు ఆచరణే ఆరంభం"

ఏదో చెయ్యాలనే తపన ప్రతీ వ్యక్తిని ఒక గమ్యం వైపు నడిపిస్తుంది. ఆ గమ్యాన్ని చేరే క్రమంలో దేశానికి బలమయ్యే ఆయుధంగా మారితే అంతకు మించిన ఘనతేముంది. సరిహద్దుల్లో తెగువ చూపుతూ ప్రకృతితో పోరాడుతూ ప్రాణాలను సైతం త్యజించాల్సి వచ్చినా ఆనందంగా జైహింద్ అంటూ గర్జిస్తూ ధీమాగా శత్రువుకు ఎదురెల్లే గుండె ధైర్యానికి కాలానికనుగుణంగా సాంకేతికత మేళవించిన ఆయుధాలు అవసరం. ఎక్కుపెట్టే చేతికి దూసుకుపోయే ఆయుధాన్ని ఇవ్వడమే డిఆర్డీవో లక్ష్యం. దేశాన్ని బలోపేతం చేసేందుకు ప్రపంచ పరిజ్ఞానంతో పరుగులెత్తే DRDO సంస్థకు డైరెక్టర్ అయిన యువ శాస్త్రవేత్త పర్వతనేని శివప్రసాద్ గారు.

డిఆర్డీవో సంస్థకు అతి చిన్న వయసులో డైరెక్టర్ అవ్వడం అంటే సాధారణ విషయం కాదు. డాక్టర్ సతీష్ రెడ్డి గారి స్ఫూర్తితో నైపుణ్యానికి నిరంతరం పదునుబెట్టి ప్రధాన మంత్రి చేతుల మీదగా ఇంటర్వ్యూ ద్వారా పోటీలో నెగ్గి బాధ్యతాయుత పదవిని చేపట్టిన ఘనాపాటి మన ఖమ్మం కుర్రాడు శివప్రసాద్ గారు. NIT రూర్కెలాలో బిటెక్ చదువుతూ క్యాంపస్ నుండి 2007 లో డిఆర్డీవో లో సెలెక్ట్ అయ్యి వారి పరిజ్ఞానంతో ప్రత్యేక గుర్తింపు తెచ్చుకున్నారు. అనతి కాలంలోనే గాలి మరియు నీటి అడుగున క్షిపణుల అభివృద్ధిలో, లైట్ వెయిట్ మరియు హెవీ వెయిట్ క్లాస్ టార్పెడోల కోసం వివిధ సెన్సార్లు మరియు ఇన్స్ట్రుమెంటేషన్ సిస్టమ్‌ల అభివృద్ధిలో, శాటిలైట్ కమ్యూనికేషన్ సిస్టమ్స్ మరియు లేటెస్ట్ మిలిటరీ గ్రేడ్ GPS సిస్టమ్స్ అభివృద్ధిలో, శాటిలైట్ కమ్యూనికేషన్ మరియు GPS సాంకేతిక సామర్థ్యాలతో అండర్ వాటర్ వెహికల్స్ కోసం బ్లాక్ బాక్స్, క్షిపణికి కళ్లలాంటి క్షిపణుల కోసం సీకర్ సిస్టమ్స్‌ను అభివృద్ధి చేయడంలో కీలకమైన కృషి చేశారు. "తల్లిదండ్రుల ఆర్థిక స్థితిని అర్థం చేసుకుని వారి కష్టాన్ని గమనిస్తే నిరంతరం ఏ పరిస్థితుల్లోనైనా నీకు నువ్వే ప్రేరణ" అనే వారి ఆచరణ DYSLs (DRDO Young

Scientist Lab)కు డైరెక్టర్ ని చేసింది. దేశరక్షణ ప్రయోగాలు మాత్రమే కాదు, శివప్రసాద్ గారు ఓ సమర్థవంతమైన నాయకుడు కూడా. అతని నాయకత్వంలో, DYSL-AT ల్యాబ్‌ను ప్రారంభించిన ఒక సంవత్సరంలోనే డ్రోన్‌పై గన్‌ని చేర్చి భారత రక్షణ మంత్రికి ప్రదర్శించారు. ప్రస్తుతం అతను SWARM OF UAVలు మరియు ANIMAL CYBORG-RAT ప్రాజెక్ట్‌ల అభివృద్ధికి నేతృత్వం వహిస్తున్నారు.

ర్యాట్ సైబోర్గ్స్: ఇది ఇండియన్ డిఫెన్స్ సైంటిస్టుల సృష్టి. ఆకస్మిక ఉగ్రవాద దాడులు జరిగినప్పుడు సులువుగా భవనాలలోకి ప్రవేశించి లైవ్ వీడియో ఫీడ్ తీసుకురాగల ల్యాబ్ ఎలుకలు. 26/11 భారతదేశాన్ని కుదిపేసిన అత్యంత భయంకరమైన ఘటన. చాలా మంది అధికారుల, ప్రజల ప్రాణాలను కోల్పోయాము. భవనాల లోపల పరిస్థితి సరిగా అంచనా వేయలేకపోవడం వల్ల సైన్యం నిర్ణయం త్వరగా తీసుకోలేక పోయింది. ఇలాంటి సందర్భాల్లో భద్రతా దళాలకు ర్యాట్ సైబోర్గ్స్ ఉపయోగపడతాయి. ఇవి సులువుగా ప్రవేశించి వీడియో ఫుటేజ్ తెస్తాయి. ప్రస్తుతం ఇవి ప్రయోగాత్మక దశలోనే ఉన్నాయి. ఎలుకల మెదడులోకి బయటి సంకేతాలు స్వీకరించే ఎలక్ట్రోడ్ ఏర్పాటు చేస్తారు. వాటి వెనుక భాగంలో చిన్న కెమెరా ఉంచుతారు. ఒక ప్రాంతం నుండి మరొక ప్రాంతానికి చేరుకోవడంలో రోబోలకు పరిమితులున్నాయి అదే ఎలుకలు అయితే అత్యంత సులువుగా సమాచారం తీసుకురాగలవు. రెండవ దశలో లేజర్ ట్రాన్స్ రిసీవర్ తో కూడిన ఒక చిన్న PCB ని ఎలుక పుర్రెపైన అమర్చుతారు. దాన్ని బయట నుండి రిమోట్ తో కంట్రోల్ చేస్తారు. ఈ అడ్వాన్స్ టెక్నాలజీ ప్రయోగానికి నాయకత్వం వహిస్తుంది మన శివకుమార్ గారే. ఇవే కాదు రెండు అంగుళాల నానో డ్రోన్ల తయారీ కూడా వీరి ప్రత్యేకత. వీరు ఒక NAADI WRIST బ్యాండ్‌లో పని చేస్తున్నారు. ఇది వ్యక్తుల యొక్క మూలకారణ వ్యాధుల నిర్ధారణకు ఉద్దేశించబడింది. ఈ సిస్టమ్ యొక్క ప్రోటోటైప్ వెర్షన్ ప్రస్తుతం టెస్టింగ్ మరియు స్టేజ్ మూల్యాంకనంలో ఉంది.

చిన్నారులు ప్రమాదవశాత్తూ బోరు బావుల్లో పడి మరణించిన విషాద సంఘటనలెన్నో. చాలా సార్లు అవి గుండె కోతకు గురిచేశాయి. ఎండిపోయిన బోర్‌వెల్‌లో పడిపోయిన పిల్లలను రక్షించడానికి శివప్రసాద్ గారు బోర్‌వెల్ రెస్క్యూ కిట్‌ను అభివృద్ధి చేశారు. ఈ కిట్ ఐటీ విస్తరణ చివరి దశలో ఉంది.

గతం కన్నా ఇప్పుడు డిఫెన్స్ లోకి వచ్చే యువ శాస్త్రవేత్తల సంఖ్య పెరిగింది. కలాం నుండి సతీష్ రెడ్డి గారు వారి స్ఫూర్తితో శివప్రసాద్ గారు వారిని చూస్తూ రేపటి యువతరం. ఇలా దేశ రక్షణలో యువగళం తమ సాంకేతికతకు మెరుగులు పెడుతున్నారు. ఎప్పుడైతే కష్టం విలువ వ్యక్తి గ్రహించగలడో అతను ఎప్పుడూ ఓటమిని ఒప్పుకోడు. అదే మొండితనం, ధైర్యం శివప్రసాద్ గారిలో చాలా మెండు. అందుకే ఈ యంగ్ సైంటిస్ట్ ప్రజలకు ఉపయోగపడేవి, దేశ భద్రతకు ప్రయోజనకరమైన అనేక పరిశోధనలతో దూసుకుపోతున్నారు. తమ ప్రయోగాలతో దేశానికి కాపు కాస్తున్న మిమ్మల్ని చూసి తెలుగుజాతి గర్విస్తుంది. *

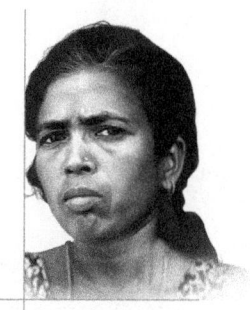

34

వీరనారి

సోనీ సోరి

(జైభీమ్ సినతల్లి లాంటి ఎందరో)

ఒక మహిళ హక్కులను, ఆత్మగౌరవాన్ని కాపాడుతూ ఆపదలో ఉన్న మహిళలకు రక్షణ ఇవ్వాల్సిన పోలీసులే వారిని లైంగిక హింసకు గురిచేస్తూ, దుర్భాషలాడితే ఆమె గోడు ఎవరికి చెప్పుకుంటుంది. ఆడపిల్లలపై అత్యాచారం చేశారని ఎన్కౌంటర్ చేసిన ఖాకీలకు జేజేలు కొడతాము. అదే ఖాకీలు వివస్త్రని చేసి మర్మాంగాలలో రాళ్ళు చొప్పిస్తే ఏమనాలి..? అందరూ ఓకేలాగా వుండరు, న్యాయం అన్నిచోట్లా నాలుగు పాదాలతో నడవదు. జైభీమ్ సినిమాలో సినతల్లి పాత్రని చూసి కన్నీరు పెట్టిన మనకు లాకప్పులో లాక్ అయిన ఎంతోమంది అమాయక సినతల్లుల రోదనలు అక్కడే సమాధి కాబడ్డాయి. అటువంటి ఓ సినతల్లి కథే సోనీసోరి. అటువంటి వారి తరపున పోరాడే ఆదివాసీ హక్కుల కార్యకర్త సోనీసోరి. పోరాటం ఎప్పుడూ హంగులు ఆర్భాటాలివ్వదు, వ్యథలు, బాధలు, హింసను తప్ప. పరిస్థితులు, బాధింపబడ్డ దేహం తిరిగి పోరాడమంటుంది. కోల్పోయిన బంధాలు కసితీరా అధికార హింసకు ఎదురు నిలబడమంటాయి. అలా మొదలయ్యిందే సోనీసోరి జీవితం.

'సోనీసోరి' ఆమె ఓ ఆదివాసీ టీచర్. నక్సలైట్లకు సహకరిస్తుందనే ఆరోపణతో ఛత్తీస్ ఘడ్ పోలీసులు అదుపులోకి తీసుకుని ఆమెపై అనేక నేరారోపణలు చేసి చిత్రహింసలకు గురిచేశారు. కరెంటు షాక్ పెట్టారు, మగ పోలీసులంతా కలిసి వివస్త్రను చేసి ఆమెపై అత్యాచారానికి ప్రయత్నించారు. అది చాలదన్నట్టు ఆమె యోనిలో, గుదంలో రాళ్ళు జొనిపించి లాఠీలతో నెట్టేశారు. ఆ రాళ్ళ రాపిడికి తట్టుకోలేక రహస్యాంగాల నుండి రక్తం కారుతుంటే భరించలేక ఆసుపత్రికి తీసుకెళ్లమని పోలీసులను ప్రాధేయపడింది. పరిస్థితి విషమించేలా ఉందని పోలీసులు ఆమెను ఆసుపత్రికి తీసుకెళ్లారు. కలకత్తా మెడికల్ కాలేజీ ఆసుపత్రి వారు ఆమె రహస్యాంగాల నుండి రాళ్ళు వెలికి తీశారు. ఆమె రహస్యాంగాల వద్ద తీవ్రమైన పుండ్లతో (బ్లిస్టెర్స్ – బలవంతపు రాపిడి వలన పుట్టిన ద్రవంతో నిండిన పుండ్లు) బాధపడుతోందని, అతి కష్టం మీద రాళ్లను బయటకు

తీశామని అక్కడి డాక్టర్లు చెప్పారు. పెద్దఎత్తున ఆందోళన జరగడంతో, అమ్నెస్టీ ఇంటర్నేషనల్, హ్యూమన్ రైట్స్ వాచ్ సోనీ సోరి పైన అమలు చేసిన దారుణాన్ని విచారణ చేయాలని డిమాండ్ చేశాయి. 2011 లో అరెస్టయిన ఆమెకు 2013 లో సుప్రీంకోర్టు జోక్యం కల్పించుకోవడంతో బెయిల్ మంజూరు అయ్యింది.

ఆమె భర్తని కూడా మావోయిస్టులకు సహకరిస్తున్నారనే నెపంతో అదే జైలులో పెట్టి చిత్రహింసలకు గురిచేస్తే పాక్షికంగా పక్షవాతం వచ్చి జైలు నుండి విడుదలయిన నెలకు మరణించారు. ఇలా మావోయిస్టులకు, ప్రభుత్వాలకు మధ్య అన్యాయంగా ఇరికించబడిన గిరిజనుల హక్కుల కోసం, పోలీస్ వారి చేతుల్లో హింసించబడ్డ అమాయక ఆదివాసీల కోసం పోరాడే ఆదివాసీ హక్కుల కార్యకర్తగా మారారు. "నేను కార్యకర్తగా మారడానికి పుస్తకాలు చదవలేదు, జైలు జీవితం నన్నిలా మార్చింది" అని తనలాగా అత్యాచారానికి, పోలీసుల హింసకి గురైన వారి తరుపున పోరాటం చేసేందుకు ముందుకు వచ్చారు. 2014 లో ఆమ్ ఆద్మీ పార్టీలో చేరారు. 2016 లో ఆమెపై యాసిడ్ దాడి జరిగింది. ఆ దాడి చేసిన గుర్తుతెలియని వ్యక్తులు ఫేక్ ఎన్కౌంటర్ లకు, పోలీస్ దౌర్జన్యాలకు వ్యతిరేకంగా గొంతు పెంచడం, పోరాడటం ఆపకపోతే ఈసారి తన కూతురుపై యాసిడ్ పోస్తామని బెదిరించి వెళ్ళారు.

"ఆదివాసీ హక్కులకోసం పోరాడుతున్నందుకు మాపై నక్సల్స్ అనే ముద్రవేసి దేశద్రోహులుగా చిత్రీకరించాలని చూశారు, నన్ను ఎంత హింసించినా, నేను అంత బలవంతురాలిగా అవుతాను కానీ పోరాటం మాత్రం ఆపను" అని యాసిడ్ దాడి తరువాత కూడా ఆమె పోరాటం ఆపలేదు. 2018 లో ప్రమాదంలో ఉన్న మానవ హక్కుల రక్షకుల కోసం ఫ్రంట్ లైన్ డిఫెండర్స్ అవార్డును గెలుచుకున్నారు . వారి ప్రాంతాల నుండి అవార్డులు గెలుచుకున్న ఐదుగురు విజేతలలో ఆమె ఒకరు. సోరి ఆదివాసీ కమ్యూనిటీ కోసం న్యాయం కోసం న్యాయం వైపు పోరాడుతున్నందుకు ఈ అవార్డు గెలుచుకున్నారు.

భగభగ మండే నిప్పుల్లో కరగనిదే ఇనుము ఆయుధమవ్వదు, బంగారం విలువైనదవ్వదు. సోరి కూడా అంతే జైలుగోడల మధ్య రక్తస్రావాల్లో మగ్గి తానొక పోరాట యోధురాలయ్యింది. భయం, బెరుకు లేని మగువలాగా మారింది. న్యాయం ఎప్పుడూ సినిమాలో చూపించినట్లు ఉండదుగా. పోరాటం అంటే కోల్పోయేది ఎక్కువ. భరించలేని బాధలను ఎదుర్కొని, పోలీసుల హింస వల్ల భర్తని కోల్పోయి, అనేక దాడులు జరిగినా నేటికి ఉద్యమ పంథాను మార్చుకోలేదు. న్యాయం చాలా ఖరీదైనది. పోరాటం ఫేస్బుక్ పోస్ట్, కామెంట్ అంత ఈజీ కాదు. సోనీ సోరి ఈ కాలపు యోధురాలు. ఆమెకు భయం లేదు, న్యాయం కోసం పోరాడే తెగువ గల మహిళ. *

35

మొండిఘటం

లీఫ్ ఆర్టిస్ట్ శ్రావణ్ కుమార్

"కళాకారుడి నిజమైన బాధ్యత కళను బ్రతికించుకోవడం"

కళ సమాజం కోసం, కళ కోసం పోరాడి నిలబడే తత్వం కొందరికే సొంతం. కళ సంస్కృతిలో అంతర్భాగం. దృఢ సంకల్పం, ఓర్పు, పోరాట స్ఫూర్తి గల వారు మాత్రమే విభిన్న కళలలో రాణించగలరు. అటువంటి ఓ విభిన్న కళాకారుడు శ్రావణ్ కుమార్. చదువులో మొద్దోడిగా మొదలయినా బొమ్మలేయడం అంటే చాలా ఇష్టంగా ఉండేది. పదిదాకా చదివి ప్రతిభను చూపే పనిలో ముందుకు నడిచారు. మైక్రో ఆర్ట్ లో ముందుకు సాగినా అందరూ చేపట్టని, మరుగునపడిన లీఫ్ ఆర్ట్ వైపు మొగ్గు చూపారు శ్రావణ్.

లీఫ్ ఆర్ట్ అనేది చాలా పురాతన చిత్రకళ. దీని మూలాలు చైనా, జపాన్, భారత దేశాల్లో ఉన్నాయి. ఈ చిత్రకళ చాలా క్లిష్టమైన, శ్రమతో కూడిన కళారూపం. దీనికి చాలా అంకితభావం, నైపుణ్యం అవసరం. అలాగే ఈ కళలో ప్రావీణ్యం పొందడానికి సంవత్సరాలు పడుతుంది. లీఫ్ ఆర్ట్ కి ప్రధానంగా ఉపయోగించేది రావి ఆకు. రావి చెట్టుకు అటు పురాణాల్లో, వైద్యంలో, ఆధ్యాత్మికంలో ప్రత్యేక స్థానం ఉందన్న విషయం తెలిసిందే.

ఎటువంటి రసాయనాలు వాడకుండా సహజ పద్ధతిలో చేస్తే వంద సంవత్సరాలు అయినా ఆకు పాడవదు. అందుకే ఈ పద్ధతిలో రావి ఆకు అస్థిపంజరాన్ని కళకోసం సిద్ధం చేసుకుంటారు. ఈ క్రమంలో వంద ఆకులతో మొదలు పెడితే పదాకులు సిద్ధమయ్యి వచ్చేసరికి తలప్రాణం తోకకి వస్తుంది. చాలా సున్నితంగా వుండే ఆకు పొరలు ఏమాత్రం చిరిగినా, బొమ్మ గీసేటప్పుడు తప్పు జరిగినా పడిన కష్టమంతా బూడిదపాలే. చివరగా అంతా అయ్యి చేతికి వచ్చేదాకా ప్రాణాలు గుప్పిట్లో పెట్టుకుని ఉండాల్సిందే. ఒక్కో బొమ్మ గీసేందుకు గంటల సమయం పడుతుంది. చాలా జాగ్రత్తగా ఎంతో సమయాన్ని కేటాయించి సహనాన్ని కలిగి ఉంటే తప్ప ఇది సాధ్యం

కాదు. అందుకే ఈ కళను ఎంచుకునే వారి సంఖ్య చాలా తక్కువగా ఉంటుంది. కానీ శ్రావణ్ కి ఈ ప్రయత్నంలో స్ఫూర్తి క్రియేటివ్ ఆర్ట్ స్కూల్ శ్రీనివాస్ గారి నుండి చక్కని ప్రోత్సాహం అందింది.

సృజనాత్మకత, ఓపిక కలగలిసిన ఆర్ట్ ఎంచుకుని అందులో సాగిపోతున్న శ్రావణ్ జీవితంలో ఎన్నో విశేషాలు దాగున్నాయి. వైవిధ్యమైన ఈ కళ ఎన్నిక, శ్రమ, సహనం వెనుక అతని క్రీడా స్ఫూర్తి కూడా దాగుంది. శ్రావణ్ జీవితం వడ్డించిన విస్తరి కాదు. ఎక్కడికక్కడ ఎదురీతే. కిరాణా కొట్టులో పనిచేయడం మొదలు కోవిడ్ ముందు వరకు చేసిన ఫుట్ వేర్ కంపెనీ వరకు తన జీవితం శ్రమతోనే సాగింది, సాగుతుంది కూడా. రాష్ట్రం తరపున జాతీయ స్థాయిలో సైక్లింగ్ లో పాల్గొని అనేక మెడల్స్ సాధించిన వ్యక్తి. విజయవాడ సైక్లింగ్ క్లబ్ లో కీలకమైన వ్యక్తి. అలాగే మానసిక సమస్యలతో ఆత్మహత్యలకు పాల్పడే విద్యార్థులను వాటి నుండి కాపాడేందుకు సైక్లింగ్ చేసిన మానసిక వైద్య బృందంతో కలిసి పనిచేశారు. దాని కోసం సైకిల్ ర్యాలీ చేశారు. చాలా చిన్న వయసులోనే చిన్న చిన్న మనస్పర్థలు, సున్నితమైన కారణాలతో యువతరం ఆత్మహత్యలకు పాల్పడుతుంది. దాన్ని నియంత్రించి బ్రతికే ధైర్యం కల్పించడమే శ్రావణ్ ఆశించేది.

శ్రావణ్ జంతు ప్రేమికుడు, అలాగే జంతు సంరక్షకుడు కూడా. జంతువులపై హింసకు పాల్పడే వారిని ఎదిరిస్తూ యానిమల్ రైట్స్ కోసం పోరాడతాడు. విజయవాడ యానిమల్ కేర్ టేకర్స్ గ్రూప్లో చురుకుగా పాల్గొనే సభ్యుడు. ప్లాస్టిక్ వాడకం, కృష్ణా నదిలో పేరుకుపోతున్న చెత్త, రక్తదానం ఇలా అనేక సామాజిక అంశాల్లో అవగాహన కల్పిస్తూ సామాజిక కార్యకర్తగా తన వంతు పాత్రను పోషిస్తున్నారు. ఈరోజు ఉన్న ఎందరో కొత్తతరం మైక్రో ఆర్టిస్టులకు మెళకువలు నేర్పిన వ్యక్తి, అలాగే ఆర్ట్ మీద ఆసక్తి ఉన్న వారికి తానే స్వయంగా మెటీరియల్ సేకరించి పంపి ప్రోత్సహించే గుణం. కళను పంచాలి, ఇతరులకు నేర్పాలి అప్పుడే మనం నేర్చుకున్న కళకు గుర్తింపు. కళను దాచుకుంటే ఒక్కరికే పేరొస్తుంది కానీ కళను పంచితే ఎందరికో చేరి కళ బ్రతుకుతుంది అని నమ్మి లీఫ్ ఆర్ట్ నేర్చుకునే వారికి ఉచితంగా శిక్షణ ఇస్తున్నారు.

ఒక చిత్రకారుడు, క్రీడాకారుడు, సామాజిక కార్యకర్తగా విభిన్న పాత్రలు పోషిస్తూ సమాజం పట్ల బాధ్యత కలిగిన శ్రావణ్ కుమార్ కళకు అంకితమయ్యి మరుగునపడిన లీఫ్ ఆర్ట్ కి వైభవం చేకూర్చాలని సంకల్పించారు. డబ్బుకన్నా కళకు గౌరవం ముఖ్యం, కళాకారుడి నిజమైన బాధ్యత ఇదే. నాకు మాత్రమే పేరు ప్రఖ్యాతులు రావాలనే స్వార్థంతో నడిస్తే డబ్బు సంపాదించి, మెడల్స్ సాధిస్తాం కానీ కళను బ్రతికించుకోలేము. కళను నలుగురికి పంచుతూ బ్రతికించుకోవడమే కళాకారుడి ధర్మం. ఈరోజు ఎందరో ప్రముఖులు శ్రావణ్ చేసే లీఫ్ ఆర్ట్ కోసం వేచి చూస్తున్నారు. దేశ వ్యాప్తంగా ఈ కళకు పునర్వైభవం చేకూర్చాలని సాగుతున్న శ్రావణ్ కుమార్ ప్రయత్నం సఫలం కావాలని ఆశిద్దాం.. *

36

మనోనేత్రుడు

శ్రీకాంత్ బొల్లా

"స్వయంకృతాపరాధమే సమస్యలకు మూలం కాబట్టి
ఆలోచనలు సరిగా వున్నపుడు వైకల్యమంటూ ఏమి లేదు".

ఏదైతే నీలో లోపమని లోకం నవ్వుతుందో ఆ లోపాన్ని ఆయుధంగా మార్చుకుని అడుగేస్తే పగలబడి నవ్విన లోకం చేతులెత్తి మొక్కుతుంది. అసహ్యించుకుని అవమానించిన వారు పూలదండలతో స్వాగతాలు చెప్తూ దారులు కాస్తారు. లోకం తీరదే కదా అన్నీ ఉన్నవాడే ఘనుడంటూ వృత్తి ధర్మాన్ని, నిజాన్ని మరచి రంగుల్లో విహరించే వ్యవస్థలో మనోజ్ఞాని అంతరంగం అంత త్వరగా అర్థం కాదు. అసమానతలే కొలమానంగా ఏర్పడ్డ సమాజపు తీరుకు ఎదురొడ్డి నిలబడ్డ నిలువెత్తు సూరీడు, చీకటిని చూసి బెదిరి, భయపడే లోకంలో చీకటిని ఛేదిస్తూ మనోకాంతి రేఖలతో ఎందరికో ఆ వెలుగును పంచుతున్న యువపారిశ్రామికవేత్త బొల్లా శ్రీకాంత్.

పుట్టుకతోనే రెండు కనుగుడ్లు మూసుకుపోయి పుట్టాడు. తల్లిదండ్రులు వ్యవసాయ కూలీలైనప్పటికీ ఎందరో విడువమన్న బిడ్డను విడువక హత్తుకున్నారు. శ్రీకాంత్ కి కళ్ళు మాత్రమే కనబడవు కానీ అతని మేధస్సు మహా చురుకైనది. ఎదుటి వ్యక్తిలో లోపాలను చూసి హేళన చేస్తూ పైశాచికానందాన్ని పొందే మనస్తత్వాలున్న మన సమాజంలో నిత్యం అవమానాలతో కూడిన పోరాటాలే శ్రీకాంత్ కి ఎదురయిన అనుభవాలు. చదవని పిల్లలను కూడా చదివేలాగా చెయ్యడం కన్నా బాగా చదివే పిల్లలకు మాత్రమే మా స్కూల్స్‌లో ప్రవేశం అనేవిధంగా నేటి విద్యావ్యవస్థ తయారయిన తరుణంలో అంధుడయిన శ్రీకాంత్ కి ఎదురయిన అవమానాలు ఎన్నో. పాఠశాలలో చివరి బెంచీలో కూర్చోబెట్టడం, సరిగా పట్టించుకోకపోవడం, ఆటల్లోకి రానివ్వకుండా చేసేవారు. అయినా అందరికన్నా మిన్నగా చదివేవారు. ఇంటర్లో చేరాలని అనుకున్నపుడు, అంధులు అనర్హులన్న బోర్డ్ రూల్‌పై కోర్టుకెళ్ళి ఆరు నెలలు పోరాటం

చేసి ప్రవేశం సాధించారు. నీవు గుడ్డివాడివి అదే నీ సమస్య అన్న ప్రతిచోట తన లోపం తన ప్రతిభకు అడ్డు కాదంటూ ఇంటర్‌లో 98% తో అందరినీ అవాక్కయ్యేలాగ చేశారు. ఐఐటీ లో చేరాలనే ఆశకు నిరాశ ఎదురయ్యింది. సీటు ఇవ్వమని కనీసం ప్రవేశ పరీక్ష రాసేందుకు కూడా హాల్ టికెట్ పంపలేదు. ఎక్కడ అవమానం జరుగుతుందో అంతకు మించిన చోట మన కీర్తి పతాకం ఎగరెయ్యాలని తనను తిరస్కరించిన భారతదేశ ఐఐటీలను తానే బహిష్కరించి అంతర్జాతీయ విద్యాసంస్థలపై దృష్టిపెట్టి దరఖాస్తు పంపారు. అమెరికా ప్రఖ్యాత ఎంఐటీ, స్టాన్‌ఫర్డ్ బర్కిలీ, కార్నెగీ మెల్లాన్ వంటి దిగ్గజ విద్యాసంస్థలు శ్రీకాంత్‌కు అడ్మిషన్ ఇవ్వడానికి ముందుకొచ్చాయి. కానీ, మసాచుసెట్స్ ఇన్‌స్టిట్యూట్ ఆఫ్ టెక్నాలజీ (ఎంఐటీ)లో చేరారు. ఈ ప్రతిష్ఠాత్మక విద్యాసంస్థలో చేరిన తొలి అంధ విద్యార్థిగా తన పేరును చరిత్రలో లిఖించుకున్నారు.

అక్కున చేర్చుకోవాల్సిన స్వదేశం దూరంగా నెట్టింది. కానీ విదేశం అతని ప్రతిభను గుర్తించి చదువు పూర్తయిన వెంటనే నాలుగు అమెరికెన్ కంపెనీలు లక్షల్లో జీతానికి ఉద్యోగాన్ని ఇచ్చేందుకు ముందుకొచ్చాయి. వాటిని సున్నితంగా తిరస్కరించి "నా దేశంలో నావంటి వారు ఎందరో ఉన్నారు. వారందరికీ ఉపాధినివ్వాలి" అనే ఉద్దేశ్యంతో హైదరాబాద్ చేరుకున్నారు. హైదరాబాద్ లో పర్యావరణహిత ప్లేట్స్, పార్సెల్ అట్టల తయారీకి బొల్లాంట్ ఇండస్ట్రీస్ స్థాపనకు రతన్ టాటా ముందుకొచ్చి ఫండ్స్ ఇచ్చారు. CEO గా మొదలైన ఈ కంపెనీకి అబ్దుల్ కలాం గారు స్వయంగా వచ్చి చూశారు. ఎన్నో సందర్భాల్లో శ్రీకాంత్ గారి గురించి కలాం గారు వేదికలపై స్ఫూర్తిదాయకమని ప్రశంసించేవారు. ఇలా వ్యక్తిత్వంలో దిగ్గజాలయిన భారతరత్నాల అభినందనలు, ప్రశంసలు అందుకున్న వ్యక్తి ఈరోజు 150 కోట్ల టర్నోవర్ తో మూడు వందల మంది దివ్యాంగులకు (80%) ఉపాధి కల్పిస్తూ, 'సమన్వయ్' పేరుతో ఓ స్వచ్ఛంద సంస్థను స్థాపించి అంధుల కోసం డిజిటల్ లైబ్రరీని, బ్రెయిలీ ప్రింటింగ్ ప్రెస్‌ను నెలకొల్పారు. అక్కడ మూడు వేల మందికి పైగా అంధులకు స్వయంగా పాఠాలు చెబుతున్నారు. ఇప్పటికే ఎనిమిది లక్షల మందికి శిక్షణ ఇచ్చారు. 2,500 మందికి ఉపాధి కల్పిస్తున్నారు.

"అమెరికాలో ఎన్నో అవకాశాలున్నా నేను భారత్‌కు తిరిగిరావడానికి కారణం ఒక్కటే! సబ్సిడీ గురించి నేతలు మాట్లాడతారు. తిరిగి అదే సబ్సిడీని పేదలకు అందకుండా చేస్తారు. ఈ పరిస్థితిలో మార్పు రావాలి. అందుకే నైపుణ్యం కలిగిన భారతీయ యువతను స్వయం ఉపాధివైపు నడిపించాలి" అని పిలుపునిస్తున్నారు శ్రీకాంత్ బొల్లా. ఆత్మవిశ్వాసపు కెరటంగా అసమాన్య ప్రతిభ అతడి ఆభరణంగా మనోనేత్రంతో లోకాన్ని చూస్తూ తనలా ఇతరులు ఇబ్బంది పడకూడదని ఎందరికో మార్గదర్శకమైన శ్రీకాంత్ బొల్లా నేటి తరానికి యూత్ ఐకాన్. *

37

దృశ్యమాంత్రికుడు

తమ్మా శ్రీనివాసరెడ్డి (లెన్స్ మ్యాన్)

"నడుస్తున్న చరిత్రకు ఆనవాళ్ళు ఫోటోలు"

రోజూ చూసే ఒకే ప్రదేశం చూసిన ప్రతిసారీ చూడగలిగే కనులకు కొత్తగానే కనిపిస్తుంది. సూక్ష్మమైన మార్పులు అనూహ్య స్పందనలకు మూలాలు. నేర్పరితనం, సమయం, ఓర్పు, రెక్కి నిర్వహించే సహనం, శ్వాసను కూడా నియంత్రించుకోగల సామర్థ్యం ఉంటేనే కొన్ని ప్రత్యేకమైన రంగాల్లో రాణించగలం. ఊరు విడిచి విదేశాలకు వెళ్ళినవారున్నారు. కానీ ఒక వ్యక్తి తన నైపుణ్యంతో, ప్రతిభతో ఊరికే అంతర్జాతీయ ఖ్యాతి తెచ్చిన ఘనాపాటులు అరుదు, ఇంకా చెప్పాలంటే అరుదాతి అరుదనే చెప్పాలి అటువంటి ఓ విశిష్టమైన వ్యక్తి లెన్స్ మ్యాన్ తమ్మా శ్రీనివాసరెడ్డి.

ఒక వ్యక్తి జీవిత చరిత్రను వెయ్యి పేజీలలో రాయొచ్చు. కానీ ఈ వ్యక్తి సాధించిన జిల్లా, రాష్ట్ర, జాతీయ, అంతర్జాతీయ పతకాలు, పురస్కారాల గురించి రాయాలనంటేనే పది పుటల పైనే పట్టొచ్చు. అటువంటి అంతర్జాతీయ ఖ్యాతి గణించిన ఫోటో జర్నలిస్ట్ తమ్మా శ్రీనివాసరెడ్డి గారు. పుట్టిన ఊరి ప్రకృతే స్ఫూర్తి. పచ్చని పొలాలు, కృష్ణా తీరం, చారిత్రక గుహలు, చెక్కిన కొండలు, ఎత్తుపల్లాల రోడ్లు, వొదిగిన చెరువులు గల ఉండవల్లి స్వస్థలం. బాల్యం, సొంతూరు ప్రతీ వ్యక్తి జీవితంలో కీలక మార్పులు తెస్తాయి. ప్రతీ కళకు మాతృక బాల్యమే. ఉండవల్లి లోని గుహలను అందంగా బంధించిన జర్నలిస్ట్ శ్రీనివాస్ గారి స్ఫూర్తితో తన ఊరి అందాలను ఛాయాచిత్రకారుడిగా బంధించాలని దానికోసం ఫోటోగ్రఫీ నేర్చుకోవాలని జర్నలిజం డిప్లమోలో చేరారు. TS రెడ్డి గారిలోని ఆసక్తిని గమనించిన వారి అమ్మగారు అప్పట్లో వారి రోజువారీ కూలీ రూపాయిన్నర అయినప్పటికీ 650 రూపాయలు పెట్టి బేసిక్ మోడల్ అయిన యాషికా కెమెరాను కొనివ్వడంతో మొదలైన ప్రోత్సాహ ప్రస్థానం ఈరోజు ప్రపంచంలోని కోటిన్నర విలువ గల అత్యుత్తమ హెజల్ బ్లేడ్ 5డి కెమెరాని పొలం అమ్మి మరీ కొనివ్వడంతో కొనసాగుతూనే ఉంది. ఈ కెమెరా కలిగిన భారతీయుల్ని చేతి వేళ్ళపై లెక్కపెట్టొచ్చు.

ఒక తల్లి తన బిడ్డలోని నైపుణ్యాన్ని గుర్తించి ఒక్కసారి నమ్మితే రాబోయే భవిష్యత్తు ఎలా ఉంటుందనే దానికి వీరు సాధించిన ఘనతే నిదర్శనం.

నాగపూర్ యూనివర్సిటీలో చదువు వారి కళానైపుణ్యాలను విశాలం చేసింది. అనేక పరిచయాలు, చర్చలు, ప్రదర్శనల్లో పాల్గొనడం, పుస్తకాలు చదవడంతో విషయాలపై అవగాహన ఏర్పడింది. సాధారణంగా ఫోటోగ్రాఫర్స్‌కి ఏదో ఒక అంశంలో మాత్రమే అవగాహన ఎక్కువగా ఉంటుంది. దేన్నయినా సరే సవాలుగా తీసుకునే తత్వంగల TS రెడ్డి గారు కలర్, బ్లాక్ అండ్ వైట్, నేచర్, వైల్డ్ లైఫ్, ఫోటో ట్రావెల్, ఫోటో జర్నలిజం, వెడ్డింగ్, డాక్యుమెంటరీ మేకింగ్, పోర్ట్రైట్, పోర్ట్ ఫోలియో, అడ్వర్టైజ్‌మెంట్ ఇలా అనేక విభాగాల్లో వారి ప్రతిభను క్లిక్ మనిపించారు.

పట్టణమా, గ్రామమా, కొండలా, కారడవులా అనే వ్యత్యాసం లేకుండా సూర్యకాంతి చేరని కారు చీకటిలోకి సైతం భుజాన కెమెరాతో చేరుకుని బాహ్య ప్రపంచానికి ఎన్నో అద్భుతాలు చూపారు. ఫోటోగ్రఫీ ఏమంత సరదాగా సాగే అంశం కాదు, కాలంతో పాటు మారాలి, పోటీ పడాలి, ప్రయాణంలో ప్రాణాలు సైతం పణంగా పెట్టాలి. రేపటి తరానికి మనల్ని చూపడానికి ఫోటోగ్రాఫర్లు చేసే విన్యాసాలు మాటల్లో చెప్పలేము. ప్రకృతితో మమేకమవుతూ, ఏ జీవరాశికి హాని కలగకుండా, ప్రమాదాన్ని ప్రేమతో మిళితం చేసి సాగే సృజనాత్మక కళే ఫోటోగ్రఫీ.

సమాజ పరిణామ క్రమంలో, జీవన విధానంలో, శ్రామిక వర్గంలో, కుటుంబ వ్యవస్థలో, సంస్కృతి సాంప్రదాయంలో గిరిజన తెగల విశిష్టత ప్రత్యేకం. ఒరిస్సాలోని బోండా తెగ గిరిజన జీవితాన్ని ప్రపంచానికి తెలిపే ప్రయత్నంలో 17 మంది ఫోటోగ్రాఫర్లు ప్రాణాలు కోల్పోయారు. ఒక జర్మనీ ఫోటోగ్రాఫర్ అయితే కుటుంబంతో సహా అదే తెగ చేతిలో హతమయ్యారు. అటువంటి ప్రమాదకర తెగ జీవనాన్ని ఛాయా చిత్రాల్లో బంధించి ప్రపంచానికి పరిచయం చేసిన సాహసి TS రెడ్డి గారు. ప్రపంచ వ్యాప్తంగా గిరిజన తెగలు గల దేశాల్లో ఎన్నో జీవన విశేషాలను ఛాయా చిత్రాల్లో బంధించారు. వైల్డ్ లైఫ్ ఫోటోగ్రఫీలో అనేక రకాల పక్షులను, వన్య ప్రాణులను ఎంతో ఓర్పుతో కెమెరా కన్నుల్లో బంధించారు. పక్షులను ఫోటో తీసేటప్పుడు ఒకసారి గంట, పూట, రోజుల తరబడి సహనంతో ఉండాల్సి వస్తుంది. అరుదైన ఛాయా చిత్రాలను తీసేందుకు విలువైన కెమెరా మెడలో వేసుకుని పరుగు తీయడం, గెంతడం, పాకడం వంటి ఎన్నో రకాల విన్యాసాలు చెయ్యాల్సి వచ్చేది.

1991 నుండి 94 వరకు వరుసగా కేంద్ర సమాచార శాఖ నుండి అవార్డులు, 1993 లో ప్రపంచ ఫోటోగ్రఫీ సందర్భంగా ఆంధ్రప్రదేశ్ ప్రభుత్వం నుండి తొలి బహుమతి, 2008 లో ఎం ఏ రహీం అవార్డు, 2016 ఆంధ్రప్రదేశ్ అత్యుత్తమ కళారత్న హంస పురస్కారం, 2008లో భారతదేశ అత్యుత్తమ రామ్ నాథ్ గోయంకా మెమోరియల్ అవార్డు, 2015 లో వైల్డ్ లైఫ్ ఫోటోగ్రఫీ ఇండియా అసోసియేషన్ నుండి సలీం అలి మెమోరియల్ అవార్డు, 2019 లో ఫెడరేషన్ ఆఫ్ ఇండియన్ ఫోటోగ్రఫీ సంస్థ నుండి

అత్యున్నత మాస్టర్ అవార్డు, బ్రిటిష్ రాయల్ ఫోటోగ్రఫీ సొసైటీ పురస్కారం, ఇమేజ్ కొలీగ్ సొసైటీ– అమెరికా నుండి ఒకేసారి 7 అత్యుత్తమ గౌరవ పురస్కారాలతో ప్రపంచ రికార్డ్, అంతర్జాతీయ తొలి గ్రాండ్ మాస్టర్ అత్యున్నత అవార్డు. రెండు దశాబ్దాలుగా ప్రపంచ అత్యుత్తమ మొదటి పది మంది ఫోటోగ్రాఫర్‌లలో ఒకరిగా గుర్తింపు. దాదాపు 17 దేశాల నుండి ఫోటోగ్రఫీలో గౌరవ పురస్కారాలు. 11 జాతీయ, 23 అంతర్జాతీయ ప్రదర్శనలు ఇచ్చారు. 175 జాతీయ, అంతర్జాతీయ సంస్థల క్యాలెండర్ వర్క్‌లు వీరు అందించే ఫోటోలతో జరుగుతుండడం ప్రశంసనీయం. కోవిడ్ కష్టకాలంలో కేంద్ర రాష్ట్ర ప్రభుత్వాలు, కోవిడ్ వారియర్స్ చేసిన సేవలను ఛాయాచిత్రాలుగా బంధించినందుకు ఫోటోగ్రఫీలో నోబెల్ బహుమతిగా పరిగణించే FRPS–UK 'ఫెలో రాయల్ ఫోటోగ్రఫిక్ సొసైటీ పురస్కారం' అందుకున్నారు. వెరసి నేటికి 189 పతకాలు, 494 అవార్డులు, 896 ప్రతిభా పురస్కారాలు, 5872 ఛాయా చిత్రాల ప్రదర్శనలతో రికార్డుల రారాజుగా ఛాయాచిత్ర రంగంలో చెరగని ముద్ర వేశారు.

1998లో రైల్వే గ్రౌండ్స్‌లో చేతిలో బెలూన్స్ పట్టుకుని వెళ్తున్న ఓ పాపని ఫోటో తీశారు. ఓ జాతీయ స్థాయి పోటీలో ఆ ఫోటోకి మొదటి బహుమతి వచ్చింది. అది ఇండోర్ లోని దైనిక్ భాస్కర్ అనే పత్రికలో ప్రచురించారు. అది చూసి ఒక స్థానికుడు వెతుక్కుంటూ ఉండవల్లి వచ్చారు. అతను ఇండోర్‌లో టీ కొట్టు నడిపే వ్యక్తి. విజయవాడ వచ్చినప్పుడు అనుకోకుండా వాళ్ళ పాప తప్పిపోయింది. తప్పిపోయిన ఆ పాపే బెలూన్స్ అమ్ముతున్న ఈ ఫోటోలోని పాప. ఇద్దరూ కలిసి నాలుగు రోజులు వెతికారు. తరువాత ఆరు నెలల పాటు రెడ్డి గారు వెతుకుతూనే వున్నారు. ఎనిమిది నెలల తరువాత అతను మళ్ళీ వచ్చారు. అప్పుడు అదే గ్రౌండ్స్‌లో బెలూన్స్ అమ్ముతూ ఆ పాప కనిపించింది. తండ్రిని చూసి ఆ పాప పరిగెత్తుతూ వచ్చి హత్తుకుంది. ఆ క్షణం ఇన్నాళ్ల ఆయన ఫోటోగ్రఫీకి సంతృప్తి నిచ్చింది. పోగొట్టుకున్న తన గారాల పట్టిని పొందిన తండ్రి ఆనందం, ఒక ఆడపిల్ల అనాథ కాకుండా తన కుటుంబాన్ని చేరుకున్న ఈ తరుణమెంత విలువైనది!

ఫోటోగ్రఫీనే శ్వాసగా, ధ్యాసగా చేసుకుని సాగుతున్న వీరు తనకు తానుగా రాష్ట్ర, కేంద్ర పతకాల పోటీ నుండి తప్పుకుని కొత్తవారి ప్రతిభకు స్థానమిచ్చారు. 'ఫోటో ఇండియా' పేరుతో విజయవాడలో ఓ సంస్థను స్థాపించి ప్రపంచ వ్యాప్తంగా 250 మందికి శిక్షణ ఇచ్చారు. నేడు జాతీయ, అంతర్జాతీయ పోటీలో వీరి శిష్యులే వుంటారు. సాహిత్యంలో కూడా ప్రావీణ్యం ఉన్న రెడ్డిగారు అనేక పుస్తకాలు రాసి భావితరం ఫోటోగ్రాఫర్లకు పూలబాట వేసిన మార్గదర్శి. ఎంత ఎదిగినా ఒదిగి, రెక్కలొచ్చిన పిల్లలు ఎగిరిపోతుంటే తాను మాత్రం రెక్కలను చాపి గూడుకు బలమై నిలిచారు.

సొంత ఊరికి రోడ్లు, మరుగుదొడ్లు, స్మశాన వాటిక, మంచినీటి సౌకర్యాలు కల్పించడంలో కృషిచేసారు. పది నుండి ప్రొఫెషనల్ డిగ్రీ వరకు ప్రతిభగల విద్యార్థులు చదువులో రాణించేందుకు 'ఉండవల్లి రత్నాలు' పేరుతో అవార్డులు ఏర్పాటు చేశారు. విద్యార్థులనే కాదు కష్టపడి చదివించిన వారి తల్లిదండ్రులను కూడా సత్కరిస్తూ

వినూత్న కార్యక్రమానికి శ్రీకారం చుట్టారు. ఈరోజు ఉండవల్లి రత్నాల కోసం వేల సంఖ్యలో పోటీ పడుతున్నారు. ఇలా అటు సొంత ఊరికి, ఇటు ఫోటోగ్రఫీ రంగంలో సేవలందిస్తూ ఉభయ తెలుగు రాష్ట్రాల ఫోటోగ్రఫీ అకాడెమీ అధ్యక్షుడిగా, ఇండియా ఇంటర్నేషనల్ ఫోటోగ్రఫీ కౌన్సిల్‌కి ఫోటో జర్నలిజం విభాగ చైర్మన్‌గా, ఇమేజ్ లీగ్ సొసైటీ అమెరికా సంస్థకి 2023 వరకు చైర్మన్‌గా పదవీ బాధ్యతలు నిర్వహిస్తున్నారు. కొత్తగా ఫోటోగ్రాఫిక్ సొసైటీ ఆఫ్ అమెరికా నుండి 2025 వరకు సభ్యత్వం వారి పురస్కార అమ్ములపొదిలో చేరిన సందర్భంగా లెన్స్ మ్యాన్ మరియు గ్రాండ్ మాస్టర్ TS రెడ్డి గారికి శుభాకాంక్షలు. *

38

మాస్టర్

భీమ్‌పుత్ర శ్రీనివాస్

"సమాజహితమే ఉపాధ్యాయుని అభిమతం"

వినూత్న ఆలోచనలతో కూడిన ఆచరణ ఎల్లప్పుడు మెరుగైన ఫలితాలను ఇస్తుంది. కాలంతో పాటు కదులుతూ ప్రతీ వ్యక్తిలో ఆలోచన కలిగించే వెలుగుని రగిలించేది గురువే. భవిష్యత్తు అనే బావుటా గురువు నుండే మొదలవుతుంది. తమకు చదువు చెప్పే మాష్టారు ప్రభావం పిల్లలపై చాలా ఎక్కువగా ఉంటుంది. బోధనా శైలిలో వినూత్నమైన మార్పులు తెచ్చే ఉపాధ్యాయునిగా వృత్తిలో, సేవకునిగా సమాజంలో తన పాత్రని బాధ్యతగా నిర్వహిస్తున్న ఉపాధ్యాయుడు భీమ్‌పుత్ర శ్రీనివాస్.

బడి లేకపోవడం ఒక సమస్య, బడి వున్నా సక్రమంగా చదువు చెప్పే పంతులు లేకపోవడం ఇంకో సమస్య, పంతులున్నా మాకీ చదువులొద్దని పారిపోయే పిల్లలు అతిపెద్ద సమస్య. విద్యని అందించడంలో ఏ ఒక్కచోట తప్పు జరిగినా ఆ ప్రభావం భవిష్యత్తు తరాల మీద పడుతుంది. ఆ తప్పుని సరిదిద్దే బాధ్యతాయుతమైన పాత్ర పోషించాల్సింది ఉపాధ్యాయులు మాత్రమే. నగరాలకు దూరంగా అభివృద్ధికి, అవసరాలకు చేరువలో లేని గ్రామాలకు కావాల్సిన విద్య, వైద్య అవసరాలు గ్రహించి ఓ బడి, ఆసుపత్రి కట్టించడం పోరాటంతో కూడుకున్నది. మరి పాలకులు దయతలచి కట్టినా అక్కడకు ఉద్యోగులు వెళ్ళాలి కదా! సరైన రవాణా మార్గం లేదు ఇంకా చెప్పాలంటే రోడ్డే లేదు, ఇలాంటి చోట ఉద్యోగులు తమ ఉద్యోగాన్ని బాధ్యతగా కన్నా శిక్షగానే భావిస్తారు. వారానికి రెండు మూడు రోజులు వెళ్ళిరావడమే మహాభాగ్యం. ఉంటారో.. వుండరో.. వస్తారో..రారో.. తెలియని వారి కోసం చూడటం దేనికనో, అప్పుడప్పుడు బడికి పోయినా ఏం వస్తుందిలే అనుకొనో, వారు కూడా అంత మక్కువ చూయించరు. ఇదీ చాలా మాన్యాల్లో పరిస్థితి. మరిలాంటి చోటికే జలంపల్లి శ్రీనివాస్ గారు 2002-DSC ద్వారా టీచర్‌గా ఉద్యోగాన్ని చేపట్టారు.

దారిలో కొంత వరకే వాహన సౌకర్యం మిగతా దారి నడుచుకుంటూ పోవాలి, వర్షాకాలంలో బురదమయం, విడి రోజుల్లోనూ జంతువుల ప్రమాదం. అలాంటి ప్రదేశంలో ప్రతిరోజూ బాధ్యతగా చదువు చెప్పడానికి బడికి పోతున్నారు. బడి చూస్తే భయం కలిగేలా ఉన్న సదుపాయాలు, పిల్లల కోసం ఎదురుచూపులు. రోజూ బడికి వచ్చి చెప్పడానికి ఇష్టమున్నా, బడిబాగుంటే పిల్లలు రావొచ్చు, పిల్లలు రావాలంటే బడి బాగుపడాలి. సరిగా టీచర్లు, పిల్లలు లేని బడిని బాగు చెయ్యాలని ఎవరనుకుంటారు..? టీచర్ సిద్ధంగా ఉన్నారు ఇప్పుడు ఎలాగైనా సరే పిల్లలంతా బడికి రావాలి. చదువుకుంటే వీరి బ్రతుకు బాగు పడుతుంది. బడికి వీరిని చేర్చాలి, ఇలా పిల్లలను బడికి చేర్చే మార్గంలో వారి ఆలోచనలకు పని పెట్టారు. కొన్ని గ్రామాలకు కలిపి ఒక బడి. పాఠశాల సమయానికి ముందే గ్రామాలకు చేరుకునేవారు, గ్రామాల్లోని పిల్లలను వెతికి, బడికి వచ్చే పిల్లలను వెంటబెట్టుకుని బడి తలుపులు తీయడం మొదలుపెట్టారు. ఇలా క్రమేపీ కొందరు అలవాటు అయ్యారు. వచ్చే పిల్లలతో గ్రామంలో ఉన్న మిగతా పిల్లల విషయాలు కనుక్కోవడం, వారి కోసం వారి ఇళ్ళకు వెళ్ళడం, వారితో పరుగులు పెట్టడం, చెట్లు ఎక్కడం, అటకలెక్కడం, గడ్డి వాముల్లో వెతకడం, చెరువుల్లోనూ వారితో పోటీ. ఇలా పిల్లలను ఒక్కొక్కరిని వెతికివెతికి బడికి రప్పించారు. బడికి పోకుంటే మాష్టారు ఇంటికొస్తారనేలాగా అయ్యింది. తల్లిదండ్రులకు పిల్లలను బడికి పంపించాల్సిన ప్రాముఖ్యత గురించి చెప్తూ బడి మొఖం చూడకుండా వుండే వారిపై ప్రత్యేక దృష్టి పెట్టారు.

ప్రతీ తెగకు వారికో స్థానిక భాష వుంటుంది. తెలుగు భాష వారికి మరో భాషలా ఉండి అందులో చదవడం, రాయడం వాళ్లకు కష్టంగా ఉంటుంది. తికమకకు గురయ్యేవారు, అందుకని శ్రీనివాస్ గారు వారి స్థానిక భాషలను కాస్త నేర్చుకుని వారితో మాటలు కలిపారు. అలా వారికి అర్థమయ్యే తెగ భాషలో కూడా కొంచెం కొంచెంగా పాఠాలు చెప్పడం మొదలుపెట్టారు. "చదివినా రాకుంటే బడికి వచ్చి ఏం చేస్తాను సర్, నేను బడికి రాను" అని మొండికేసిన పిల్లాడి మాటలు వారిలో మరింత ఆలోచన పెంచాయి. ప్రతీ విద్యార్థికి దగ్గర కావాలని, పాఠాలు వారికి అర్థమయ్యే విధంగా నూతన సంస్కరణలకు జీవం పోసారు. అందులో భాగమే విద్యార్థులతో పాటుగా వారి లాగే యూనిఫామ్ వేసుకోవడం. క్షేత్ర స్థాయిలో పిల్లలకు వ్యవసాయం, స్థానిక సంస్థలు, చెరువు, కొండ, అడవి ఇలా పాఠాల్లో వుండే అన్నిటినీ మొత్తంగా పిల్లలకు చూయిస్తూ అవగాహన కల్పించడం. ఇందులో మరో స్వార్థం ఏంటంటే బడి ఎగ్గొట్టి తిరిగే పిల్లలను గుర్తించవచ్చని కూడా. ప్రతీ శనివారం ఆటలు, పాటలు, కవితలు, నాటకాలు, చిత్రలేఖనం వంటి వాటితో పిల్లలను ఆకట్టుకోవడం. నేడు నో బ్యాగ్ డే పేరుతో జరుగుతున్న ఆచరణ కూడా ఇదే. టీ షర్ట్ లపై శరీరాకృతులు ప్రింట్ వేయించి సరికొత్త శిక్షణకు తెరలేపారు. అలాగే మ్యాపింగ్ ను అష్టాచెమ్మ రూపంలో గుర్తుంచుకోవడం వంటి వినూత్న బోధనలకు జిల్లా, రాష్ట్రస్థాయిలో ప్రశంసలు,

ఉత్తమ ఉపాధ్యాయునిగా బహుమతులు, రైస్ అండ్ షైన్ పుస్తకంలో చోటు పొందారు. ఇప్పటికి మూడు పాఠశాలలు మారారు, బడులు కూడా అభివృద్ధి చెందుతున్నాయి, పిల్లలు నూరుశాతం హాజరుతో మెరిట్ స్కాలర్ షిప్లు పొందుతూ శ్రీనివాస్ గారి కలల సాకారం వైపు సాగుతున్నారు.

జీతానికి మాత్రమే కాదు మనసుకు కూడా సంతృప్తి కలిగేలా జీవించాలి అదే శ్రీనివాస్ గారు ఆచరించే సూత్రం. అందుకోసమే వారి జీతంలో నుండి కొంత మొత్తాన్ని విద్యార్థుల్లోని ప్రతిభని వెలికితీయడానికి మరియు గూడాల్లోని ప్రజలకు అనుకోని విపత్తులతో నష్టం వాటిల్లినప్పుడు మరికొందరు స్నేహితులతో కలిసి సహాయసహకారాలు అందించడం చేస్తుంటారు. కోవిడ్ ప్రబలినప్పుడు భయాందోళనకు గురయిన గ్రామస్థులకు బాసటగా నిలిచారు. ఒక గ్రామస్థునికి డాబా ఇల్లు మరొకరికి రేకులతో ఇల్లు నిర్మించడంలో ఆర్థికసహాయం అందించారు. కోవిడ్ వాలంటీర్ గ్రూప్ అలా పుట్టి నేడు ఎందరికో రక్త దానం, అత్యవసర సహాయం అందిస్తున్నారు. తన అవయవాలను దానం చేసి తన మరణం తరువాత తన శరీరం కూడా ఉపయోగపడాలని మెడికల్ కాలేజ్‌కి దానం చేశారు. వీరితోపాటు వీరి సహధర్మచారిణి కూడా వీరి మార్గంలోనే నడవడం విశేషం.

సావిత్రిబాయి పూలే, జ్యోతిరావు పూలే, అంబేద్కర్ ఆశయాలకు ఆచరణకు ప్రేరేపితుడయిన శ్రీనివాస్ గారు పిల్లల్లో పిల్లవాడిగా, పెద్దలకు సహాయకుడిగా, సమాజానికి బాధ్యతాయుత వ్యక్తిగా సాగే మాష్టారు తన పేరు ముందు జన్మనిచ్చిన తల్లిని, స్ఫూర్తి నిచ్చిన అంబేద్కర్ ని చేర్చి భీమ్‌పుత్రగా మారారు. "నా ఉద్యోగ బాధ్యతను నేను సక్రమంగా నిర్వహించడమే నా కర్తవ్యం" అంటూ ఈ మధ్య కాలంలో తరగతి గదిలో అత్యవసర పరిస్థితుల్లో తప్ప ఫోన్ వాడను అని స్వచ్ఛంధంగా హామీపత్రం ఇచ్చారు. ఆచరణతో ఏమాత్రం విమర్శలకు లొంగక సాగుతున్న మాష్టారు అంటే పిల్లలకు ఎంతో ఇష్టం. ఇలాంటి వారు ప్రతిచోటా ఉంటే విద్యాక్షేత్రంలో విద్యార్థుల సత్ఫలితాలు తథ్యం. భావితరాల భవిష్యత్తు బంగారుమయం. **'బడి అంటే బాధ్యత'** అనే మీ నినాదం ప్రశంసనీయం.. *

“

పుస్తకం, ప్రయాణం వ్యక్తిని నిర్దేశిస్తాయి.

”

39

పిచ్చుకల ప్రేమికుడు

స్ఫూర్తి శ్రీనివాస్

అలియాస్ పిచ్చుక శ్రీనివాస్

"పరిగెత్తే కాలంలో ప్రతీ క్షణపు ఆస్వాదనే జీవితం"

చూడగలిగే కన్నులకు లోకం ఎప్పుడూ కొత్తగానే కనిపిస్తుంది. పల్లె దారుల్లో, పచ్చని పైరుల్లో, కొండలోయల్లో, కూకూ పాటల్లో, పారే సెలయేరుల్లో, మంచు తెరల చాటుల్లో చేతులు చాచి ఆహ్వానిస్తూ నీ కోసం స్వాగతం పలికే ప్రకృతి లోకం ఒకటుంది. ఎప్పుడూ కాంక్రీట్ గోడల్లో బంధీగా దేనికి అలా ఆకాశంలో ఎగిరే మేఘంలా గాలివాటం తోటి కదిలితే నువ్వు పొందలేని సంతోషం, సంతృప్తి ఎంతో నీ సొంతం. ఇంతలా ప్రకృతి నుండి స్వేచ్ఛగా ఎగిరే పక్షుల నుండి స్ఫూర్తి పొందిన ఓ ప్రయాసకుడు, ప్రేమికుడు, ప్రయాణికుడు స్ఫూర్తి శ్రీనివాస్ అలియాస్ పిచ్చుక శ్రీనివాస్ అలియాస్ పిచ్చి శ్రీనివాస్.

పేరులో శ్రీనివాస్ కి ముందు ఇన్నున్నాయి అంటే ఇదేదో ఆలోచన చేయాల్సిందే. ఒక్కో మాటకు ఒక్కో కథనం తన జీవితంతో ముడిపడి ఉంది. ఒక్కొక్కరు ఒక్కో పేరుతో ఏ పేరున పిలిచినా పలుకుతానంటూ సాగే శ్రీనివాస్ జీవితం ఓ వైవిధ్యం. వీడు తేడా రా బాబూ.. కిక్కు కోసం రిస్కు చేస్తాడు, మంచోడే కానీ మొండోడు, సక్కనోడు గానీ తిక్కలోడు, వీడు మాములోడు కాదంటూ మిత్రుల్లో వచ్చే మాటల సరదాతో తనంటే ప్రాణమిచ్చే వ్యక్తులను సంపాదించుకున్న వ్యక్తి కథనమే ఈ స్ఫూర్తికథనం.

రెండు అంశాలకు అతని జీవితం ముడిపడి ఉంటుంది. ఒకటి ఆర్ట్, రెండు పిచ్చుక. పొత్తిళ్ల పుణ్యం ఓ తల్లి అయితే యశోదమ్మ చాటు కన్నయ్యలా పెరిగింది మాత్రం భారతమ్మ ఒడిన. బొమ్మలంటే గమ్మునుండక పిల్లాడు గోల చేస్తుంటే బొమ్మలేసి రోడ్డుమీద అర్ధరూపాయి లెక్క అడుక్కుంటావా అన్న నాన్న మాటను దర్జాగా దాచి గంటల తరబడి బొమ్మలేయించి మురిసిన భారతమ్మ, వీడు గొప్పగా బొమ్మలేస్తాడు చూస్తుండు అని వేలి పట్టుకుని తీసుకొచ్చిన నర్రా శంకరన్న ఈ ఇద్దరే ఆర్ట్ జీవితానికి ఓనమాలు. నూనూగు మీసాల వయసులోనే ఆర్ట్ టీచర్ గా ఉద్యోగం సాధించి

సబ్జెక్ట్ టీచర్ల కన్నా మేమేమి తక్కువకాదని నిరూపించారు. ఆర్ట్ ఓ వారసత్వ కళ ఎవరుబడితే వారు ఆర్టిస్ట్ కాలేరు, పల్లెటూరు నుండి వచ్చి ఈ పిచ్చిబట్టలతో నువ్వేం ఆర్టిస్ట్ అవుతావని అవమానించిన ఆర్టిస్టులుగా చెప్పుకుంటున్న వారి చేత వాహ్వా అనిపించుకునే స్థాయిలో నిలబడి ఆశ్చర్యపరచిన ప్రతిభావంతుడు. ఆర్ట్ వారసత్వ సంపదనా ఇంకెవరూ ఆర్ట్ వేయకూడదా, నేర్వకూడదా, బట్టలను చూపి ఆర్ట్ కి వంక పెడతారా అంటూ ఆలోచనలు రగిలాయి, అవమానాలు రాజుకున్నాయి. తనలాగే ఆర్ట్ లో భంగపడ్డ కొందరితో కలసి సిరి ఆర్ట్స్ అకాడెమీ పేరుతో 'ఆర్టిస్ట్స్ ఆర్ మేడ్ – నాట్ బోర్న్' అనే ట్యాగ్ తో తోటి ఆర్టిస్టులంతా తమ నైపుణ్యాన్ని పంచుకుంటూ ఒక్కటై నడిచారు. ఇదిలా ఉంటే ఓ ప్రణయం చిగురించింది. శ్రీనివాసుడు కాస్తా స్నేహా వశుడయ్యాడు. అగ్నికి ఆజ్యం తోడయినట్టు భర్త అడుగుజాడల్లో మరింత ముందుకి నడిపించారు మెర్సీ శ్రీనివాస్.

ఎంచుకున్న రంగం కోసం ఇంటినీ, ప్రేమించిన అమ్మాయి కోసం అన్నింటినీ అలవోకగా వదిలి జంటగా ఒంటరి ప్రయాణం మొదలెట్టారు. ఆర్ట్ అందరికీ చేరాలని స్ఫూర్తి ఆర్ట్స్ అకాడెమీ స్థాపన జరిగింది. కళ వారసత్వ సంపద కాదు, నేర్చుకోవాలన్న తపన, సాధించాలనే పట్టుదల ఉంటే ఆసక్తి ఉన్నవారెవరైనా కళాకారులుగా రాణించవచ్చునని నిరూపించాలనే ముఖ్య ఉద్దేశ్యంతో "కళకి పునరుజ్జీవనం (Renaissance in the field of Art)" అనే క్యాప్షన్ తో స్ఫూర్తి క్రియేటివ్ ఆర్ట్స్ అకాడెమీ ఇద్దరు విద్యార్థులతో మొదలయ్యి వేల మంది విద్యార్థులకు శిక్షణ, జాతీయ అంతర్జాతీయ పోటీల్లో బహుమతులు, యువ చిత్రకారులకు ఉపాధి, వివిధ స్థాయిలో చిత్రలేఖన పోటీలు, విద్యార్థులచే చిత్రకళా ప్రదర్శనలు, ఆర్ట్ వర్క్ షాప్లు / సెమినార్లు, సామాజిక అంశాలపై ఈవెంట్లు, సీనియర్/యువ/చిన్నారి చిత్రకారులకు అవార్డులు సత్కారాలు ఇలా వందల్లో ఆర్ట్ ఈవెంట్స్, వేలల్లో విద్యార్థులను ఆర్ట్ టీచర్లుగా, గ్రాఫిక్ డిజైనర్లుగా, ఫ్యాషన్ డిజైనర్లుగా, ఆర్టిస్టులుగా తయారు చేసి విజయవాడ చిత్రకళా చరిత్రలో ఒక రంగుల విప్లవాన్ని సృష్టించారు.

పల్లె వాతావరణంలో పెరిగిన శ్రీనివాస్ కి పిచ్చుకలంటే మహా ఇష్టం. ఉదయాన్నే అవి చేసే కిచకిచలు వినడం ఎక్కడలేని సంతోషాన్ని కలిగించేవి. వాటికి కంకులు కట్టడం, నీరు పెట్టడం, వాటి ఎదురుగా అద్దం పెడితే అవి అందులో చూస్తూ పొడుచుకుంటూ ఆడుతుంటే చూసి సంబరపడటం, ఈదురు గాలులకు, వర్షానికి ఆ గూడులు పడిపోతే ప్రమాదంలో చిక్కుకున్న పిల్లలను జాగ్రత్త చేసి మళ్ళీ యథాస్థానానికి చేర్చడం, వాటిని ప్రేమగా చూసుకోవడం ఇలా అవి మెలిగే తీరు అన్నీ శ్రీనివాస్ జీవితంలోకి వచ్చేసాయి. ప్రకృతిని మించిన మోటివేటర్ లేదు. మనసుకు అయిన ఏ గాయాన్నైనా మాన్పించే శక్తి ప్రకృతిది. అందుకే ఏ మాత్రం సందు దొరికినా చెట్లవెంట, గుట్టలవెంట తన నీడని వెతుక్కుంటూ వెళ్తారు. స్నేహితులతో కలిసి ట్రావెల్ చేయడం బాగా ఇష్టం. వీరు విదేశాల్లో కూడా విహరించి వచ్చారు. పులి, సింహం, ఏనుగు లాంటి జంతువులతో స్నేహం చేసి సెల్ఫీ దిగుతాడు. సరదాతో కూడిన సంతోషం

కోసం తపిస్తాడు, స్నేహితులతో గడిపేందుకు గంతులేస్తాడు. వెళ్ళిన ప్రతిచోటా, కనిపించినప్పుడల్లా పిచ్చుకలని తన కెమెరాలో బంధించడం అలవాటు. ఇప్పటిదాకా ఐదు లక్షల పిచ్చుక ఫోటోలు అతని దగ్గర దాచబడి ఉన్నాయి. 2016 లో క్రమేపీ కనుమరుగవుతున్న పిచ్చుకలను కాపాడాలని, రేడియేషన్ తో రాలుతున్న ఈ చిన్న జీవాలను సంరక్షించాలని **'సేవ్ స్పారో'** ఈవెంట్ చేశారు. మరలా 2022 న ఉభయ తెలుగురాష్ట్రాల్లో సేవ్ స్పారో ఈవెంట్ గొప్పగా చేసి అందరి మన్ననలు పొందారు.

ఈరోజున జి.శ్రీనివాస్ ("స్ఫూర్తి" శ్రీనివాస్), ఆర్టిస్ట్, ఆర్ట్ మాస్టర్, ఆర్ట్ స్కూల్ డైరెక్టర్, ఈవెంట్ మేనేజర్, ఇంటర్నేషనల్ ట్రావెలర్, ఫోటోగ్రాఫర్, రైటర్, గ్రాఫిక్ డిజైనర్... వగైరా... వగైరా... ఒకప్పుడు, కళారంగానికి పనికిరావని, ఈర్ష్యతో అణచివేసిన వాళ్ళతోనే అందరిముందు చప్పట్లు, ఈవెంట్లు ఇలా చెప్పుకుంటూ పోతే మనోడి ముచ్చట్ల చరిత్ర చైనా వాల్ అంతవుద్ది. తిరగడమే కాదు దానికి తగ్గట్టు ఫోటోలు దిగుతూ చక్కగా రాయడం కూడా తెలిసిన సెన్స్ ఆఫ్ హ్యూమర్ ఉన్న హార్టిస్ట్.. "నేనో సాధారణ ఆర్ట్ టీచర్ ని గొప్పగొప్ప పనులు చెయ్యలేకపోవచ్చు గానీ నేను చిన్న పనినైనా గొప్పగా చేస్తాను" అంటూ పిచ్చుకల రక్షణ కోసం మరిన్ని కార్యక్రమాలు చేస్తారు. ప్రతీ సంవత్సరం అతని కుటుంబంతో తిరిగే ఫ్యామిలీ ట్రిప్ తో తన బిడ్డలకు అనేక ప్రదేశాల్లో జీవనశైలి గురించి తెలిసేలా చేస్తారు. సంఘజీవిగా ప్రకృతి నుండి స్ఫూర్తిని, పిచ్చుక నుండి స్వేచ్ఛని పొంది ముందుకు సాగుతున్న మన శ్రీనివాస్ ఇద్దరి బిడ్డల పేర్లు కూడా స్ఫూర్తి, స్వేచ్ఛ. స్ఫూర్తి శ్రీనివాస్ అలియాస్ పిచ్చుక శ్రీనివాస్ జీవనశైలి మొత్తం పక్షుల జీవన విధానంతో మమేకమై ఉంటుంది.

'కళ శాశ్వతం కళాకారుడు అజరామరం' అనే నానుడిని నిజం చేస్తూ చిత్రకళతో పాటు ఇతర కళలు, కళాకారులు, కళా ప్రదర్శనలు, కళా వేడుకలు ఇలా కళల ఔన్నత్యాన్ని ప్రపంచ వ్యాప్తంగా ఉన్న కళాకారులకు, కళాభిమానులందరికీ చేరవేయాలనే సంకల్పంతో 'ఆర్ట్ బీట్' అనే యూట్యూబ్ ఛానెల్ ప్రారంభించారు. నలుగురితో కలివిడిగా కలిసిపోతూ, అందరివాడిగా అందరిలో ఒకడిగా ముందుకు సాగుతున్న స్ఫూర్తి కథనం స్ఫూర్తి శ్రీనివాస్ జీవితం. *

"

ఎప్పుడైతే కష్టం విలువ వ్యక్తి గ్రహించగలడో
అతను ఎప్పుడూ ఓటమిని ఒప్పుకోడు

"

మన హీరోలు – *untold stories*

40

దరెస్క్యూగర్ల్

స్టెల్లామేరీ

ఈ బ్రహ్మండంలో ఒక అండం పిండంగా మారి బిడ్డగా ఎదిగి ఎన్నో అవరోధాలు ఎదుర్కొని అదీ ఆడబిడ్డయితే ఇంకాస్త ఎక్కువే.. ఇన్నీ దాటుకొని తల్లికి ప్రసవ వేదన కలిగించి విజయవంతంగా ప్రపంచంలోకి అడుగుపెట్టినా.. అంతటితో ఏం అయిపోయింది? అప్పుడేగా అసలు కథ మొదలయ్యేది.. అడుగడుగునా యుద్ధం ఆమెలో ఆమెకే అంతర్యుద్ధం, బాహ్య సమాజంతో, ప్రస్తుత పరిస్థితులతో, తన మనోగతాన్ని అర్థం చేసుకోలేని కుటుంబ సభ్యులతో, ఆడపిల్లలు ఇలానే ఉండాలి ఇలా ఉండకూడదనే నేటి బాధ్యతారాహిత్య సామాజిక పోకడ రీత్యా భయభ్రాంతులకు గురైన తల్లిదండ్రులు విధించే ఆంక్షల వల్ల, ఆడపిల్ల అంటే ఏదో ఇంటికి, మగవాడి ఒంటికి మాత్రమే అని భావించే బూజు పట్టిన కుటుంబ వ్యవస్థల వల్ల ఆమె ఎప్పుడూ చేతులు చాచి హాయిగా శ్వాస పీల్చిందే లేదు. ఎగరమంటూ అరా కొర స్వేచ్ఛనిచ్చినా కట్టేసిన ఇనుప గొలుసుల తాలూకు ఆనవాళ్ళు నేటికి సజీవ సాక్ష్యాలు.

ఇటువంటి ఓ జీవితాన్ని గడిపి తనలా మరో ఆడపిల్ల, యువతి, తల్లి, బాధితురాలిగా కాకూడదని ఆడపిల్లలు తమకు నచ్చని విషయాన్ని నిరభ్యంతరంగా మాట్లాడి వ్యతిరేకించే స్వేచ్ఛ, మగపిల్లాడితో సమానంగా బ్రతికే హక్కు ఉన్నాయని ఒకప్పుడు తను చవిచూసిన గతం మరొకరికి దరి చేరకూడదని అటు మహిళలకు ఇటు మూగ జీవాలకు తనే కుటుంబంగా మారి వయసుకి మించిన బాధ్యతాయుత పాత్రని స్టెల్లామేరీ పోషిస్తున్నారు. భాగ్యనగరంలో ఏ మూల మూగజీవి మూలుగులు విన్నా అక్కడ రయ్యని తన స్కూటీతో వాలిపోతుంది ఈ వన్ మ్యాన్ ఆర్మీ.

ఎలాగైనా తనకంటూ ఓ గుర్తింపు, తాను కూడా మగపిల్లల కన్నా తక్కువేం కాదు, నేను సంపాదిస్తాను, సాధిస్తాను అనే సంకల్పంతో భాగ్యనగరానికి వచ్చిన స్టెల్లా గతమంతా కన్నీరే. తనకై తాను స్వయంగా ఏర్పరచుకున్న పరిచయాల్లో ఎన్నో మూగ జీవాలకు, ఆడపిల్లలకు, అమ్మలకు తానొక ధైర్యం. దూరంగా ఉన్న మురికివాడలకు

వెళ్ళి అక్కడున్న వారికి బట్టలు, రేషన్, పిల్లలకు స్టడీ మెటీరియల్, మరేవైనా అత్యవసర అవసరాలు, ఆరోగ్య సమస్యలు ఉంటే అడిగి తెలుసుకుని సాయం చేస్తుంది. రోడ్డు పక్కన వుండే వాళ్లకు భోజనం ఇవ్వడం, వారికి ఫస్ట్ ఎయిడ్ చెయ్యడం, ఆరోగ్యం మరీ బాగోలేకపోతే వారిని ఆసుపత్రిలో చేర్చి వారి బాగోగులు చూడటం, వారికి మందులు, ఆహారం ఇతర అవసరాలు తీర్చడం వంటి కార్యక్రమాలు స్టెల్లా దినచర్యలో భాగం. పల్లెటూర్ల నుండి ఉద్యోగాల కోసం కొత్తగా నగరాలకు వచ్చిన ఆడపిల్లలు ఎటువంటి బాధలు పడతారో తనకి బాగా తెలుసు. అటువంటి అనాథ పిల్లలు, పేదవారికి స్టెల్లా మేరీ ఇల్లు ఒక ఆశ్రయం. అటువంటి వారు వచ్చి చక్కగా వారి ఉద్యోగ ప్రయత్నాలు చేసుకుని, ఉద్యోగం వచ్చాక, హాస్టల్ లో ఉండగలరనే ధైర్యం వచ్చేదాకా వారికి కావాల్సిన అన్ని అవసరాలు స్టెల్లా గారే చూసుకుంటారు.

ఇదంతా ఒకవైపు అయితే స్టెల్లా గారి ఇల్లు ఎప్పుడూ పదికి పైగా కుక్కలతో నిండి ఉంటుంది. వీధుల్లో గాయాలు, వేరే పరిస్థితుల్లో ఉన్న మూగ జీవాలను రెస్క్యూ చేసి వాటికి సరైన వైద్యం ఆహారం అందించి అవి కోలుకున్నాక వాటిని ఇష్టపడే వారికి దత్తతనిస్తారు. ఇలా ఇప్పటికి ఐదువందల పైన కుక్కలను రెస్క్యూ చేశారు. బురదలో కూరుకుపోయి, ప్రమాద స్థలాల్లో ఇరుక్కు పోయిన కుక్కలను కూడా కాపాడి వాటిని బాగు చేసే బాధ్యత తీసుకుంటారు.

స్టెల్లా గారు చక్కని డిజైనర్. చిన్నప్పటి నుండి తన దగ్గరున్న డ్రెస్సులనే చాలా అందంగా ఆకర్షణీయంగా మార్చుకునే వారు. అలాగే పెట్స్ కి రకరకాల డ్రెస్ లు కూడా డిజైన్ చేస్తారు. ఇలా మహిళలకు, పిల్లలకు, పెట్స్ కి స్టిచ్ చేయడంలో స్టెల్లా గారిది అందె వేసిన చెయ్యి. మరొక కోణం కూడా వీరిలో ఉంది, ఆ చేతులు సేవే కాదు చక్కగా వండి పెడతాయి కూడా. స్టెల్లా గారు కేక్స్ తయారు చేయడంలో దిట్ట. స్టెల్లా గారు చేసే మంచి కార్యక్రమాల వల్ల వారికున్న కస్టమర్లు కూడా ఎప్పుడూ కేక్స్, డ్రెస్ లు ఆర్డర్ ఇస్తూ వుంటారు. తద్వారా స్టెల్లా గారికి వచ్చే రూపాయిలో పది మంది ఆకలి తీరుతుంది. ఎప్పుడైనా అత్యవసర పరిస్థితి, ఎక్కువగా ధన సహాయం అంటే మెడికల్ ట్రీట్మెంట్ చేయించడం లాంటివి తప్ప మిగతా దేనికి ఎవరి మీద ఆధారపడరు.

"ఏ పిల్లలూ తాము అనాథలమని వారికి తల్లిదండ్రులు లేరని అనుకోకూడదు, ఏ తల్లిదండ్రుల వృద్ధాప్యం ఒంటరిగా ముగియకూడదు అందుకే ఒక అనాథాశ్రమం, వృద్ధాశ్రమం ఏర్పాటు చేయాలి. ఒకరికొకరు తోడుగా హాయిగా కలిసి మెలిసి కుటుంబంలా బ్రతకాలి. అలాగే కుక్కలు ఉండటం వల్ల ఇల్లు అద్దెకు ఇవ్వడం లేదు, ఒకవేళ ఇచ్చినా అద్దె చాలా ఎక్కువ చెప్తున్నారు. కాబట్టి కుక్కలకు ఒక చక్కని జంతు సంరక్షణ ఆశ్రమం ఏర్పాటు చేయాలి. ఏ ఒక్కరూ నిరుత్సాహంతో ఆత్మహత్య చేసుకోకూడదు. ఒక కష్టం మనం అనుభవిస్తే అది అధిగమించి అటువంటి కష్టంలో ఉన్న వారికి సాయం చేసేందుకే" అని స్టెల్లా గారు చెబుతుంటే ఎందులోనూ స్త్రీ తక్కువ కాదని, అటువంటి ఆలోచనల్లో మగ్గే బుర్రలకు స్టెల్లా ఒక చెంపదెబ్బ అని చెప్పగలను. *

41

ప్రొఫెసర్

కె సుందర్ కుమార్

"బోధన కేవలం వృత్తి కాదు వ్యవస్థలో బాధ్యతాయుత పాత్ర".

సంకల్పానికి వ్యక్తిగత కారణాలు అడ్డు కాదు. నీలోని ప్రతిభ నీవు తెలుసుకోగలిగితే నిన్నాపతరం సాధ్యమా.? చదువు కొలమానం కాదు, ప్రతిభకు సరితూగే బహుమానం, ఏ పరిస్థితుల్లోనయినా నడిపించేది నీ నమ్మకమే. ఆ నమ్మకాన్ని నువ్వు వీడకుంటే చప్పట్ల మోత వద్దన్నా ఒకరోజు వినిపిస్తూనే ఉంటుంది. ఆ నమ్మకంలో పుట్టిన రంగులద్దిన చిక్కని నవ్వుల పలకరింపు ప్రొఫెసర్ కొడాలి సుందర్ కుమార్.

ఫైన్ ఆర్ట్స్ కాలేజ్ లోకి ప్రవేశించగానే ఎక్కువ మంది విద్యార్థుల నోట వినిపించేది 'ప్రొఫెసర్ సుందర్ కుమార్ సర్ ఎక్కడ వుంటారు' అని, కొత్తగా ఎవరైనా వెళ్ళి అడిగినా పేరు పూర్తికాక మునుపే గౌరవంతో కూడిన ప్రోటోకాల్ ఒకటి మనకి దారి చూయిస్తుంది. కొత్తగా ఎవరైనా కాలేజిలోకి వస్తే, కంగారు పడుతుంటే, ఏమి అర్థం కాకుండా గాబరాగా గంతులేస్తుంటే, మారుమూల గ్రామాల నుండి ఆర్ట్స్ మీద ఆసక్తితో కాలేజ్ లో చేరితే, లేదా ఎవరైనా కొత్త వాళ్ళు వస్తే వారికి మద్దతుగా వినిపించే బ్రాండెడ్ నేమ్.. సుందర్ కుమార్ సర్.. అవును అతను ఎందరి జీవితాల్లోనో నమ్మకమనే రంగులను బలంగా అద్ది ఆత్మవిశ్వాసంతో అధిగమించే ధైర్యాన్ని నింపిన వ్యక్తి.

ఆ ధైర్యానికి ఆయన బ్రాండ్ మాత్రమే కాదు, స్ఫూర్తి కూడా. ఆయన జీవిత పాఠమే, ఈరోజు ప్రొఫెసర్ నీడలో పెరిగిన ఎందరో మహా వృక్షాలుగా ఆర్ట్స్ రంగంలో వేళ్ళూనిపోయారు. ఇదంతా ఎక్కడ మొదలైంది..? ఓ అల్లరి ఆకతాయి పిల్లాడు స్కూల్ బంక్ కొట్టి సినిమా థియేటర్ లో సరదాగా ఫ్రెండుతో పల్లీలు ఎగరేసుకుంటూ తినడం దగ్గరా, మొద్దోడు మొద్దోడు, అల్లరోడు, చదువు సంధ్య లేనోడంటూ అందరూ అంటుండడం దగ్గరా, స్కూల్ మాన్పించిన నాన్న కోపం దగ్గరా, పదో తరగతి పాస్

అవ్వడానికి మూడు సార్లు రాయాల్సి వచ్చిన అనుభవం దగ్గరా.. ఇదంతా ఎక్కడ మొదలయ్యింది?. చెడుని చూసే వంద కళ్ళను దాటి నీలోని ప్రతిభ చూసి చెయ్యి పట్టుకునే ఓ మాట ఏదొక రూపంలో తాకుతుంది. అలాగే ఓ మరాఠీ టీచర్ ఎనామెల్ రంగులు ప్రొఫెసర్ జీవితానికి కొత్త రంగులద్దాయి. బొమ్మలేసి చూయిస్తుంటే మురిసిన అమ్మ నవ్వు, మెరుస్తూ మెచ్చుకున్న అమ్మ కనులు కథంతా ఇక్కడే మొదలయ్యింది. ఎలాగైనా ఆర్టిస్టుగా మారి, ప్రభుత్వ ఉద్యోగం పొందాలనే కసి పుట్టింది.

ఫైన్ ఆర్ట్స్ కాలేజీలో చేర్చమనే ఒక్క మాటతో వాళ్ళ నాన్నగారు ప్రవేశ పరీక్ష రాయించారు. మొదట ఇక్కడా విఫలమే కానీ వీడింది లేదు. ఓ ఏడాది సంజయ్ గాంధీ పాలిటెక్నిక్ లో పెయింటర్ ట్రేడ్ కోర్స్ చేస్తూ మరలా ప్రవేశ పరీక్ష రాశారు. ఈసారి కమర్షియల్ ఆర్ట్స్‌లో సీట్ వచ్చింది. ఎన్నో రకాల రంగులు, ఇంత పెద్ద భవనమా అంటూ రెండు కళ్ళు బారెడు చేసి చూసినా ఇంకా ఆసక్తి తగ్గలేదు. అలా ఉంది ఇక్కడంతా రంగులతో కోలాహలంగా. అసలే అంతంతమాత్రం చదువు, "ఏదో బొమ్మల కోర్స్ అంట ఇది మాత్రం ఎంతవరకు చేస్తాడు, ఉప్పుకి ఉపకారానికి పనికిరాని చదువులో పెట్టాడు వాళ్ళబ్బాయిని" అంటూ ఇరుగుపొరుగు మాటలు, బాయ్స్ హాస్టల్‌లో ఉంటూ ఐదేండ్ల కోర్స్ పూర్తి చేసి, యూనివర్సిటీలో మొదట స్థానంలో ఉండి బంగారు పతకం కైవసం చేసుకున్నారు. భారత టూరిజం పోస్టర్ల మీద జరిగిన ప్రదర్శనలు దేశ వ్యాప్తంగా గుర్తింపు తెచ్చి పెట్టాయి. అప్పటి గవర్నర్ చేతుల మీదుగా రవీంద్ర భారతిలో బంగారు పతకాన్ని అందుకున్నారు. అలా మొదలైన ప్రయాణం ఇలా మలుపు తిరిగి అనేక చోట్ల ప్రదర్శనలు, ఏడు సార్లు ఆర్ట్ గ్యాలరీ ఎగ్జిబిషన్ ఇచ్చారు. వారి ప్రదర్శనల్లో చిత్రాలు చూసి సినిమా వారు సైతం ప్రొఫెసర్‌ని కలవడం జరిగింది కానీ కమర్షియల్ ఆర్ట్స్ మాత్రమే నేర్చుకున్నాను, నేను కమర్షియల్ కాలేదంటూ సుతిమెత్తగా తిరస్కరించారు.

అదే ఆర్ట్ ప్రభుత్వ ఉద్యోగాన్ని ఇచ్చింది. ప్రభుత్వ ఉద్యోగం పొందాలనే కల నెరవేరింది. హైకోర్టు ఉత్తర్వులతో సంవత్సరంలోనే అదే కాలేజ్‌లో పోస్టింగ్ వచ్చింది. ఎంతమందికి దక్కుతుంది ఈ అవకాశం. అప్పటి నుండి ఫైన్ ఆర్ట్స్ గురించి సమాచారం అందరికీ తెలిసేలాగా చెయ్యడం, ఆర్థికంగా వెనుకబడ్డ, దూర ప్రాంతాలనుండి వచ్చిన విద్యార్థులకి అండగా ఉండటం, కొత్త తరహా ఆర్ట్ ప్రయోగాలు ప్రోత్సహించడం వంటివి చేస్తూనే వున్నారు. విజయ్ ఇన్ఫర్మేషన్ ఫైన్ ఆర్ట్స్ అకాడమీ పేరుతో 17 సార్లు జాతీయస్థాయి ఆర్ట్ కాంటెస్టులు నిర్వహించారు. బహుమతులు గెలుచుకున్న విద్యార్థులు ఫైన్ ఆర్ట్స్ కళాశాలలో చేరడానికి ముందుకు వస్తారని, అనేకమందికి ఈ కోర్స్ గురించి తెలుస్తుందని ఆశించి ఈ పోటీలు నిర్వహించారు. విజేతలకు జాతీయ స్థాయిలో బెస్ట్ అవార్డులు, బంగారు పతకాలు, బెస్ట్ స్కూల్ అవార్డులు , బెస్ట్ ప్రిన్సిపాల్ అవార్డులు, బెస్ట్ టీచర్ అవార్డులు అందచేశారు. సమయాన్ని, ధనాన్ని వెచ్చించి ఇంత శ్రమ చేసినా సంవత్సరానికి ఒకరు ఇద్దరే ఈ పోటీల నుండి ఫైన్ ఆర్ట్స్ కోర్స్ లోనికి వచ్చేవారు.

ఈరోజు సోషల్ మీడియా పుణ్యమా అని, ఫైన్ ఆర్ట్స్ కళాశాలలో నూతనంగా చేరే వారికి సమాచారాన్ని అందిస్తూ, అనేకమందికి ఫైన్ ఆర్ట్స్ గురించి వివరిస్తున్నారు. తన దగ్గర విద్యార్థులు ఈరోజు చాలా మంది పెద్ద పెద్ద కార్పొరేట్ సెక్టార్లలో ఉన్నప్పటికీ వారి విజయం చూసి మురిసిపోవడం తప్ప ఏమి ఆశించని వ్యక్తి.

కమర్షియల్ ఆర్ట్ లో కింగ్ గా నిలబడి ఎందరో విద్యార్థులకు ఫైన్ ఆర్ట్స్ చేరడంలో ముఖ్య భూమిక పోషించిన ప్రొఫెసర్ భోళా మనిషి. "బొమ్మలు గీసే చదువుతో ఏమి బాగుపడతావని గేలి చేసినవారంతా ఆరోజు నా పతకాలు, ప్రదర్శనలు, పేపర్లలో ఆర్టికల్స్ చూసి ముక్కున వేలేసుకున్నారు. నా జీవితమే మీకు ఉదాహరణ" అంటూ విద్యార్థులకి కొత్త ఉత్తేజాన్ని నింపడంలో ముందుంటారు. త్వరలో రిటైర్డ్ అవ్వబోతున్న ప్రొఫెసర్ వారి సర్వీసులో కాలేజ్ కి పెట్టిన సెలవులు వేళ్ల మీద చెప్పేయొచ్చు. వారి ప్రతీ సంబరాన్ని ఆర్ట్స్ కళాశాలకే అంకితమిచ్చారు. నేడు రిజిస్ట్రార్ గా పదోన్నతి పొంది చక్కని సేవలతో బాధ్యతతో విద్యార్థుల్లో మరింత ఉత్సాహం నింపుతున్నారు. ఈరోజు పరిస్థితులు మారాయి. ఆర్టిస్టుల పేరుతో నకిలీ గాళ్ళు, ఫోటోలు ఎడిట్ చేసి ఆర్టిస్టులుగా ఫీల్ అయ్యే కంత్రీ గాళ్ళు సోషల్ మీడియాలో ఎక్కువైపోయారు. ఇలాంటి కల్తీల వల్ల నిజమైన ఆర్టిస్టుల విలువ తగ్గింది. మరుగున ఉండి, కనీసం ప్రదర్శన పెట్టుకోలేని స్వచ్ఛమైన నైపుణ్యం గలిగిన ఆర్టిస్టులందరి కోసం ఒక ఆర్ట్ గ్యాలరీ కట్టి అందులో నెలకి ఒక ఆర్టిస్ట్ ప్రదర్శన ఏర్పాటు చేసి, తమ కుంచెతో బొమ్మలకు ప్రాణం పోసే ఆర్టిస్టులను సమాజానికి పరిచయం చెయ్యాలనే ప్రయత్నం చేస్తున్నారు. ఫైన్ ఆర్ట్స్ చదవడం మొదలుపెట్టినప్పటి నుండి నేటి వరకు ఆ కాలేజ్ మాత్రమే జీవితంగా ఆర్ట్స్ వారి ఆశయంగా జీవిస్తున్న ఆచార్యుడు కొడాలి సుందర్ కుమార్ గారు. సాధించిన పురోగతితో సంతృప్తి చెందాను, ఇకపై బాహ్య ప్రపంచంలోని మిత్రులు, శ్రేయోభిలాషులు, వారిని ఎంతగానో ఇష్టపడే విద్యార్థులను ప్రత్యక్షంగా వెళ్ళి కలవాలనుందని చెప్పారు. నూతన ఆరంభానికి స్వాగతం ప్రొఫెసర్.. *

“

పోరాటం ఎప్పుడూ హంగులు ఆర్భాటాలివ్వదు,
వ్యథలు, బాధలు, హింసను తప్ప.

”

42

అన్వేషి

రావులపల్లి సునీత

"అంతర్మధనాన్ని అన్వేషిస్తే అద్భుతం ఆవిష్కృతమవుతుంది"

గల గల పారే సెలయేటి దారెటు, సముద్రాన్ని చేరిన యేటి అస్థిత్వమేదంటూ ఉంటే అక్షరాలకి ఆవేదన కలిపి పొంగి పొర్లే నదితో ప్రయాణిస్తూ ఎగసి దూకిన కడలిలో కొంతమేర తనని చాటుతూ సాగిన నదీ ఛాయను కంటితో బంధించి తానో ప్రత్యేకమంటూ సాగే జీవనంలో ఆమె ఒక అన్వేషి. పోరాట వారసత్వాన్ని, చుట్టూ భావోద్వేగ పాత్రల రచనను, ప్రపంచాన్ని చుట్టే ప్రేరణతో అందాలను కెమెరాలో బంధించే ఓ బాటసారి సునీత రావులపల్లి.

ఈరోజు పడుకున్న, లేచిన నాలుగు కిలోమీటర్లు ప్రయాణించిన, ఒక దేశం దాటినా వెంటనే ముచ్చట్లతో యూ ట్యూబ్ లో ప్రత్యక్షమవుతూ ట్రావెలర్స్, ఫోటోగ్రాఫర్స్ అంటూ సాగుతున్న ట్రెండ్ కి ఓ మహిళ ముప్పై ఏళ్ళ క్రితమే జీవం పోసింది. అప్పుడు ఆమె ప్రయాణం ఆమెను వెతుక్కుంటూ సాగింది. రచనల్లో, మాటల్లో, లోకం చుట్టే తీరుల్లో కొత్తతరపు ఆలోచనలకు జీవం పోస్తూ సాగింది. దేశాలను చుట్టేసిన ఈమె అలసత్వం దరిచేరని ఓ ధైర్యం. ఫోటోగ్రఫీకి ఎల్లలు, భాష, సంస్కృతి, లిపి లేవు. ప్రకృతి అందాలను చూసి కలిగే అనుభూతికి దృశ్య రూపమే ఫోటోగ్రఫీ.

ఓ ఆడపిల్ల బరువైన కెమేరాలు పట్టుకుని, ఎలాంటి చోటికైనా ఒంటరిగా మెరుపు లెక్క దూసుకుపోతుంటే.. వంట గదిలోనే బంధీ అయిన పలువురి ఆలోచనలు దహించుకుపోతున్నాయి. ఒక్కరే కారు నడుపుతూ వందల కిలోమీటర్లు ప్రకృతిని వెతుకుతూ ప్రయాణిస్తుంటే ముంగిళ్ళల్లో ముగ్గులు మురుస్తున్నాయి. పొగ మంచుల్లో, శిఖరపు అంచుల్లో, ఆకాశ తెరల్లో, ఎండిన మోడులో, ఎండమావిలో సైతం సాగిన ఆమె ఆర్ట్/నేచర్ ఫోటోగ్రఫీ ఎన్నో వింతలకు కొలువు. చక్కని ఛాయా చిత్రానికి

పొందికైన మాటలు చేరితే ఆ హరివిల్లు వొంగి దాసోహమంటూ నమస్కరిస్తుంది. అలాంటి కెమెరా కవిత్వం సునీత గారిది.

ఉద్యమ రాజకీయ నేపథ్య కుటుంబంలో నుండి వచ్చిన ఆమె ధైర్యానికి కేరాఫ్ అడ్రస్. నేర్చుకోవాలనే ఉత్సాహం ఆమెలో మెండు. కనుకే తన జీవన శైలికి అనుగుణంగా కరాటే, కూచిపూడి నేర్చుకోవడం, బాస్కెట్ బాల్ లో రాష్ట్రస్థాయి క్రీడాకారిణిగా ఎదగడం, NCC లో చేరడం వంటి కొన్ని ఉదాహరణలు. చేసిన పనిని మరలా చూసుకుని మురిసే అవకాశం రచయితకు, చిత్రకారుడికి, ఫోటోగ్రాఫర్ కి ఎక్కువగా ఉంటుంది.

రచయిత్రిగా.. రాయకుండా వుండలేనంత ఆవేదన, ఉద్వేగం కలిగినప్పుడు రాయడం మొదలవుతుంది. వారి భర్త గారి సునీత నర్సింగ్ హోమ్ చుట్టూ ఎన్నో కథనాలు. మెడికల్ మాఫియా, మధ్యలో వుండే బ్రోకర్ విధానాలు, బలవుతున్న ప్రజలు, స్త్రీలు, శిశువుల పై జరిగే అమానవీయ సంఘటనలు ప్రత్యక్షంగా చూడటం వల్ల అప్పటి ఉదయం ఎడిటర్ పతంజలి గారికి వ్యంగ్యం నుండి గొప్ప సందేశం ఇవ్వగలరనే నమ్మకంతో వారితో ఈ అంశాలు మాట్లాడారు. "ఒక సంఘటన నుండి ఇంకో సంఘటన పుట్టడమే నవల" అంటూ మీరే దీన్ని నవలగా రాయగలరని పతంజలి గారు అందించిన ప్రోత్సాహంతో 'వృత్తి' నవల రాశారు. మొదటి నవలకే బహుమతి అందుకుని ఆశ్చర్యపరిచారు. తరువాత ఆంధ్రభూమి పత్రికకు వైద్య వృత్తి నేపథ్యంలోనే 'డెత్ సెంటన్స్' నవల రాశారు. పెద్ద వాళ్ళ ఆత్మగౌరవం, వారి పిల్లల గురించి రాసిన నవల 'జీవనసంధ్య', ఒక తెలుగమ్మాయి, పారిస్ అబ్బాయి మధ్య ప్రేమ, జీవితం గురించిన నవల 'నందనవనం'. 'వైవిధ్యం' పేరుతో రాసిన కథాసంపుటి, బాపు గారి బొమ్మలతో కూడిన 'అన్వేషి' ఓ కవితా సంపుటి. ఈ కవితా సంపుటికి బాపు గారు బొమ్మలేస్తే బాగుంటుందని, కానీ అంత పెద్దాయన దీనికి బొమ్మలేస్తారా అని సందేహం? కవితలు చేరాయి, మీకు నచ్చితే బొమ్మలు వేయండి అని వచ్చేసిన కొన్ని రోజులకు బాపు గారి నుండి అంగీకారం. బాపు గారు బెస్ట్ బొమ్మల ఆల్బమ్ లో ఐదు బొమ్మలు ఈ కవితాసంపుటి లోనివి చేరాయి. కొన్ని కవితలు పాఠాలుగా చేరితే అమ్మ అలసింది అనే కవిత కళ్ళను చెమ్మ గిల్లేలాగా చేస్తుంది. (ఇంటర్వ్యూ సమయంలో ఆ కవిత చదివేటప్పుడు రాలిన కన్నీళ్లు, తడబడిన గొంతులో ఎంత ఉద్వేగం దాగుందో అనిపించింది). మొత్తంగా నాలుగు నవలలు, ఒక కవితా సంపుటి, ఒక కథాసంపుటి వారి కలం నుండి జాలువారాయి.

కెమెరా జర్నీ... పిల్లల అల్లరి పనులను రికార్డ్ చేసేందుకు ఆరొందలు పెట్టి కొన్న ఒక కెమెరాతో తీసిన ఫోటోలు కడిగించేందుకు హైదరాబాద్ రావడం, అక్కడ స్టూడియో అతను మీరు చాలా బాగా ఫోటోలు తీశారని రాజన్ బాబు గారిని పరిచయం చేయడం, "వాడే కెమెరా కన్నా చూసే దృష్టి కోణం ముఖ్యం" అని వారు ప్రోత్సహించడంతో

వారిలోని ఫోటోగ్రాఫర్ అడుగు ముందుకు పడింది. బలమైన కోరిక ఉంటే ధైర్యం అదే వస్తుంది. ప్రపంచాన్ని చూడాలనేది కోరిక. లేడీ ఫోటోగ్రాఫర్ అంటే విచిత్రంగా చూసేవారు. జర్నలిస్టా అని అడిగేవారు, నేచర్ ఫోటోగ్రాఫర్ అంటే ఓ వింతలాగా అందునా ఆడపిల్ల అని మరో కోణంలో చూసే చూపులతోనే కొత్త ప్రదేశాలు తిరగడం, అక్కడ ప్రజల జీవన విధానాలు తెలుసుకోవడం, వారితో పరిచయం పెంచుకోవడంలో ఒంటరిగా ప్రయాణం చెయ్యాల్సి వచ్చేది. ప్రయాణాల్లో రక్షణ కోసం కరాటే నేర్చుకున్నారు. ఇండియా, యూరప్ దేశాలు, అమెరికా, ఆస్ట్రేలియా, సింగపూర్, మలేషియా దేశాలు పర్యటించారు. విదేశాల్లో రైటర్ అన్నా, ఫోటోగ్రాఫర్ అన్నా ఎక్కువ గౌరవించేవారు. కెమెరా మోయడానికి సాయం చేసేందుకు ముందుకొస్తారు. ఇక్కడ పరిస్థితులు అలా లేవు. వర్క్ షాపులు జరిగితే ఫోటోగ్రాఫర్స్‌లో మహిళ వారొక్కరే వుండేవారు. ఇప్పుడు చాలా మంది మహిళలు ఫోటోగ్రఫీలో రాణించడానికి మార్గం వేసింది సునీత గారే. అవార్డులు, ప్రదర్శనలు ముఖ్యంగా సాగకున్నా వారి పేరులో ఎన్నో అవార్డులు చేరాయి. ఉమ్మడి ఆంధ్రప్రదేశ్ లో ఫోటో ప్రదర్శన నిర్వహించిన మొదటి మహిళా ఫోటోగ్రాఫర్ సునీత గారే.

రచయిత్రి, దానికి తోడు ప్రకృతిని బంధించే ఫోటోగ్రాఫర్. ఆ చిత్రం, దానికో అక్షరం చేరి 'ప్రకృతిలోకి ప్రయాణం' అంటూ వారు తీసిన ఎన్నో ఫోటోల నుండి అతికష్టం మీద ఒక వంద ఫోటోలు సెలెక్ట్ చేసి పుస్తకంగా ప్రచురించారు.

రాలే ముందట రాగ రంజితం
జీవించిన ప్రతీ క్షణం ఎంత శోభితం

ఆకునను వీడిపోతేనేం
అణువణువూ విరబూశా
కాలానికి కవినై నిలిచా..

ఇటువంటి వంద కవితలు, వంద చిత్రాలతో ప్రకృతిలోకి ప్రయాణం సాగుతుంది. సీనియర్ ఫోటోగ్రాఫర్ గా, సిన్సియర్ రైటర్ గా, సామాజిక సేవా కార్యకర్తగా, మల్టీ టాలెంటెడ్ మహిళగా తాను సాధించిన ఘనతనంతా విడిచి పసిపిల్ల నవ్వుల్లాగా జీవితాన్ని ప్రతీ క్షణపు ఆశల హరివిల్లులాగా జీవిస్తున్న వారి జీవనం ప్రకృతి నీరాజనం. అవును ఆమె ఒక అన్వేషి ఇప్పుడు కూడా అన్వేషణ కొనసాగిస్తూ ఆఫ్రికన్ దేశాలకు పయనమవుతున్నారు.. *

"

అన్నీ ఉన్నవాడే ఘనుడంటూ వృత్తి ధర్మాన్ని, నిజాన్ని మరచి రంగుల్లో విహరించే వ్యవస్థలో మనోజ్ఞాని అంతరంగం అంత త్వరగా అర్థం కాదు.

"

మన హీరోలు – *untold stories*

43

మిస్టర్ ఇండియా

స్వపన్ దెబ్రామా

(ధైర్యశాలి బేబీ సుమతి)

కూ.. చుక్ చుక్ రైలుబండి రోజూ ప్రయాణిస్తూ తన గమ్యం చేరుతూ ఎందరినో గమ్యాలకు చేరుస్తుంది. అలాంటి రైలుబండిలో ప్రయాణించే వారిలో బాధ్యత కోసం, బంధాల కోసం, కష్టాన్ని మోస్తూ, కన్నీటిని దాస్తూ, సంతోషాన్ని పంచుతూ, ఆటపాటలతో గెంతుతూ అనేక రకాల భావోద్వేగాలతో కూ... అంటూ కూత బెడుతూ సాగుతూ ఉంటుంది. కొందరికి జీవితం, కొందరికి భుక్తి, కొందరికి ఉపాధి ఈ చుక్ చుక్ బండి. అలాంటి రైలు ప్రమాదపు అంచులను చేరితే ఆ ఊహ కూడా భరించలేము, ఆ ప్రమాదం ఎన్నో వందల, వేల కుటుంబాలను వేటాడి రోడ్డున పడేస్తుంది, వేదనలో కలిపేస్తుంది. అలాంటి రైలు ప్రమాదం నుండి రెండు వేల మందిని మాత్రమే కాదు వారి కలలను, కుటుంబాలను రక్షించాడో సూపర్ హీరో. అతనే స్వపన్ దెబ్రామ

సూపర్ హీరో అనగానే కంటికి ఇంపైన కలర్ఫుల్ కాస్ట్యూమ్, స్పెషల్ గాడ్జెట్స్‌తో, పవర్స్‌తో, పవర్ఫుల్ పార్ట్నర్ తో అనుకుంటే పొరపాటే. ఈ హీరో మురికి బట్టలతో, చిత్తు కాగితాలు, ప్లాస్టిక్ బాటిల్స్ ఏరుకుంటూ ఓ చిన్న పిల్లతో మృత్యుశకటానికి అమాంతం ఎదురొడ్డి వేల మందిని కాపాడాడు. త్రిపుర లోని ఒక ఆదివాసీ కుటుంబానికి చెందిన స్వపన్ రైల్వే ట్రాక్ పక్కన వుండే ప్లాస్టిక్ బాటిల్స్, కాగితాలు ఏరుకుంటూ మైళ్ళ తరబడి నడుస్తూ ట్రాక్ పక్కన అరటి బోదెలు, బొంగులను, ఆకులను, పండ్లను సేకరించి అమ్మి కుటుంబాన్ని పోషించే వ్యక్తి. ఇవి అమ్మి తీసుకెళ్లే వంద లేదా అంతకన్నా తక్కువ రూపాయలతోనే నలుగురు పిల్లలు, తల్లిదండ్రులను పోషించాలి. ఒక్కోసారి బియ్యం కొనడమే ఘనంగా మారేంతటి భారమయిన జీవితం. రోజులాగే రైల్వేట్రాక్ పక్కన తన కూతురు సుమతితో నడుస్తుంటే ఒకచోట త్రిపురలో కురిసిన భారీ వర్షాల మూలంగా మట్టి కోసుకునిపోయి ట్రాక్ పైనున్న రాళ్ళు పక్కకి పోయి ఉండటం గమనించారు.

ఇటువంటి పరిస్థితుల్లో రైలు వస్తే తప్పకుండా ప్రమాదానికి గురవుతుంది. దగ్గర్లోని

సెక్యూరిటీ వాళ్లకు తెలపాలి అంటే, ఈలోపు రైలు వస్తే ప్రమాదం జరిగిపోతుంది. ఈ పరిస్థితుల్లో తనకెందుకులే అని వెళ్లకుండా అక్కడే గంటల తరబడి వేచివుండి, రైలొస్తున్నది గమనించి కాస్త ముందుకు పరిగెత్తి తన చొక్కాని విప్పి పట్టాల మధ్య నించుని ఊపడం ప్రారంభించాడు. తనతో పాటుగా తన కూతురు సుమతిని తన రెండు కాళ్ళ మధ్య నొక్కిపెట్టి భయంతో అలాగే చొక్కా ఊపుతూ రావొద్దని అరుస్తూ ప్రాణాన్ని అరచేతిలో పెట్టుకుని నిలబడ్డాడు. రైలులో ఉన్న ప్రయాణికులకు ఇది తెలియదు కాని భయంతో పక్కకు తొలిగితే పెద్ద ప్రమాదం జరుగుతుంది. ఏదైతే అది అవ్వనివ్వమని అలాగే ప్రాణాలు బిక్కబట్టి పట్టాల పైనుండి తొలగలేదు. పోతే ప్రాణాలు, ఆగితే వేల మంది ఆశలు, ఆశయాలు.

ఎట్టకేలకు రైలు ఆగింది. లోకో పైలెట్ క్రిందకి దిగి స్వపన్ దగ్గరకు రాగానే విషయం తెలిపాడు. ప్రమాదాన్ని అంచనా వేశాడు. ఈ విషయాన్ని అధికారులకు తెలిపారు. ప్రాణాలకు తెగించి రెండు వేల మందిని కాపాడారు స్వపన్ అతని కూతురు సుమతి. ఈ విషయాన్ని తెలుసుకున్న త్రిపుర ప్రభుత్వం రియల్ హీరోతో పోలుస్తూ అసెంబ్లీలో అభినందనలు తెలిపింది. త్రిపుర మినిస్టర్ రాయ్ బర్మన్, స్వపన్ మరియు సుమతిలను పిలిచి కొత్తబట్టలు పెట్టి, కలిసి భోజనం చేశారు. త్రిపురలో స్వపన్ కుటుంబం ఇప్పుడొక హీరో కుటుంబం. స్వపన్ కుటుంబాకి మినిస్టర్లు, ప్రముఖ వ్యక్తుల నుండి విందుకి ఆహ్వానాలు వచ్చాయి. దరిద్రం తప్ప తలుపు తట్టని ఆ గూడెంకి బుగ్గ కారులు వరుస కట్టాయి. త్రిపుర ప్రభుత్వం స్వపన్ కి గ్రూప్–డి ఉద్యోగం, నగదు, సుమతికి తన చదువు బాధ్యత తీసుకుంది.

అనేక సేవాసంస్థలు, వ్యక్తుల నుండి బట్టలు, స్వీట్స్ (తనెప్పుడు తినని రుచికరమైన వంటలు), డెబ్బై వేలు నగదు రూపంలో, మూడు లక్షల వరకు చెక్కు రూపంలో అందాయి. అంతా బాగున్నా స్వపన్ కి చెక్ రూపంలో వచ్చిన నగదు ఏం చెయ్యాలో తెలియదు. బ్యాంక్ అకౌంట్ లేదు, అది ఓపెన్ చెయ్యాలంటే ఆధార్, గుర్తింపు లాంటివి ఎలా తెచ్చుకోవాలో కూడా తెలియని, అందని దూరంలో అతని గత జీవితం ఉంది. స్వపన్ దిబ్రామ పేరుకి పేదోడు కానీ ధైర్యానికి కాదు. అతనొక సూపర్ హీరో అంతే.. *

44

గిరిపుత్రిక

డాక్టర్ కంఠాస్వాతి

"అర్హునికి అందే సాయం సఫలం, సంపూర్ణం."

ఏ మార్గంలో ప్రయాణించాలో బాల్యపు గుర్తులు ఎప్పుడూ నిర్దేశిస్తూ ఉంటాయి. పెంపకపు పరిమళాలు పెద్దయ్యాక నడిచే మార్గంలో విరబూస్తుంటాయి. ప్రకృతి అందాలను చూసి పరవశించడమే కాదు ప్రకృతిలో భాగమైన కల్మషం లేని ప్రేమ రూపాలైన అడవి బిడ్డలను కాపాడుకోవడం కూడా నాగరికత బాధ్యతే. మరి ఆ బాధ్యతను ఎవరు తీసుకోవాలి? ఎందుకు తీసుకోవాలి? సాంకేతికంగా అభివృద్ధి చెందినా ఇంకా చీకట్లోనే ఆగిపోయిన జాతుల యోగక్షేమాలు ఎవరు చూడాలి? ఇలాంటి ఆలోచనల్లో అడవి బిడ్డలతో పుట్టుకతోనే అరణ్య ఆశయాలు పంచుకోవడం కొందరికే సాధ్యం. అటువంటి ఓ మేటి మహిళ డాక్టర్ కంఠా స్వాతి గారు.

దట్టమైన చెట్లు, రోడ్డు మార్గం లేని తండాలు, అభివృద్ధికి ఆమడ దూరంలో, అరిచినా వినబడనంత నట్టడవిలో అనాదిగా కొన్ని జాతులు నివశిస్తున్నాయి. అలాంటి వారు ఉన్నారని కూడా బాహ్య ప్రపంచంలో తెలియని వారున్నారు. చదువుకోడానికి బడి లేదు, జబ్బొస్తే ఆస్పత్రి కూడా లేదు, అడవి జంతువులు వాటి కూనలను వెంట బెట్టుకుని తిరిగినట్టు బిడ్డలను వారితో అడవిలో వేటకు, వ్యవసాయ పనులకు తీసుకుపోవడమే తెలుసు. మట్టి కొట్టుకుపోయి బక్కపలచని శరీరాలు, అర్ధ నగ్నంగా బట్టలు ఇదే వారి జీవితం. అధికారులు ఎప్పుడైనా అమావాస్య పున్నమికి పోయి వచ్చే గ్రామాలవి. వెళ్లాలని వున్నా ఆ దారులకు జంకి పోవడానికి కూడా ఆలోచిస్తారు. ఇలా దూరంగా బ్రతుకుతున్న వారి అవసరాలు తీర్చే బాధ్యత ఆ అడవి తల్లిదే కదా. ఆ అడవి తల్లి ఎంచుకున్న వ్యక్తే ఈ గిరిపుత్రిక స్వాతి.

పాఠశాల్లో చదివేటప్పుడు సామాజిక కార్యక్రమాల్లో పాల్గొనడం, తల్లిదండ్రులు వారి ఇంటికి వచ్చిన గిరిజనులను గౌరవిస్తూ వివిధ రకాలుగా సాయం చేస్తుండటం వల్ల సహాయం, సేవ వారిలో తెలియకుండానే భాగంగా మారాయి. అందువల్లే ఆంధ్రా యూనివర్సిటీ నుండి మానవ వనరుల నిర్వహణలో డాక్టర్ ఆఫ్ ఫిలాసఫీ

అవార్డును పొందారు. తన భర్త డాక్టర్ రవీంద్ర గారి సహాయంతో సామాజిక సేవా కార్యక్రమాలు చెయ్యాలని సంకల్పించి ఓ ప్రణాళిక రూపొందించుకున్నారు. నెలంతా కష్టపడి సంపాదించిన దాంట్లో కొంత మొత్తాన్ని పూర్తిగా సేవా కార్యక్రమాలకు వినియోగించాలని నిర్ణయించుకున్నారు. ఈ క్రమంలో చాలా సంస్థలకు తిరగడం, అక్కడ అపాత్రదానాలు, ఫోటోలు వీడియోల కోసం జరిపే కార్యక్రమాలు చూసి కలత చెందారు. చేసే సేవ అర్హులకు చెందాలని చిన్నప్పుడు వారి నాన్న గారు చూపిన మార్గం తారసపడింది. ఆ దారిని ఎంచుకున్నారు.

చాలా మంది ప్రకృతిలో తిరుగుతూ చెట్లు, పుట్టలు, పూల మొక్కలు, జలపాతాలు మంచు పొగలు చూస్తూ వాటికి చక్కని పేర్లు పెట్టుకుంటారు. అలాంటి యాత్ర స్వాతి గారు కూడా చేస్తారు కానీ దాని అంతరార్థం వేరు. ప్రకృతి అందాలను ఆస్వాదిస్తూ నడకతో ఆశయాలను మోసుకుంటూ ఓ గ్రామాన్ని చేరుతారు. తూర్పు కనుమల్లో ఓ ఆసరా ఆమె రూపంలో వెతుక్కుంటూ వెళ్తుంది. మారేడుమిల్లి మన్యాలు ఆమెకు చుట్టాలు. చుట్టుకునే బంధుత్వం వారి అవసరాలు తీరుస్తుంది. రోడ్డు మార్గాలు ఉన్న చోటికి ఏదొక సంస్థ లేదా వ్యక్తులు ద్వారా కాస్త సహాయం అందుతుంది. మరి రోడ్డే లేని వారికి ఎలా సహాయం అందుతుంది. అలాంటివే ఆమె లక్ష్యం. ఎంత కష్టమైనా సరే నడుస్తూ అక్కడకు చేరుకుంటారు.

తండాల్లో వైద్య సదుపాయాలు ఇంకా లేవు, పిల్లలు పోషకాహార లోపంతో వున్నారు. బడికి పోవాల్సిన పిల్లలు చదువుకు దూరంగా ఉంటున్నారు. కొన్ని చోట్ల సదుపాయాలు లేక ఉపాధ్యాయులు రావాల్సి వున్నా రావడం లేదు. కనీస సదుపాయాలు లేకుండా వారు రావాలన్నా కూడా కష్టమే కదా. అటువంటి తండాలను వారి బృందం తోటి సర్వే చేయించి అక్కడ కావాల్సిన అవసరాలు కనుక్కుని వారికి మందులు, బట్టలు, దుప్పట్లు, ఆహార పదార్థాలు, చదువు చెప్పేందుకు ఏదైనా గుడిసె లాంటిది ఉంటే అందులోకి బల్లలు, పుస్తకాలు, బోర్డులు ఇలా వారికి అవసరమైనవి తీసుకుని వెళ్తారు. కొన్ని కిలోమీటర్లు మోసుకుంటూ పోవాల్సొస్తుంది అయినా వెనుదిరగక సేవా కార్యక్రమాలు ముమ్మరం చేస్తున్నారు. ఒక తండాలో పోషకాహార లోపం వల్ల పిల్లలు బక్కచిక్కి, అనారోగ్య సమస్య వల్ల ఓ పిల్లవాడి మలద్వారం పూర్తిగా ఇన్ఫెక్ట్ అయ్యి విపరీతమైన దుర్వాసన వస్తుంది. అటువంటి వారికి వైద్య సదుపాయం కల్పించి, పరిశుభ్రత గురించి పసిబిడ్డల తల్లులకు అవగాహన కల్పించడం, వారి పిల్లలని చదివించేందుకు ప్రభుత్వం కల్పించిన సంక్షేమ హాస్టల్స్ గురించి చెప్పి విద్యకు దగ్గరగా చేర్చడం, ఒకటి రెండు కుటుంబాలు పదుల కిలోమీటర్ల లోపల అడవిలో నివసించే వారిని కనుక్కొని వారికి కావాల్సిన అవసరాలకు తగ్గట్టు సహాయం అందిస్తున్నారు. డాక్టర్ రవీంద్ర స్వాతి గార్లు తమ ఆదాయం నుండి చేయగలిగినంత సేవ గిరిజనులకు చేస్తూ ముందుకు వెళ్తున్నారు. ఇంత ఘనతలో ఆమెకు భర్త డాక్టర్ రవీంద్ర గారి మద్దతు మరువలేనిది.

అడవి అందాలను బంధించడంలో (wildlife photography) వారి నైపుణ్యం మాటల్లో చెప్పలేము.

న్యూరోసర్జన్ గా పేరు ప్రఖ్యాతులుగాంచిన రవీంద్రనాథ్ గారు గోదావరి, కోనసీమ జిల్లాల్లోని జంతు జాతులకు, ముఖ్యంగా అరుదైన జాతులకు ప్రచారం కల్పించడంలో విశేష కృషి చేస్తున్నారు. అటువంటి కోవకే చెందిన ఎల్యూసివ్ ఫిషింగ్ క్యాట్ ని రాజమహేంద్రవరం దగ్గర చూసినప్పుడు వైల్డ్ లైఫ్ ఫోటోగ్రాఫర్ గా అపారమైన సంతృప్తి చెందారు. ఆంధ్రప్రదేశ్ లోని 330 రకాల పక్షి జాతులను ఇప్పటివరకు ఆయన కెమెరాలో బంధించారు. ధవళేశ్వరం దగ్గరలో స్మూత్ కోటెడ్ ముంగిసని గుర్తించిన తొలి వ్యక్తి. ఇలా రవీంద్ర గారి ఫోటోగ్రఫీ అడవితో అనుబంధాన్ని పెనవేసుకుంది. భార్యాభర్తలిద్దరూ అడవిలో జంటగా సామాజిక బాధ్యతతో కూడిన సేవా కార్యక్రమాల్లో సాగిపోతున్నారు.

రబ్బరు మెల్లెలతో అల్లుకున్న తడికలు గల బడికి రంగులొచ్చాయి. మట్టి మీద కూర్చునే నేలపై బెంచీలొచ్చాయి. పలకలు దాటి పుస్తకాలు, పెన్సిలు తోడు రంగుల పెన్నులు, అవన్నీ మోసే బ్యాగులు ఇలా ఒక్కొటిగా బడికో భరోసా వచ్చింది. పల్లెకు పిల్లలతో కొత్తకళ వచ్చింది, పెద్దల గోడు విని చలికి వెచ్చని చద్దరు చేరింది. అవ్వ చేతిలో కట్టెల పొయ్యిమీద కుతకుత ఉడికే బియ్యం వాసన పొలం గట్టుదాకా చేరింది. ముక్కెరలకు నవ్వులు పులుముకున్నాయి, పసి పాపలు గాల్లోకి ఎగురుతూ సూరీడితో ఆశల ఆటలు మొదలయ్యాయి. వీటన్నింటికి పారే యేరు ప్రమాదమని తెలిసినా తాడు సాయంతో తోటి వారితో తమ గ్రామాల్లోకి చేరిన స్వాతికిరణాల వల్లే అంటూ గ్రామస్థులు కళ్ళతో కృతజ్ఞతలు తెలిపారు. ఒకరు నిలబడే వరకు ఊతమివ్వాలి. నిలబడిన వాడు నలుగురికి ఊతమవ్వాలి. ఇలా బ్రతకాలి ఇదే నేర్పాలి. అందుకే స్వాతి గారు ఎంచుకున్న మార్గం అడవిబిడ్డల భవిష్యత్తు ఆశల భవంతికి పునాది.

ఎత్తైన భవనాలు, మెట్రో నగరాలు, మల్టీ స్పెషాలిటీ ఆసుపత్రులు చూపిస్తూ అభివృద్ధి అనుకుంటారు. విద్య, వైద్యం, రవాణా ఎప్పుడైతే జనాభా ఉన్న అన్ని చోట్లా అందుబాటులో ఉంటుందో అదే నిజమైన సంక్షేమంతో కూడిన అభివృద్ధి. స్వచ్ఛందంగా అడవి బిడ్డలకు ఆసరా అయిన స్వాతి గారి సేవలు ప్రశంసనీయం.. *

"

సూక్ష్మమైన మార్పులు అనూహ్య స్పందనలకు మూలాలు.

"

మన హీరోలు – *untold stories*

45

శివంగి సబ్ రిజిస్ట్రార్

తస్లీమా మొహమ్మద్

"మాట్లాడటం, ఆచరించడం, జీవించడం..
ఒకేలాగా సాగడమే సరైన వ్యక్తిత్వం"

శ్రమైక జీవనరాగమే సంతోషాల నెలవు. పంచుకుతిన్న పచ్చడి మెతుకులే పరమాన్నం. ఆ పరమాన్నపు రుచి స్వేదాన్ని ఆస్వాదించే శ్రామికునికే తెలుస్తుంది. నీ తోటి వారి ఆకలి, బాధ ఎప్పుడైతే నువ్వు అర్థం చేసుకోగలవో అప్పుడు మాత్రమే నీకు నిజమైన ఆకలి విలువ తెలిసినట్లు. డబ్బు వస్తే సాయం చేస్తాం, ఉద్యోగం వస్తే ఊడబొడుస్తాం, అధికారం వస్తే పేదరికం లేకుండా చేస్తాం అనే మాటలు కేవలం మాటలే. ఆచరణలో నిలిచే వారు చేతి వేళ్ళ మీద లెక్కెట్టొచ్చు. ఎందుకంటే అధికారులు, పాలకులు వారు ఇలా కష్టపడి వచ్చాము అని చెప్పడం విన్నాం కానీ అలాంటి కష్టపడే వారికి చేయి అందించినవారు అరుదు. మాటలు వేరు ఆచరణ వేరు వారి నిజ జీవిత రూపాలు ఇంకా వేరుగా ఉంటాయి. ఓ వ్యక్తి వ్యవస్థతో నాకు సంబంధం లేదంటూ ఉద్యోగం అంటే జీతం కోసం చేసేది మాత్రమే కాదు, ఎందరి జీవితాల్లోనో తెచ్చే మార్పు కోసం అంటూ సమాజానికి వారి బాధ్యత వారు చేసి చూపిస్తున్నారు. వారే తెలంగాణ ములుగు, భూపాలపల్లి సబ్ రిజిస్ట్రార్ తస్లీమా మొహమ్మద్.

కన్న ఊరు, కన్నతల్లి వేరు వేరు కాదంటూ అనేక సామాజిక కార్యక్రమాలతో ఒక ప్రభుత్వాధికారి మనసుపెట్టి వారి బాధ్యత వారు సరిగా నిర్వహిస్తే వచ్చే మార్పులను స్పష్టంగా చూయిస్తున్నారు. వ్యవసాయంతో ముడిపడిన కుటుంబం నుండి మొదలైంది తస్లీమా బాల్యం. బడుగు బలహీన వర్గాల కోసం శ్రమించి అమరుడైన కామ్రేడ్ సర్వార్ కూతురే ఈ తస్లీమా. ఊహ తెలియని వయసులోనే తండ్రి దూరమైనా తన తండ్రి చేసిన గొప్ప పనులు, పోరాటాలు నిరంతరం చుట్టూ వున్న వారి మాటల్లో వింటూనే వున్నారు. తండ్రి ఆచరించిన సిద్ధాంతం వైపు తెలియకుండానే మరలిపోయారు. నిత్యం

శ్రమిస్తూ పెంచిన తల్లి కష్టం, అమ్మతో కలిసి కలుపు తీసిన వ్యవసాయ లోగిళ్లు, ఊరు ఎదుర్కొంటున్న ఇబ్బందులు ఎప్పుడూ ఏదో మార్పు సాధించాలనే పట్టుదల పెంచాయి. ఆ పట్టుదలే కష్టపడి చదివేలాగా చేశాయి, ఎమ్మెస్సీ ఆర్గానిక్ కెమిస్ట్రీ చదివిన ఆమెను గ్రూప్స్ వైపు మరలేలా చేశాయి. ఆమె పట్టుదల కష్టం బాధ కన్నీరు ఈ సమాజానికి కనిపించకుండా బురఖా వేశారు. క్షణం క్షణం ఆశయమే ధ్యేయంగా చదివిన ఆమెను ఈ మార్గంలో ఎదురయిన సమస్యలన్నీ మరింతగా బలపరిచి మొదటి ప్రయత్నంలోనే సత్ఫలితాన్ని ఇచ్చాయి. సబ్ రిజిస్ట్రార్ గా నేడు బాధ్యతలు నిర్వహించేలాగా చేశాయి. అధికారులు కారుల్లో, కార్యాలయాల్లో ఉంటే ప్రజా సమస్యలు తెలియవు. ప్రజల్లోకి వెళ్ళాలి, ప్రజలు పడుతున్న ఇబ్బందులు తెలుసుకోవాలి. అధికారి అంటే ఆజ్ఞలు జారీ చేసి పెత్తనం చూయించడం కాదు ప్రజలకు మద్దతుగా ఉండటం అనే నూతన ఒరవడికి శ్రీకారం చుట్టారు.

పచ్చని ఇంకు సంతకం, పచ్చటి పొలాల్లో నాట్లు వేసింది. వ్యవసాయ క్షేత్రాల్లో ఓనమాలు దిద్దిన సబ్ రిజిస్ట్రార్ వీకెండ్ ఫార్మర్ గా మారి ప్రతీ ఆదివారం పొలాల్లోకి కూలీగా వెళతారు. అయ్యో సబ్ రిజిస్ట్రార్ కూలి పని చేయడమేంటని అనుకోకండి, లేక జీతం డబ్బులు చాలకనా అనే చులకన వంకర ఆలోచనలు దరికి కూడా చేర్చకండి. తమ జిల్లాలలోని పరిస్థితులు, వారికి ఉన్న ఇబ్బందులు , ఊరిలో కుటుంబాలకు ఇబ్బందిగా మారిన మహమ్మారి అలవాట్లు గురించి తెలుసుకుంటారు. ఉదయం తొమ్మిది నుండి సాయంత్రం నాలుగు వరకు వారితోనే వుంటారు. అటుపై అధికారిగా, మానవతా మూర్తిగా వారు తీసుకునే నిర్ణయాలు ఆశ్చర్యానికి గురి చేస్తాయి. కల్యాణ లక్ష్మి, కారా (చట్టప్రకారం దత్తత) చట్టం, ఆదివాసీలకు తమకు గల ప్రభుత్వ పథకాలు, చట్టాలను గురించి తెలపడం, ఇలా ఈరోజు జిల్లాలో ఏ సమస్య అయినా మొదట వినిపించే పేరు తస్లీమా అక్క.

అధికారిగా తన పదవీ బాధ్యతల్లో తన సొంత ఊరిని దత్తత తీసుకున్నారు. ఒక సాధారణ జీవనానికి సరిపడా జీతం వస్తుంది. అందులో నుండి కొంత డబ్బుని ఉపయోగిస్తే ఎందరికో సాయం చెయ్యవచ్చు. 35 సంవత్సరాల క్రితం పెత్తందార్లు ఆక్రమిస్తున్న భూముల నుండి నాటి కామ్రేడ్ సర్వార్ గారు పేదల భూములు పోకుండా గట్లు ఏర్పాటు చేసి పోరాడారు. నేడు అదే ఊరికి బేసిక్ రిజిస్టర్ వారి కుమార్తె తయారు చేశారు. ఆ గట్లు వీరే ఓపెన్ చేశారు. ఊరికి లేని బస్సు మార్గం వేయించడం, ఊరిలో అందరూ కలిసి పండుగలు చేసుకోవడం, వినాయక చవితి పేరుతో విడిపోయి వీధికో బొమ్మ వెలుస్తుంటే తస్లీమా ఆధ్వర్యంలో "ఒక విలేజ్ – ఒక వినాయకుడు" అని మట్టి గణపతిని పూజించి, ఊరిలోని వారికి స్వయంగా ఆమె మట్టి విగ్రహాలను పంచారు. మేడారం విజిలెన్స్ ఆఫీసర్ గా జంపన్న వాగులో జరిగే ప్రమాదాలకు కారణం అక్రమంగా అక్కడ జరుగుతున్న ఇసుక తవ్వకాలు అని ఆ ఇసుక మాఫియా పై గస్తీ నిర్వహించి ప్రత్యక్షంగా పట్టుకున్నారు. అబ్బాపూర్ గ్రామంలో ఒంటరి మహిళలెక్కువ

ఎందుకంటే అక్కడ గుడుంబా మూలంగా తెగిన పుస్తెలే అవన్నీ. స్పెషల్ ఆఫీసర్ గా బాధ్యతలు తీసుకుని ఆ ప్రాంతంలో మద్యపాన నిషేధానికి కృషి చేశారు. నీటి కోసం ఇక్కట్లు పడే చోట బోర్లు వేయించడం, విద్యార్థులు పాఠశాలకు వెళ్ళేలాగా చేసి పాఠశాలల కార్యక్రమాలపై నిఘా పెట్టడం వంటివి. అసాంఘిక కార్యక్రమాలకు పాల్పడే వారికి నచ్చచెప్పి సక్రమంగా మార్చడం అలాగే ప్రత్యేకంగా దురలవాట్లకు లోనయి మానసిక స్థైర్యం కోల్పోయి ఆత్మహత్యలకు పాల్పడే వారికి కౌన్సిలింగ్ ఇచ్చి వారి వ్యక్తిగత ఎదుగుదలకు సహకరించడం వంటివి చెప్పుకుంటూ పోతే ఎన్నో.

ఉద్యోగ బాధ్యతలు నిర్వహిస్తూ మానవత్వం మరువలేదు. తోటి వారికి సాయపడుతూ వారాంతరంలో కలిసిన కూలీల కష్టాలు తెలుసుకుని వారికి ఆరోజు చేసిన కూలీడబ్బు రూ.250/– తో పాటు ఇంకొంత చేర్చి అక్కడే సాయం చేస్తారు. రోడ్లు, బస్టాండ్ లలో ఎప్పటి నుండో బిచ్చగాళ్ళుగా, మతిస్థిమితం లేని వారిగా తిరుగుతున్న వారిని మంచిగా పలకరించి, వారి బాగోగులు చూసి ఊరు వివరాలు కనుక్కుని స్థానిక పోలీస్ వారి సహాయంతో వారి సొంత గూటికి చేరుస్తారు. ఇలాగ సొంత గూటికి చేర్చబడినవారు పాతిక మంది దాకా వున్నారు. కరోనా సమయంలో ఏజెన్సీ ప్రాంతాల్లో వారికి సేవలు, ఒక్కోసారి పదిహేను కిలోమీటర్లు కొండల్లో నడవాల్సిన పరిస్థితి, వలస కార్మికులకు రాత్రిళ్ళు భోజనం స్వయంగా వండి పెట్టడం, ప్రైవేట్ వాహనాల్లో తరలించి సాయం చెయ్యడం, సమ్మక్క–సారక్క, మేడారం జాతర్లలో అత్యవసర సహాయాలు, రోడ్డు ప్రమాదాల్లో, లేక మరేదైనా దుర్ఘటనలో కుటుంబ సభ్యులను కోల్పోయిన వారు, పేదరికంతో విద్య, వైద్య అవసరాలతో బాధపడే వారికి నిరంతరం అందుబాటులో ఉండి నిత్యం సేవ చేస్తూనే ఉంటారు. తన తండ్రి ఆశయాలతో సాగే తస్లీమా గారిని చూస్తుంటే బుల్లెట్ బండిపై వెళ్తున్న కామ్రేడ్ సర్వార్ గుర్తొస్తారు. తండ్రి ఆశయ సాధకురాలిగా ఊరంతా పిలుస్తుంటే తస్లీమా తల్లిగారు మురుసుకోని రోజు లేదు. నల్గొండలో ఓ అమ్మాయి గోడలపై తస్లీమా చేస్తున్న సామాజిక సేవ గురించి వాల్ ఆర్ట్ వేయించి ఇటువంటి ప్రభుత్వాధికారులు కావాలని సందేశమిచ్చారు. నిజమే ఇటువంటి అధికారులు అన్ని చోట్లా ఉంటే గ్రామాలు ఎంతగా వృద్ధి చెందుతాయో కదా..

ప్రజల కష్టాలు తెలుసుకుని వారికి తోడ్పాటుగా ఉండటమే ప్రభుత్వ ఉద్యోగి బాధ్యత. అటువంటి బాధ్యత సంపూర్ణంగా సోదరి తస్లీమా నిర్వహిస్తున్నారు. కష్టంతో పైకి వచ్చాము అని గొప్పలు లేదా సానుభూతి మాటలు ఇంటర్వ్యూ లేదా సమావేశాల్లో చెప్పడం కాదు కష్టంలో నుండి ఎదిగిన వ్యక్తి కష్టాల్లో ఉన్న వారికి చేదోడుగా నిలబడటమే నిజమైన స్ఫూర్తి ఆదర్శం. ఓ ఉద్యోగి ఏమి చేయగలరో ఈ సమాజంలోని అనేక కోణాల్లో నిరూపించిన సబ్ రిజిస్ట్రార్ నేటికి ఆర్టీసీ బస్సు కోసం వేచి చూస్తుంది. కష్టపడితే ఉద్యోగం వస్తుంది కానీ ఉన్నతమైన వ్యక్తిత్వం ఆచరణతోనే సాధ్యం. సెల్యూట్ టు సబ్ రిజిస్ట్రార్ తస్లీమా మొహమ్మద్..

"

ఒకరు నిలబడే వరకు ఊతమివ్వాలి.
నిలబడిన వాడు నలుగురికి ఊతమవ్వాలి.
ఇలా బ్రతకాలి ఇదే నేర్పాలి

"

మన హీరోలు – *untold stories*

46

కళావల్లభుడు

ఆర్టిస్ట్ ఉదయ్ కుమార్

"వాస్తవికతలో అతికొద్దిమందే జీవిస్తూ వుంటారు.
అటువంటి వారు సమాజాన్ని చూసే కోణం నగ్నంగా ఉంటుంది"

నిజం నిరూపణ వివరణ చాలా అరుదైన అంశాల కలయిక. కొద్దిమందిలో మాత్రమే అది సాధ్యం. ఒక అంశాన్ని అందరికీ అర్థమయ్యేలాగా చెప్పాలి. అర్థం చేసుకునే ప్రయత్నం ఇతరులు చేయనప్పుడు వారు అడిగేదాక మన పని మనం చేసుకుంటూ నిత్యవిద్యార్థిగా సాగిపోవాలి. నిన్ను అర్థం చేసుకోలేని మనుషులు చుట్టూవున్నారని కలత చెందడం కన్నా నీ ఆలోచనా విధానాన్ని అందుకోలేని వారితో ఉన్నావని జాలి పడి నువ్వు జాలీగా బ్రతికెయ్యాలి. ఇవన్నీ సమాజాన్ని చూసే కోణాల్లోని అనుభవం మాట్లాడిన మాటలు. ఆ అనుభవం కాస్త ఆర్టిస్ట్ అయ్యుంటే, ఇక ఇంతకు మునుపెన్నడూ లేని నూతన ఒరవడి కలుగుతుంది. కళాకారుడు తన కనులతో చూసే చూపుతో సమాజం పురిటి వాసన మాయమవుతుంది. అటువంటి కళావల్లభుడు పాలకొల్లు చిత్రకారుడు ఉదయ్ కుమార్ మర్లపూడి.

రూపమే వైవిధ్యం పొడవాటి జుట్టు, స్టైలిష్ రూపం, రాక్ స్టార్, ఎనర్జిటిక్ ఆటిట్యూడ్ తో చూడగానే ఓ ప్రత్యేకమనిపించే ఆర్టిస్ట్. డ్రాయింగ్ మాస్టర్ కొడుకుగా మూడేళ్ళకే ఆర్టిస్ట్ పరిమళాలు, నాటి సీఎం కాసు బ్రహ్మానందరెడ్డి గారి చేత ప్రశంసలు అందుకున్న వ్యక్తి. అంశాన్ని సొంత కోణంలో లోకానికి చూపే ఆర్టిస్టులు చాలా అరుదు. ఏదో డబ్బుకోసం, మరేదో వృత్తిగా కాకుండా జీవనం సాగించే క్రమంలో బొమ్మలే ప్రాణంగా బ్రతికే వారు, బొమ్మ గీయడమే ప్రాణవాయువుగా పీల్చుకునే వారు చాలా అరుదు. అటువంటి అరుదులో మరింత అరుదైన వ్యక్తిత్వం ఉదయ్ గారిది. బ్యాచ్లర్ ఆఫ్ ఫైన్ ఆర్ట్స్ పూర్తి చేసి బొమ్మల కోసం కొన్ని అవకాశాలు వదులుకుని, కళల పుట్టినిల్లు ప్రకృతికి రంగులద్దే బాధ్యత తీసుకున్నారు. ఆ బాధ్యతే వారిని అంతర్జాతీయ చిత్రకారుడిగా నిలబెట్టింది. స్త్రీ

శరీరాన్ని చూసి తన్మయత్వానికి లోనయ్యే యుక్త వయసులో ఉదయ్ గారి కళాత్మకతకు వారి తండ్రి గారు న్యూడ్ ఆర్ట్ వేయమని ప్రోత్సహించారు. తండ్రి కొడుకుని లైవ్ లో ఒక న్యూడ్ మోడల్ ని చూస్తూ బొమ్మ గీయమని ప్రోత్సహించడం ఇదే మొదటిసారేమో. అలా న్యూడ్ మోడల్ కోసం మొదలైన వేటలో ఎన్నో అనుభవాలు.

1996 లో కాలుష్య నివారణపై 50 చిత్రాల ప్రదర్శన నేటికీ మర్చిపోలేనిది. కృష్ణుడికి పిల్లనగ్రోవి, కర్ణుడి కవచ కుండలంలాగా వీరితో నిత్యం స్కెచ్ బుక్, కుంచె అంటుకుని ఉంటాయి. పాలకొల్లు లోగిళ్ళల్లో ఎన్నో అందాలు, ఏ అందం కూడా ఈ మాస్టర్ స్ట్రోక్స్ నుండి తప్పించుకుంది లేదు. వెళ్ళే దారిలో రోడ్డులో కనిపించే చెట్లు, అరుగులు, ఆవులు, గుర్రం, రహదారులు ఇలా కళాత్మకంగా కనిపించే ప్రతీ ఒక్కటి out-door study, skeches in seconds, my world గా స్కెచ్ బుక్ లో అందంగా రూపుదిద్దుకుని, బొమ్మల బిచ్చగాడ్ని చేసి రోడ్డు పక్కన బిక్కమొహంతో చిత్తు పుస్తకం పట్టుకు నిలిపేశాయి. బొమ్మల గుర్రాన్ని నీళ్ళు తాపాలంటూ నిత్యం గీసే బొమ్మల పిపాసి అభివర్ణన. లైవ్ లో వారు గీసినన్ని చిత్రాలు ఇంకెవరూ గీసి వుండరు. కథాకేళి సంచికకు బొమ్మలు గీసినా, టిక్ టాక్ లోని వారిని ప్రోత్సహిస్తూ వందల బొమ్మలు నాలుగు పరిచయవాక్యాలతో గీసినా అది వారికే చెల్లు. పాలస్తీనా విమోచన ఉద్యమంకై వారు గీసిన ఆర్ట్ కి సహచర యూనివర్సిటీ అమెరికా విద్యార్థుల నుండి బెదిరింపులు కూడా బహుమతిగా ఇచ్చిందంటే ఆ బొమ్మల్లోని రెవల్యూషన్ ఏ పాటిదో మరలా చెప్పాలా.

అరవై సంవత్సరాల క్రితం మరణించిన వ్యక్తి గురించి పోలికలు చెప్తుంటే అనేక రెఫరెన్సులతో గీసిన చిత్రం ఆశ్చర్యానికి గురి చేసింది. విదేశాలకు నిత్యం ఎగుమతయ్యే ఎక్రోలిక్ చిత్రాలు, 28 గంటల నిరంతర చిత్రాలు గీసి రికార్డ్ సాధించారు. ప్రముఖ దర్శకుడు కోడి రామకృష్ణ మిత్రుడు అవ్వడం వల్ల సినీరంగంలోకి ఆర్ట్ డైరెక్టర్ గా ఆహ్వానం లభించినా ఎరుపు రంగుల నవ్వుల మేకప్లో మనలేక బయటకు వచ్చేశారు. దుబాయ్ లో ఆర్ట్ ఎగ్జిబిషన్, అబ్దుల్ కలాం, వైఎస్సార్, ఇతర మంత్రుల నుండి ప్రశంసలు పలుమార్లు సన్మానాలు పొందినా తనింకా విద్యార్థినేనంటూ నిత్యం బొమ్మల్లో మునిగే మౌనముని. అనేక సామాజిక కార్యక్రమాల్లో నిగూఢంగా వారి పాత్ర మాటల్లో చెప్పలేనిది. చేసే సేవ ప్రచారం కొరకు కాదు అనే వారి నిండుతనానికి అభిమానిగా మారడం తప్ప మరో మార్గం లేదు.

2017 వ సంవత్సరంలో కాలిఫోర్నియాలోని బేకర్స్ ఫీల్డ్ తెలుగు అసోషియేషన్ ఆధ్వర్యంలో ఒక చిత్రకళా ఛాలెంజ్ ఎదురయ్యింది. అష్టావధానం అని కవుల మధ్య జరిగే చర్చ గురించి, వరుసగా విసిరే సవాళ్ళ గురించి మనం విన్నాము. కానీ మొట్టమొదటిసారిగా చిత్రకళా అష్టావధానం మొదలుపెట్టారు. ఎనిమిది రకాల షరతులు అందులో గీయాల్సినవి, గీయకూడనివి, నిషిద్ధ రంగులు, కావాల్సిన శైలి

ఇలా ఎనిమిది మంది ఎనిమిది అంశాలతో అష్టావధానం మొదలుపెట్టారు. చిత్రవర్ణన, నిషిద్ధ వర్ణం, ఇతిహాస దర్శనం, దత్తపది, సమస్యా పురాణం, బహుళ శైలి, స్వతంత్ర వ్యక్తీకరణ, అప్రస్తుత లేఖనం అంటూ 8×3 అడుగుల కేన్వాస్ అందించి మైకుల గోల పెట్టి మధ్యలో మాటల్లో బెట్టి సవాలును క్లిష్టంగా మార్చే ప్రయత్నం చేస్తే ఆ సవాళ్ళను సునాయాసంగా స్వీకరించిన చిత్రకారులు, అమాంతం ఏకబిగిన ఐదుగంటల్లో ఓ అద్భుత చిత్రాన్ని వాళ్ళ ముందుంచారు. అందరూ ఆశ్చర్యచకితులై ఉదయ్ గారి ప్రతిభకు నమస్కరించి "ప్రప్రథమ చిత్రకళావధాని" గా సత్కరించారు.

2018 లో ఓపెన్ హార్ట్ సర్జరీ జరిగి ICU లోనికి తెచ్చినప్పుడు సరిగా స్పృహ కూడా రాలేదు. చూపు మసకగా ఉంది. నర్స్ దగ్గరకు వచ్చి పక్కనున్న పేషంట్ అలా కేకలు పెడుతుంటే మీకు బాధలేదా అని అనింది. నా బాధకు నేను అరవడం లేదా మిమ్మల్ని కోప్పడటం వల్ల మీరు, నా బాధని చూసి నా కుటుంబ సభ్యులు ఆవేదన చెందుతారు. ఎలాగూ నాకు నొప్పి తప్పదు అలాంటప్పుడు ఎందుకు మిమ్మల్ని కూడా ఇబ్బంది పెట్టడం అనే సమాధానం కష్టాన్ని ఓర్చుకునే వారి తత్వానికి ఒక ఉదాహరణ. ఆ మసక చూపులోనే ఓ చిన్న పేపర్ పై ఆ నర్స్ బొమ్మని గీసిస్తే ఆమె అవాక్కయ్యారు. అలాంటి వారు ఉదయ్ గారు. జీసస్ జీవితంపై వారు గీసిన ప్రయోగాత్మక చిత్రాలకు విదేశాల నుండి ప్రశంసలు మాత్రమే కాదు, డాక్టరేట్ ని కూడా తెచ్చి పెట్టింది.

మట్టి ముద్దకు చక్కని రూపాన్ని ఇచ్చి 3డి విజువల్ లో ఊహించి సజీవంగా విగ్రహాన్ని రూపు దిద్దడంలో దిట్ట. వారి చేతుల్లో రూపం సంతరించుకున్న ఫైబర్, మట్టి బొమ్మలు అమలాపురం నుండి అమెరికా దాకా చేరుతాయి. బ్లాకీ (డాగ్)తో వారికెంతో అనుబంధం. దాని రూపాన్నికూడా మట్టితో ప్రాణం పోస్తే బ్రౌనీ (ఇప్పుడున్నడాగ్) వెళ్ళి భావోద్వేగంతో గంతులేసింది. వారి చేతుల్లో మట్టి ప్రాణం పోసుకుంటుందని మరలా చెప్పాలా..! 20 పైన దేశాలకు వీరి బొమ్మలు చేరాయి. పలు దేశాల నుండి ప్రత్యేక ఆహ్వానాలు లభించాయి. వీరు గీసినన్ని రకాల చిత్రాలు ఇంకెవరూ గీసి వుండరేమో..

ప్రపంచానికి తానంటే ఏంటో చూపి ఆ ప్రపంచానికి దూరంగా స్వేచ్ఛాయుత జీవితం సాగించే వ్యక్తి ఆర్టిస్ట్ ఉదయ్. పని రాక్షసుడిగా పేరొందిన వీరు పరిస్థితులు ప్రలోభపెట్టినా కలత చెందించినా పని చేస్తూనే ఉండు, ఎంత సేపు వీలైతే అంత సేపు పని చెయ్యి "విసుగు చెందని కృషి ఒక్కటే మనల్ని ఉన్నతుల్ని చేస్తుంది" అని అంటూ తాను ఆచరించే సూత్రాన్ని మనందరికీ తెలిపారు. వారిలో అందరూ చిత్రకారుడినే చూస్తారు కానీ వారిలో ఓ వక్త, ఫిలాసఫర్, రచయిత కూడా ఉన్నారనేది అతి తక్కువమంది సన్నిహితులకు మాత్రమే తెలిసిన విషయం. *

"

శ్రమైక జీవనరాగమే సంతోషాల నెలవు.

"

47

మహిళామణి

డాక్టర్ ఉమా గవిని

"అవసరంలో ఉన్న వారికి అందించేది సాయం
తిరిగి ఆశించకుండా చేసేది మాత్రమే సేవ"

సంపాదన... అవును ఏదో ఒకరోజు అనూహ్యంగా అంతరాత్మ ప్రతీ ఒక్కరిని ప్రశ్నించే అంశం. నువ్వేం సంపాదించావు, నీతో ఉండేందుకు, నీవెంట వచ్చేందుకు, నీకంటూ మిగిలేందుకు. సంపాదన అంటే డబ్బు పోగేసుకోవడం, ఆస్తులు కూడబెట్టుకోవడం, కార్లు బంగళాలతో విలాసవంతంగా గడపడం అనే దగ్గర, వాటిని సాధిస్తే విజయం పొందినట్టే అనే భావనలో ఆగిపోతారు. నిజానికి అవన్నీ ఒకరోజు నీతో రానివి, మాయమయ్యేవే. ఖర్చు చేస్తే ఖర్చయిపోతాయి, కడ దారిలో తోడు రావు అలాంటప్పుడు అది విజయమెలా అవుతుంది. నిజమైన నీ విజయం లోకానికి తెలుస్తుంది. ఆరోజు నీ వెంట బాహ్యంగా పోగేసుకున్న వాటికన్నా చీకట్లో కూడా వీడని ఓ సువర్ణాక్షర శకం నీపేర నిలుస్తుంది. అది గ్రహించిన నాడు ఆ శకానికి సృష్టికర్త ఎవరికి వారే అవుతారు. అటువంటి ఓ మహిళామణి డాక్టర్ ఉమ గవిని.

గుంటూరు మెడికల్ కాలేజీలో వైద్య విద్యనభ్యసించి తరువాత విదేశాలకు వెళ్ళి ఇమ్మ్యునాలజిస్ట్, ఎలర్జీ స్పెషలిస్ట్ గా పేరుప్రఖ్యాతులు గడించి వారి పూర్వాశ్రమాన్ని ఏ మాత్రం మరువక గుంటూరు వైద్య కళాశాల మరియు వైద్యశాలకు సహాయ సహకారాలు అందించేందుకు పూర్వ విద్యార్థులతో కలిసి ఏర్పడ్డ గుంటూరు వైద్య కళాశాల పూర్వ విద్యార్థుల సంఘం ఉత్తర అమెరికా (GMCANA) లో భాగమయ్యారు. 2006 నుండి 2008 వరకు వారు జింకాన ప్రెసిడెంట్ గా ఎన్నికయ్యారు. గత నెల డల్లాస్ లో జరిగిన 17వ రీయూనియన్ సమావేశాల్లో పాల్గొన్న ఉమా గారు గుంటూరు వైద్యశాలలో నిర్మిస్తున్న మాతాశిశుసంక్షేమ భవన నిర్మాణానికి వారి జీవితకాలంలో పోగేసిన ఇరవై కోట్ల రూపాయలు దానం చేశారు.

డబ్బు ఎంత పోగేసినా రాని మనశ్శాంతి పంచితే కలుగుతుంది. తోడొచ్చేది అదొక్కటే అనే విషయం అతి కొద్ది మందికే అర్థమవుతుంది. అంత పెద్ద మొత్తాన్ని విరాళంగా ఇచ్చిన డాక్టర్ గారు చేసిన మేలు కన్నా ఎందుకు చేశారనే కారణం వెతికే వారు వారి భర్త మరణించడం, పిల్లలు కూడా లేకపోవడంతో అంటూ కథనాలు నడిపారు. కోట్లు సంపాదించి పిల్లలను మానసిక ఒత్తిడికి గురిచేస్తే బలవంతపు మరణాలకు పాల్పడ్డ కోటీశ్వరులైన వారసులు కోల్పోయిన వారిని చూశాము. వారసులు లేకున్నా డబ్బు ప్రీతిలో కులం మతం చూస్తూ ప్రజాసేవని మరచిన వారు అనేకం. అలాంటి సమాజంలో డాక్టర్ ఉమా గవిని గారు వైద్యసేవకు దానమిచ్చారు. కంటేనే తల్లి కాదు కడుపుతీపి తెలిసినమ్మ కూడా అమ్మే కదా. అందుకే మాతాశిశు సంక్షేమ భవన నిర్మాణానికి ముందుకు రావడమే కాక అదే సమావేశంలో మరెందరో అడుగు ముందుకు వేసేందుకు స్ఫూర్తయ్యారు. డాక్టర్ ఉమ గవిని గారి స్ఫూర్తితో డాక్టర్ మొవ్వా వెంకటేశ్వర్లు గారు (20 కోట్లు) , డాక్టర్ సూరపనేని కృష్ణప్రసాద్, షీలా దంపతులు (8 కోట్లు), తేళ్ళ నళిని వెంకట్ దంపతులు (8 కోట్లు) మరికొంత మంది పూర్వ విద్యార్థులు విరాళం ఇచ్చేందుకు ముందుకు వచ్చారు. ప్రభుత్వ జీతాలు తీసుకుంటూ చెయ్యాల్సిన పనికే కమీషన్లు నొక్కే అధికారులు, సేవ పేరుతో రాజకీయాల్లోకి వచ్చి కోట్లు మింగే నాయకులు ఉన్న మన వ్యవస్థలో ఇటువంటి వారిచ్చిన ధనం ఒక్క రూపాయి కూడా పరులపాలు కాకుండా ఉండాలని ఆశిద్దాం.

వైద్యాన్ని అడ్డుబెట్టి ఆస్తులు దోచుకునే డాక్టర్లే కాదు తమ ఆస్తులను తృణప్రాయంగా దానమిచ్చే వారు కూడా ఉన్నారు. నేడు ఎన్నో విద్యాలయాలు, వైద్యశాలలు, పార్కులు, ప్లే గ్రౌండ్స్ ఎందరో మహనీయులు అందించిన విరాళాలు, సాయాల వల్లే ఏర్పడ్డాయి అనే విషయం మనమంతా గుర్తుకుతెచ్చుకోవాలి. వారందరికీ పేరు పేరునా ధన్యవాదాలు. *

48

కథల బామ్మ

వనజమ్మ

"బుజ్జగిస్తూ బుద్ధులు చెప్తూ బొజ్జోపెట్టేవే కథలు"

ఆకాశంలో మెరిసే చందమామ మీద ఓ చెట్టుకింద పేదరాసి పెద్దమ్మ కూర్చుని తన చుట్టూరా పిల్లలను కూర్చోబెట్టుకుని కథలు చెప్తుందట. రాజుల కథలు, యువరాజు రాకుమారి ప్రేమ కథలు, జంతువుల కథలు, మాయలు, మాంత్రిక, జానపద కథలన్నీ చెప్తూ పిల్లలకు నీతి నేర్పుతూ నిద్రబుచ్చుతుంది. అవును కథలు బాల్యపు ఆలోచనల్లో విత్తుగా నాటితే పెద్దయ్యాక ప్రవర్తనా పరివర్తనలో ముఖ్యపాత్ర పోషిస్తాయి. తాతయ్య పొట్టలో ఒదిగి చెప్పే కథలు వింటూ..ఊ.. కొడుతూ నిద్రపోయిన జ్ఞాపకం, కథ చెప్పమంటూ అల్లరి చేసిన క్షణం ఒక్కటైనా ప్రతీ ఒక్కరి జీవితంలో ఉంటుంది కదా. ఒక తప్పు చేసేముందు ఇది చేయడం తప్పనిపించే ఆలోచనొకటి వచ్చే ఉంటుంది కదా. వీటన్నింటికీ మూలం మనం విన్న కథలే, ఆ కథల్లోని నీతే. నిజాలో, అబద్ధాలో అనేవి పక్కన పెడితే బాల్యంలోనే సత్ప్రవర్తనా బీజానికి ఈ కథల పాత్ర తప్పక ఉంటుంది. చందమామ కథలు, పేదరాసి పెద్దమ్మ కథలు, పురాణ ఇతిహాస కథలు, తెనాలి రామకృష్ణుడు, బీర్బల్ వంటి బుద్ధికుశలత కథలు ఇలా ఒకటేమిటి అనేకం మన బాల్యంలో కీలక పాత్ర పోషించాయనే చెప్పాలి. రోజులు మారుతున్నాయి, కథలు కూడా రూపాంతరం చెందాయి. అనుభవాలు లేని కొత్త కథలు చేరాయి. విలువలు, సూక్తులు, నీతులు క్రమేపీ దిగజారడం మొదలయ్యాయి.

క్రమేపీ నోటి కథలు మరుగున పడ్డాయి, తాతయ్య అమ్మమ్మ నానమ్మల నుండి మనువలు మనువరాండ్ల దూరం పెరిగింది. తల్లిదండ్రులు కాలంతో పరిగెత్తే హడావిడిలో పిల్లలకు కథలు చెప్పడం అనే విషయం కనుమరుగయ్యింది. అనేక మనస్పర్థలతో మనుషుల మధ్య దూరాలు పెరిగాయి. ఊ కొట్టే కథలు ఉసూరుమంటూ మూలుగుతూ మూలన పడ్డాయి. భయం భక్తి, నీతి సూక్తి లేని బాల్యంలో పిల్లల్లో విలువలు

కోల్పోతున్నాయి. పెంపకం అంతంత మాత్రం, తాతల గుండెలపై ఆడుకునే అదృష్టం, బామ్మల కథలు వినే భాగ్యం అరుదయ్యాయి. ఎక్కడికక్కడ దూరం పెరిగిపోయింది. యూట్యూబ్ లో ఏవో అనుభవం లేని, ఎక్కడో పుస్తకాల్లోని నాలుగు కథలకు టెక్నాలజీ కలిపి నీతి అనేది ఏదొకటి అంటూ బొమ్మల కథలు వచ్చాయి. ఈ పరిస్థితుల్లో మూడేళ్ళ క్రితం ఆన్లైన్లో ఓ పేదరాసి పెద్దమ్మ పుట్టింది. కనిపించకుండా వినిపిస్తూ ఎన్నో కథలు చెప్తుంది. ఏరా.. పిల్లలూ... అంటూ మొదలెట్టిన కథలు జోకొడుతున్నాయి. 'బామ్మ కథ లేకుంటే నిద్రపోము' అంటూ మారాం చేసేలా చేశాయి. పిల్లలతో పాటు వారి తల్లిదండ్రులు కొందరికి కూడా ఈ పరుగుల జీవితంలో బాల్యాన్ని గుర్తుచేస్తూ వారిని కూడా హాయిగా బొజ్జోబెడుతుంది ఈ బామ్మ కథ. .ఇండియా, అమెరికా, కెనడా, ఆస్ట్రేలియా, సింగపూర్, యూరప్ కంట్రీస్ మొదలగు దేశదేశాల్లో ఈ బామ్మ లేకుండా నిదురించే రోజు అంటే కష్టమే. బామ్మ.. ఇంతబాగా ఎలా చెప్తున్నారు..? ఓపికగా శాంతంగా హాయిగా చెప్పే బామ్మ ఎవరంటూ ప్రయాణిస్తే అనంతపూర్లో ఆగింది.

టీచరమ్మగా వారి ప్రస్థానం మొదలయ్యి పిల్లలతో వారిలో వారిగా మమేకమవుతూ విద్యాబోధనలో మెళకువలతో పాఠాలు మాత్రమే కాదు సూక్తులు కూడా వారి బోధనలో భాగంగా బాధ్యతాయుత విద్యార్థులను ఈ సమాజానికి అందించడంలో మూడు తరాల విద్యార్థులను చూశారు. మానవ సంబంధాలు బలహీనబడుతున్నాయి, బాల్యంలో నీతి తెలియక పోవడం వల్ల పిల్లలు తప్పులు చేసేందుకు వెనుకాడటం లేదు. ఉద్యోగం, డబ్బు, వ్యక్తిగత కారణాలతో తల్లిదండ్రులు ఎక్కువ సమయం పిల్లలతో గడపడం లేదు. పిల్లలు నిద్రపోయాక కానీ వారి తల్లిదండ్రులు ఆఫీసుల నుండి ఇంటికి చేరడం లేదు. ఇంక ఇంట్లో ఉండే ముసలి వారితో మనస్పర్థల వల్ల పిల్లలను దూరంగా ఉంచడం లేదా పిల్లలు చేసిన పనులు నచ్చక ముసలి వారే దూరంగా జరగడం. కారణం ఏదైనా తాత మనవళ్ళ మధ్య బంధం సన్నగిల్లింది. ఇంక పిల్లలకు కథలు చెప్తూ పెంచే అవకాశం ఎక్కడుంది? పిల్లలకు నీతి కథలు చెప్తూ పెంచితే మంచిచెడుల వ్యత్యాసం తెలిసి తప్పుడు మార్గాలకు వెళ్ళే అవకాశం చాలా తక్కువ ఉంటుంది. పిల్లల తరాల్లో మార్పు ప్రత్యక్షంగా చూసిన వనజమ్మ ఈ మార్గాన్ని ఎంచుకున్నారు. Podbean యాప్ లో కథాసంపుటి పేరుతో దేశవిదేశాల్లో ఈ బామ్మ కథలు పిల్లలను జోకొడుతున్నాయి. విలువలు పెంచుతూ వేమన సుమతీ శతకాలతో కథలు అల్లుతూ పిల్లలకు నచ్చే బెడ్ టైం స్టోరీస్ ఈ బామ్మకే సాధ్యం. ఇప్పటికి మూడేళ్ళ నుండి పదకొండు వందల పైన కథలు చెప్పారు. అక్బర్ – బీర్బల్, తెనాలి రామకృష్ణ, మర్యాద రామన్న కథలు, భట్టివిక్రమార్క భేతాళ కథలు, రామాయణ, భాగవత, మహాభారత కథలు, పండుగలు వాటి విశిష్టత, యుగపురుషులు రాక్షస సంహారం ఒకటేమిటి అంతరించిపోతున్న కథాసంపుటిని నేటి తరానికి మరలా అందిస్తున్న ఈ బామ్మ ఎంత గ్రేటో.. *

49

మైక్రో మొనగాడు

డాక్టర్ గట్టెం వెంకటేశ్

"వ్యర్థంలో పరమార్థం, సూక్ష్మంలో మోక్షం వెతికితేనే లభ్యం"

కళ హద్దులు, పరిధులు లేని అనంతమైనది, అనిర్వచనీయమైనది, అందమైనది. కళాత్మకమైన కనులతో చూస్తే, ఆ కన్నుల్లోని రూపాలు అద్భుతాలుగా మారి ఆశ్చర్యాన్ని కలిగించే కళాఖండాలుగా నలువైపులా కీర్తి కిరీటాలుగా వెలుగుతాయి. అందుగలదు ఇందులేదనక ఎందెందు వెతికినా అందందే గలదని ఓ ఆర్టిస్ట్ తన కళా భావాలని అన్నింటా నిండిన ప్రాణశక్తితో తన అణువణువూ కళకే అంకితమంటూ, ఆర్టిస్ట్ లోని నిత్యనూతనత్వానికి తానే ఆరంభమంటూ కొత్త చిగురుల్లో పూసిన వసంతం యూత్ ఐకాన్ డాక్టర్ గట్టెం వెంకటేశ్.

పూయగానే పరిమళించే పువ్వు, ఆర్టిస్ట్ హృదయం ఒకే లాంటివి. ఎక్కడున్నా వారి చూపులు వెతికే వస్తువు, చూసే తీరు వేరు. అందుకే ప్రత్యేకమైన సూక్ష్మకళ వైపు వెంకటేశ్ బాల్యం ఆకర్షితమయ్యింది. వెంకటేష్ కి చెక్కుతున్న పెన్సిల్, బోర్డుపై అరుగుతున్న సుద్దముక్క, చింపి పారేస్తున్న కాగితాలు, జారిపోతున్న సబ్బుబిళ్ళ, పొయ్యి ముట్టించే అగ్గిపుల్ల, విరిగిన గాజు, ఐస్ తిన్నాక మిగిలిన పుల్ల చాలా అందంగా ఆకర్షణీయంగా కనిపించేవి. ఏటికొప్పాక అందమైన హస్తకళల ప్రతిమలు చూశాక వెంకటేశ్ లో ఎక్కడో తెలియని సంతోషం, ఎడారిలో దాహం తీరినట్టు, మంచుకొండపై వెచ్చని మంట తన చేతులను తాకినట్టు ఎప్పటినుండో వెతుకుతున్న వస్తువు చేతికి చిక్కిన అనుభూతి. ఆ కళాకృతులు పదే పదే మదిలో మెదులుతున్నాయి. తన ఎదురుగా పగిలిన జాడీ ముక్కలు ఒక్కోటి ఒక్కో అందమైన రూపంగా కనిపించ సాగి, తనేం వెతుకుతున్నాడో అర్థమై మైక్రోఆర్ట్ కి అడుగు ముందుకు పడింది. తను చేస్తున్న ఆర్ట్ కి కొత్త మెళకువలు అద్దాడు, అతి పిన్న వయస్సులోనే అబ్బురపరిచే కళాఖండాలకు పురుడుపోసే మైక్రో మంత్రగాడులాగా మారాడు.

నాలుగు వందలకు పైగా కళాకృతులు, వందకిపైగా అవార్డులు సాధించి ప్రపంచ ప్రఖ్యాత ఆర్టిస్ట్ గా యూత్ ఐకాన్ గా మైక్రో మొనగాడిగా ఈరోజు ప్రశంసలందుకున్న వెంకటేశ్ వెనుక నిరంతర శ్రమ, సాధన, పట్టువిడువని తనం, అవమానాన్ని సానబెట్టిన వైనం అన్నీ దాగున్నాయి. ఆర్ట్స్ అండ్ క్రాఫ్ట్స్ ఎప్పుడూ టైం వేస్ట్ కాదు, సూక్ష్మ కళలో చాలా అద్భుతాలున్నాయి. ఈ భూమ్మీద వ్యర్థం అంటూ ఏదీ లేదు అంతా కళాకృతుల నిలయమే. రాయిని సానబెడితే వజ్రంగా మారినట్టు, మన చుట్టూ వున్న వ్యర్థాలని రూపంగా మారిస్తే సౌందర్యం తారసపడుతుంది.

మైక్రోఆర్టిస్ట్ గా అవుతానన్నప్పుడు వెంకటేశ్ ని విచిత్రంగా చూసి బంధువులు తలో మాట విసిరారు. టైం వేస్ట్, ఇందులో సంపాదన ఏముందంటూ వచ్చిన ఇరుగుపొరుగు అవమానాల్లో అమ్మానాన్నల ప్రోత్సాహం ఊరట. అప్పుడు వెంకటేశ్ అనుకున్నది ఒకటే ఈ ప్రపంచంలోనే నేను బెస్ట్ అవ్వాలి, గిన్నీస్ వరల్డ్ రికార్డ్ లో స్థానం పొందాలి. దాని కోసం నిరంతరం శ్రమించాడు. రిజెక్ట్ చెయ్యబడ్డాడు. అయినా తనపై తనకున్న నమ్మకం వీడలేదు ఎట్టకేలకు 6 ఏళ్ళ కష్టానికి ప్రతిఫలంగా పంటిపుల్లపై అతిచిన్న థి ఎంపైర్ స్టేట్ బిల్డింగ్ చెక్కినందుకు "గిన్నీస్ వరల్డ్ రికార్డ్" లో స్థానం పొందారు. అప్పుడు ఈ కుర్రాడి వయసు 19 ఏళ్ళు మాత్రమే. స్కోర్‌మోర్ ఫౌండేషన్ వారిచే "ప్రతిభా శిరోమణి" పురస్కారం, 48 గంటలలో ఖాళీ దారపు రీళ్ళతో 90 సెం.మీ.ల ఈఫిల్ టవర్ ప్రతిమను తయారు చేసినందుకు "లిమ్కా బుక్ ఆఫ్ రికార్డు" , భారత జాతీయ యువ పురస్కార గ్రహీతల ఫెడరేషన్‌చే రాష్ట్రీయ గౌరవ్ సమ్మాన్, 2018 లో ఆంధ్రప్రదేశ్ రాష్ట్రప్రభుత్వంచే "ఉగాది పురస్కారం" , 2019 లో భారత ప్రభుత్వం యువజన వ్యవహారాలు క్రీడల మంత్రిత్వశాఖచే "జాతీయ యువ పురస్కారం". అగ్గిపుల్లపై సూక్ష్మశిల్పాన్ని చెక్కినందుకు వరల్డ్ రికార్డ్స్ ఇండియా అవార్డు, "ఉత్తమ మైక్రో ఆర్టిస్టు"గా యూనివర్సల్ ఫామ్ వారిచే రెండుసార్లు అవార్డులు, కాగితపు పడవలతో అతిపెద్ద మొజాయిక్ చేసినందుకు "యూనిక్ వరల్డ్ రికార్డ్", జర్మనీలోని ఇంటర్నేషనల్ పీస్ యూనివర్సిటీ వారిచే "గౌరవ డాక్టరేట్" ఇలా చెప్పుకుంటూ పోతే వందకు పైమాటే.

ఒకే ఒక ఆశయం, దానికోసం సాధన, విశాఖలో గీతం విశ్వవిద్యాలయం నుండి బ్యాచిలర్ ఆఫ్ ఆర్కిటెక్చర్‌లో పట్టా అందుకుని, ఆర్ట్ లోనే గౌరవ డాక్టరేట్ పొంది, పద్మశ్రీ నామినేషన్స్ వరకు చేరి అప్పటి రాష్ట్రపతి ప్రణబ్ ముఖర్జీ ప్రశంసలు పొందారు. నాటి ఉపరాష్ట్రపతి వెంకయ్య నాయుడు గారి ప్రత్యేక ప్రశంసలు కూడా పొందారు. నేటికి ఎనభై పాఠశాలల్లో పదిహేను వేల మంది విద్యార్థులకు మైక్రో ఆర్ట్ మీద శిక్షణ ఇచ్చారు. నేర్చుకునే ఆసక్తి ఉంటే చాలు నేర్పేందుకు వారు సిద్ధంగా ఉన్నారు. వెంకీ ఆర్ట్స్ పేరుతో నడపబడుతున్న వారి స్టూడియో అలాంటి శిక్షకులకు స్వాగతం పలుకుతూ ఉంటుంది. ఏ రూపాన్నైనా 3డి గా మార్చేయగలడు ఈ మైక్రో మొనగాడు. *

50

రైతుమిత్రుడు

మొహమ్మద్ వాజీద్ అలీ

"నిస్వార్థం, నిబద్ధత గల ఉద్యమం తప్పక విజయం సాధిస్తుంది"

రాజకీయంలో విలువలు లోపిస్తున్నప్పుడు ప్రజాసేవకు ఉద్యమసంఘాలే సరైనవి. రాజకీయ ప్రభావం, రాజకీయ ఒత్తిడికి లొంగని సంస్థల్లో నైతిక విలువలు పుష్కలంగా ఉన్నాయని చెప్పొచ్చు. ప్రజలకు మంచి చెయ్యాలనే భావం ఉంటే ఉద్యమం ఎప్పుడూ గొప్పదే. ఉద్యమాల నుండి రాజకీయ నాయకులు అయినోళ్ళు వున్నారు కానీ రాజకీయ పార్టీల నుండి వైదొలిగి ఉద్యమంలో కలిసే వారు అతికొద్ది మంది మాత్రమే. వారిలో ఒకరు, ఉమ్మడి ఆంధ్రప్రదేశ్ విభజన తరువాత రాష్ట్రానికి జరుగుతున్న అన్యాయానికి నిరసనగా తన రాజకీయ జీవితం నుండి వైదొలిగిన వ్యక్తి మొహమ్మద్ వాజీద్ అలీ.

మూడు తరాల రాజకీయ వారసత్వం, తాత మొహమ్మద్ మస్తాన్ సాబ్ గారు28 సంవత్సరాలు కాంగ్రెస్ పార్టీ గుంటూరు మున్సిపల్ కౌన్సిలర్ గా అంజుమన్ ఇస్లామియా గుంటూరు 10వ సెక్రటరీగాను, 11వ ప్రెసిడెంట్ గా సేవలందించి కౌన్సిలర్గానే చనిపోయారు. బాబాయి మహమ్మద్ షేక్ అఫ్సర్36 సంవత్సరాలు కౌన్సిలర్ మరియు కార్పొరేటర్ గా సేవలందించారు. మొన్న జరిగిన మున్సిపల్ కార్పొరేషన్ ఎన్నికల్లో కాంగ్రెస్‌లో ఇమడలేక వేరే పార్టీకి వెళ్ళలేక ఇండిపెండెంట్ అభ్యర్థిగా పోటీ చేసి ఓడిపోయారు. తండ్రి మొహమ్మద్ అలీ జిన్నా గారు INTUC ప్రెసిడెంట్ గా ఎంప్లాయిస్ యూనియన్ ప్రెసిడెంట్ గా మరియు లైఫ్ టైం అంజుమన్ ఇస్లామియా ట్రస్టీగా సేవలందించారు. వాజిద్ అలీ గారు, NSUI సెక్రెటరీ గా రాజకీయ ప్రయాణం మొదలు పెట్టి గుంటూరు నగర యువజన కాంగ్రెస్ కార్యదర్శి గా, గుంటూరు జిల్లా యూత్ కాంగ్రెస్ కోఆర్డినేటర్ గా (సమన్వయ అధ్యక్షుడు), గుంటూరు జిల్లా మైనార్టీ సెల్ వైస్ చైర్మన్ గా, ఆంధ్ర రాష్ట్ర కాంగ్రెస్ మైనార్టీ సెల్ స్టేట్ కన్వీనర్ గా, రాజీవ్ గాంధీ పంచాయతీ రాజ్ సంఘటన్ (కాంగ్రెస్) గుంటూర్ జిల్లా కోఆర్డినేటర్ గా, గుంటూరు జిల్లా కాంగ్రెస్ వైస్ ప్రెసిడెంట్ గా సేవలందించి రాష్ట్ర విభజన అంశాలకు చలించి కాంగ్రెస్ పార్టీ నుండి తప్పుకుని రాష్ట్రం కోసం ప్రజాసేవ వీడలేక భారతీయ కిసాన్

యూనియన్‌లో చేరారు.

రాష్ట్రానికి రాజకీయ పార్టీలు చేసిన ద్రోహానికి మూడు తరాలుగా వస్తున్న రాజకీయ వారసత్వాన్ని త్యజించి పార్టీలను బహిష్కరించారు. ఈ క్రమంలో రైతుల విషాద గాథలు, మద్దతు ధరలేక ప్రతిసారి పడే బాధలు చూసి చలించి రైతులకు సాయంగా నిలవాలి అని చేసిన శోధనలో భారతీయ కిసాన్ యూనియన్ కనిపించింది. ఢిల్లీ వెళ్ళి అందులో చేరారు. అప్పటి నుండి సాధారణంగా చక్కని మాట, నాయకత్వ లక్షణాల వల్ల ఉత్తరప్రదేశ్, మధ్యప్రదేశ్ ఇన్చార్జ్ గా నియమింపబడ్డారు. రైతులకు సంబంధించి అనేక విషయాల్లో కీలక పాత్ర పోషించారు. అతి తక్కువ కాలంలోనే దక్షిణ భారతదేశ ఇన్చార్జ్ గా బాధ్యతలు స్వీకరించారు. ప్రస్తుతం ఆంధ్రప్రదేశ్ రాష్ట్రానికి అధ్యక్షునిగా బాధ్యతలు నిర్వహిస్తున్నారు. రాజధాని కోసం పచ్చని పొలాలను కాంక్రీట్ భవనాలుగా మార్చుతుంటే రాజధాని రైతులకు మద్దతుగా పోరాటం చేశారు. వరికపూడి శెల ప్రాజెక్ట్, అసైన్డ్ భూముల సమస్యలు, సిమెంట్ ఫ్యాక్టరీ కింద రైతుల దగ్గర తీసుకున్న 2300 ఎకరాలకు సంబంధించి రైతుల తరపున పోరాటం, పల్నాడు, దోర్నాల, మార్కాపురం మండలాల్లో రైతులకు ప్రధాన మంత్రి బీమా యోజన పథకం యొక్క లబ్ధి అందరికీ చేరేలా పోరాడారు.

2020వ సంవత్సరంలో వచ్చిన మూడు నల్ల చట్టాలను వ్యతిరేకిస్తూ జాతీయ స్థాయిలో రైతులు ఉద్యమించిన తీరు అందరికీ తెలిసిందే. అన్నదాతల నాగలి దెబ్బని పాలకులకు తెలిపారు. ఎండా వాన చలి అనే బెదురులేకుండా నిర్విరామంగా పోరాటం చేస్తున్నారు. నీటి ఫిరంగులకు, భాష్ప వాయువు ప్రయోగాలకు, రోడ్లపై అడ్డుగా ఇనుప కంచెలు, గోతులు తవ్వడం, మేకులు కొట్టడం, రైతులపై కారు నడపడం, కాల్పులు జరపడం, లాఠీచార్జ్ లు ఇలా ఒకటేమిటి ఒక రాజ్యం సంధించగల అన్నిటినీ రైతులపై ప్రయోగించారు. ప్రాణం పోకుండా, రక్తం కారకుండా ఏ ఉద్యమం సాగింది లేదు కానీ దెబ్బతిన్న పులిలా ముందుకు అడుగేయడమే కానీ వెనుదిరిగింది లేదు. 700 మంది రైతులు అమరులయ్యారు, ఎందరో గాయాల పాలయ్యారు. అటువంటి ఉద్యమంలో మారుమూల గ్రామాల్లో రైతులకు పోరు చేరవేయడంలో వాజిద్ అలీ పాత్ర కీలకం. ఆంధ్రప్రదేశ్‌లో రైతుపోరాట దీక్షకు మద్దతుగా గుంటూరు కలెక్టరేట్ ఎదురు డిసెంబర్ నుండి మార్చి నెల వరకు డెబ్బై రెండు రోజులు నిరవధిక దీక్షలు నిర్వహించారు. విడువని పట్టుదలతో కేంద్రాన్ని ప్రశ్నిస్తూ బెదిరింపులకు లొంగకుండా శిబిరాన్ని నడిపారు. విద్యార్థుల్లో, యువతలో వ్యవసాయ విలువలు తెలుపుతూ అన్నదాతకి మద్దతుగా నిలబడ్డారు. ఎలక్షన్ కోడ్ పేరుతో శిబిరాన్ని మూయించారు. అయినా రైతుల పోరాటానికి మద్దతుగా పోరాటం చేస్తూనే ఉన్నారు. నేడు నల్లచట్టాలను వెనక్కి తీసుకున్న ప్రకటనతో పూర్తిగా రద్దు చేసే వరకు పోరాటం ఆగదు, ప్రధానమంత్రి క్షమాపణలు ఈ దేశంలోని రైతులందరికీ చెందుతాయి. ఈ నైతిక విజయం రైతులది.

ఆంధ్రప్రదేశ్ రాష్ట్రానికి ప్రత్యేకహోదా సాధించడంలో రాష్ట్ర ప్రయోజనాలే ముఖ్యంగా ఏర్పడ్డ ఉద్యమంలో కీలక పాత్ర పోషిస్తూ ఆంధ్ర రాష్ట్రాభివృద్ధికై పోరాటం చేస్తున్నారు. రాజకీయం కన్నా రాష్ట్రం ముఖ్యం. ప్రజలకు మేలు చెయ్యని విధానాలు రాష్ట్రాన్ని వినాశనం వైపు నడుపుతాయి; వాటిని ఎదిరించడమే ఈ వారియర్ లక్ష్యం.. *

గెలవడం కాదు ప్రయత్నించడమే నిజమైన హీరోయిజం అని నమ్మిన హీరోల కథనాలు

మామూలు మనుషులకీ హీరోలకీ తేడా ఏంటి? మన సినిమాల్లో అయితే హీరోలకి ఒక ఆశయం ఉంటుంది. కానీ దాన్ని సాధించే క్రమంలో ఏదో పెద్ద అవరోధం ఎదురవుతుంది. దాన్ని అధిగమించి ఆశయాన్ని సాధించడమే హీరో పరమావధి. కానీ చాలా సినిమాల్లో ఆ ఆశయం హీరోలకి వ్యక్తిగతమయి ఉంటుంది. అంటే హీరోకి విలన్ వల్ల వ్యక్తిగత పగో, ప్రతీకారమో, విలన్‌ని ఓడించడం వల్ల వ్యక్తిగత లాభమో ఉంటుంది. ఇక ఈ అవరోధాలని అధిగమించడానికి హీరోకి సూపర్ పవర్స్ కూడా ఉంటాయి. అందుకే చివర్లో హీరో అవరోధాలని అధిగమించి గెలుస్తాడు అన్నది మనకందరికీ తెలిసిన విషయమే! కానీ ఆ పని చేయడం వల్ల తనకి వ్యక్తిగత లాభమేమీ లేకపోయినా, చేయకపోయినా వచ్చిన నష్టమేమీ లేకపోయినా, ఆ అవరోధాలను జయించే సూపర్ పవర్స్ ఏమీ లేకపోయినా, బరిలోకి దిగిన అసలు హీరోల కథలు ఈ మన హీరోలు.

గెలవడం కాదు, ప్రయత్నించడమే అసలు హీరోయిజం అంటాడు సుబ్బు. నేను కలిసిన ఈ రియల్ హీరోలు, సినిమా హీరోల్లా సూపర్ పవర్స్ ఉన్నవాళ్లు కాదు. ఎన్నోసార్లు గెలిచిన వాళ్ళూ కాదు. తమ లక్ష్య సాధనలో చాలాసార్లు దాదాపుగా పడిపోయి, ఓడిపోయి, కృంగిపోయి, తమ లక్ష్యానికి దూరంగా వెళ్ళిపోయిన సామాన్యులు. కానీ తమలో ఉన్న పట్టుదల, దీక్ష, నిబద్ధతలనే సూపర్ పవర్స్‌గా మార్చి తిరిగి పోరాటం మొదలుపెట్టి విజయం సాధించి సమాజానికి మేలు చేసిన, ఆదర్శంగా నిలిచినవాళ్ళు. అందుకే వాళ్ళ కథలు చెప్పాలనుకున్నా అంటాడు సుబ్బు.

మతం , కులం, ప్రాంతం అనే అడ్డు గోడలు మన ఆలోచనా పరిధిని, మన దృష్టిని, మనసుని సంకుచితం చేస్తున్న ఈరోజుల్లో– ఈ "narrow domestic walls" ని జయించి, తనకేమీ కాని పొరుగువాని బాధని సహానుభూతి చెందించడం, సహాయపడటం, ప్రేమించడం నేర్పించే ఈ రియల్ లైఫ్ హీరోల గాథలు రాయడం, ముద్రించడం, చదవడం అత్యంత అవసరం అని నా అభిప్రాయం.

ఎంతో శ్రమతో ఈ హీరోల గురించి పరిశోధించి, అంతే శ్రమతో రచించిన సుబ్బుకి, ప్రచురణ లోకి తెస్తున్న ఛాయా మోహన్ గారికి నా అభినందనలు.

– అరవింద్ జాషువా

హైదరాబాద్

ఆరంభం

మనిషికి మనిషికి మధ్య పరిచయం ఏర్పడటానికి అవసరాలు, వ్యాపారాలు కాకుండా.. ఆలోచనలు కొంతైనా కలవడం అనేది ముఖ్యం. స్నేహం, ప్రేమ, బంధాలు అనేవి ఆలోచనలకు అతీతమైనవి కాబట్టి సుబ్బుతో నాకు పరిచయం ఏర్పడేలా చేసింది తన ఆలోచనలే. ఒకసారి శశాంక ని కలిసినప్పుడు సుబ్బు వాళ్ల నాన్న గారు భువనగిరి చంద్రశేఖర్ గారి దగ్గర గుమస్తా (అసిస్టెంట్) గా ఉండే వాడని చెప్పాడు. అలా సుబ్బు మీద కొంత ఇష్టంతో కూడిన గౌరవం ఏర్పడింది.

ప్రత్యేక హోదా కోసం ఒంటరిగా.. పోరాటం చేయడం వాటి వివరాలు ఎప్పటికప్పుడు సోషల్ మీడియాలో పోస్ట్ చేయడం చేస్తుండటం చూసి ఇది మూర్ఖత్వమో / మొండి ధైర్యమో అనుకున్నా..! అంత నిజాయితీగా చేసేవాడు. అదే అతన్ని ఆ విషయంలో ముందుకు నడిపిందని అర్థమైంది. ఏదైనా నిజాయితీ కోల్పోతే.. దానికున్న ప్రాముఖ్యతని కోల్పోయి తీరుతుంది. ప్రభుత్వానికి వ్యతిరేకంగా.. ప్రజల కోసం ఒంటరిగా పోరాటం చేయడం మామూలు విషయం కాదు.

ప్రత్యేక హోదా కోసం పోరాటం చేస్తూనే.. తనవంతు అవసరమైన వారికి బ్లడ్ డొనేషన్స్, సోషల్ సర్వీసస్ లాంటివి చేయడం చేస్తూ.. రైలు బండి, మన హీరోలని జీవితానికి దగ్గరగా.. జీవితంతో కలిసి జీవించే నిజమైన హీరోలను వాళ్ళకంటూ.. ఉన్న ప్రత్యేకమైన సహజ వ్యక్తిత్వాన్ని తనకి ఉన్న రాయడం అనే కళ ద్వారా..పరిచయం చేయడం చేసేవాడు. జీవితాలకు దగ్గరగా జీవించే వ్యక్తుల పర్సనాలిటీస్ ఎక్కడో ఒక చోట ప్రేరణ కలిగించక మానవు. దాన్ని సుబ్బు ప్రేమతో బాధ్యతగా తీసుకున్నాడు.

మన అందరిలో కూడా.. హీరో ఉంటాడు, మనమే మన తెలివి ద్వారా వాడిని వెనక్కి నెట్టేస్తుంటాం. ఇక్కడ హీరో అంటే నడుచుకునే విధానం, జీవిత ప్రయాణం, సహజంగా మన లోపల దాగి ఉండే మనకు తెలియని మనం గమనించని మనిషి. ఇది తెలియక జోంబీల్లా జీవించడానికి అలవాటు చేసుకున్నాం. అందరిలో ఉండే మనిషిని

ప్రతీ ఒక్కరికీ పరిచయం చేయాలనే తపనే సుబ్బుని ఇంతవరకు తీసుకుని వచ్చింది అనుకుంటున్నా. మనిషిలోని మంచిని చెప్పడం, పంచడం ద్వారా.. అది మరొకరికి ప్రేరణ అవుతుందే కానీ ఏం కొంపలు మునిగిపోవు.

కష్టాలకు భయపడి, బాధలకు కృంగి పోకుండా.. జీవితమంటే సుఖాల పాన్పు కాదు, కష్టాల నష్టాల ఇష్టాల కలయికగా చేసుకుని ముందుకు సాగిన వారే మన హీరోలు. జీవితానికి మించిన ప్రేరణ, ఆదర్శం, ఆశ, మార్గ నిర్దేశం అంతకంటే గొప్పది ఏదీ లేదు. అలాంటి జీవితం ప్రతీ ఒక్కరిలో ఉంటుంది. అలాంటి జీవితమే అన్నిటి మిశ్రమం మరియు సంపూర్ణం. మనని మన జీవితాన్ని దానికి కారణమైన ఆలోచనల్ని ఎప్పుడూ వేరు చేసి చూడలేం.

సుబ్బు ఇందులోని ప్రతీ ఒక్కరి గురించి ఇష్టంగా తెలుసుకుని వాళ్ల గురించి రాసి.. వాళ్ల జీవితాల ఆధారంగా ఆర్ట్‌ని వేయించి పరిచయం చేసేవాడు. వేరొకరి గురించి ఇంకొకరు చెప్పడానికి పడే తపన ప్రశంసనీయం. తను ఎక్కడ కూడా నిరాశపడకుండా.. నడిచినందుకు అదే ముందుకు నడిపింది. ఈ మన హీరోలు నిరంతర అనంతమైన ప్రక్రియ. ఇందులో వ్యక్తి యొక్క ప్రవర్తన, సాటి మనిషి కోసం పడే ఆరాటం, జీవితం మీద ఉండే ప్రేమ వాళ్ళని ముందుకు నడిపిన ధైర్యం ఇవన్నీ కలగలిసిన నటనలేని వ్యక్తిత్వమే హీరో, అదే సెలబ్రెటీ. మనిషిలోని బలమైన కోరికే ఇంధనం.. అదే జీవితాన్ని నడిపే శక్తిని ఇస్తుంది.. కాని నిలబడేలా చేసేది మాత్రం నిజాయితీనే.. ఫేమస్ అయిన వాళ్ళందరూ.. సెలబ్రేటిలు, హీరోలు కాదు. ప్రతీ వృత్తిలోనూ హీరోలు ఉంటారు. నలుగురికి మంచి చేయాలని మంచి జరిగేలా చూసే ప్రతి ఒక్కరూ హీరోనే. అలాంటి వారి గురించి తెలుసుకుని వీలైనంత మందికి తెలియజేయాలని సుబ్బు పడిన కష్టాన్ని అభినందించాలి.. అదే తనని ఇంత వరకు తీసుకుని వచ్చింది.

మనలో వున్న హీరోలకి కాలంతో పని లేదు. మనుషులు వున్నంత కాలం ఇలాంటి ఎందరో హీరోలు ఎప్పుడూ వుంటూనే ఉంటారు. ఇదేం కీర్తించి చెప్పడానికి చరిత్రలాంటి అబద్ధం కాదు, మీడియాలో వచ్చే భజన కాదు.. మన మెదళ్లల్లో మానసికంగా పేరుకుని పోయిన.. ఉన్న వ్యక్తి ఆరాధనపు బానిసత్వం కాదు.. చెప్పనంత మాత్రం చెదిరిపోయేది కాదు. ఆ సమయాల్లో.. ఆయా వ్యక్తులను ప్రభావం చేసేది వారికి ఉపయోగపడేది. సామాన్యంగా జన్మించి మరణించే అందరిలోనూ.. హీరోలు ఉన్నారు ఇంకా ఉంటారు. అందుకు ఇది ఆరంభం మాత్రమే.

– హరీష్ కువ్వాకుల

"

కష్టంలో నుండి ఎదిగిన వ్యక్తి కష్టాల్లో ఉన్న వారికి
చేదోడుగా నిలబడటమే నిజమైన స్ఫూర్తి

"

మన హీరోలు – *untold stories*

www.ingramcontent.com/pod-product-compliance
Lightning Source LLC
LaVergne TN
LVHW090054230825
819400LV00032B/731
* 9 7 8 9 3 9 2 9 6 8 5 6 3 *